सावित्रीबाई फुले पुणे विद्यापीठ-तृतीय वर्ष कला शाखेच्या (T.Y.B.A.)
२०१५-१६च्या सुधारित अभ्यासक्रमानुसार लिहिलेले क्रमिक पुस्तक
तसेच महाराष्ट्रातील इतर सर्व विद्यापीठांना उपयुक्त.

प्राथमिक सांख्यिकी
आणि
संशोधन पद्धती

Elementary Quantitative Techniqucs
and
Research Methodology

I0642555

डॉ. पुष्पा रानडे

डायमंड पब्लिकेशन्स

प्राथमिक सांख्यिकी आणि संशोधन पद्धती
डॉ. पुष्पा रानडे

Prathamik Sankhiki ani Sanshodhan Paddhati
Dr. Pushpa Ranade

प्रथम आवृत्ती : जून २०१५

ISBN : 978-81-8483-617-2

© डायमंड पब्लिकेशन्स

मुखपृष्ठ
शाम भालेकर

प्रकाशक
डायमंड पब्लिकेशन्स
२६४/३ शनिवार पेठ, ३०२ अनुग्रह अपार्टमेंट
ओंकारेश्वर मंदिराजवळ, पुणे-४११ ०३०
☎ ०२०-२४४५२३८७, २४४६६६४२
info@diamondbookspune.com

ऑनलाईन पुस्तक खरेदीसाठी भेट द्या
www.diamondbookspune.com

प्रमुख वितरक
डायमंड बुक डेपो
६६१ नारायण पेठ, अप्पा बळवंत चौक
पुणे-४११ ०३० ☎ ०२०-२४४८०६७७

मनोगत

सामाजिकशास्त्रांच्या विद्यार्थ्यांमध्ये गणित आणि सांख्यिकीबद्दल एक भीती असते. हे गणित आहे आणि ते आपल्याला जमणारच नाहीं या विचाराने विद्यार्थी त्याच्या वाटेला जातच नाहीत. दहावी पर्यंतच्या गणिताची भीती वाटलेली असते, म्हणूनही असेल कदाचित परंतु गणित विषय जर आलाच तर त्याला बगल देऊन पुढे कसे जाता येईल हे पहायचा प्रयत्न असतो, ही वस्तुस्थिती आहे. मग ज्या विषयामध्ये गणित आहे ते विषय टाळायचे, त्याला पर्यायी पेपर असेल तर तो निवडायचा, असे विद्यार्थी करू लागतात. दहावीची परीक्षा, त्यावेळचे आपले वय आणि त्यावेळेला असलेले गणित हे सगळेच आता बदललेले असते, पण गणिताची भीती मात्र कायम राहते. सामाजिकशास्त्राच्या अभ्यासामध्ये गणित आणि संख्याशास्त्र हा पाया असलेले अनेक विषय आहेत. सामाजिक शास्त्रामधले अनेक सिद्धान्त संख्याशास्त्र व गणितावरच आधारलेले आहेत. पदव्युत्तर पदवीकरता (एम. ए.) दुसऱ्या वर्षाला विद्यार्थ्यांना एक संशोधन प्रकल्प पूर्ण करणे आवश्यक असते. हा प्रकल्प पूर्ण करताना आणि नंतर पुढे त्या त्या विषयाचे एम. फिल. किंवा डॉक्टरेट (पीएच. डी.) साठी संशोधन करताना हे संशोधन कसे करावे याची पायभूत माहिती नसते.

या सर्वांचा विचार करून संशोधन पद्धती म्हणजे काय आणि तिचा उपयोग कसा करायचा? विधान म्हणजे काय? आपल्या संशोधनाचे विधान कसे ठरवायचे? नमुना कसा निवडायचा? विधानाच्या सत्यतेची परीक्षा कशी करायची? त्याकरिता कोणत्या प्रकारची चाचणी वापरायची? या सर्व प्रश्नांची उत्तरे या पुस्तकात देण्याचा प्रयत्न केला आहे. विद्यार्थ्यांना गणित व संख्याशास्त्राची वाटणारी भीती लक्षात घेऊन खूप उदाहरणे सोडवलेलीच दिली आहेत; शिवाय सरावाकरिता देखील उदाहरणे घातली आहेत. त्यांची उत्तरे देखील दिलेली आहेत. या पुस्तकाचा आधार घेऊन विद्यार्थ्यांचा गणित व संख्याशास्त्राचा पाया तयार होईल, यात शंका नाही.

संशोधन पद्धतीचे सांख्यिकी तंत्रांसहित आणि नवीन संशोधकांना मार्गदर्शक ठरेल असे पुस्तक हातात देताना आनंद होत आहे. बरीच वर्षे पदव्युत्तर विभागाला हा विषय उदाहरणांसहित शिकवण्याचा अनुभव आहे, त्याचा उपयोग झाला.

हे पुस्तक करताना अनेकांची मदत झाली आहे. त्यांचे ऋण मानण्यात मला अधिक आनंद होत आहे. सावित्रीबाई फुले पुणे विद्यापीठाच्या अर्थशास्त्र अभ्यासमंडळाचे अध्यक्ष प्रा. डॉ. सुहास आव्हाड, त्यांचे सर्व सदस्य, विद्यापीठाच्या अर्थशास्त्राच्या विभागप्रमुख डॉ. रोहिणी साहनी आणि डॉ.धनमंजिरी साठे, या सर्वांचे सहकार्य आणि पाठिंबा मला मिळालेला आहे.

या विषयावर पुस्तक लिहिण्यामध्ये घरातून मला सर्वांचाच पाठिंबा असतो. माझे पुस्तक तपासून देण्याचे कष्ट माझे पती श्री. भा. वि. रानडे (B.Tech, IIT, Powai) यांनी स्वतः घेतले. त्यामुळेच हे पुस्तक मी पूर्ण करू शकले.

डायमंड पब्लिकेशन्सचे श्री. दत्तात्रेय पाष्टे यांच्या पाठपुराव्यामुळे पुस्तक वेळेत पूर्ण करू शकले याचा आनंद होत आहे.

– डॉ. पुष्पा रानडे

लेखक–परिचय

डॉ. पुष्पा रानडे

प्राचार्य, श्री सिद्धिविनायक महिला महाविद्यालय, कर्वेनगर.

शिक्षण – अर्थशास्त्र विषय घेऊन एम. ए., एम. फिल. व पीएच. डी.

- श्री सिद्धिविनायक महिला महाविद्यालय येथे गेली २५ वर्षे अर्थशास्त्राच्या प्राध्यापिका व विभागप्रमुख म्हणून कार्यरत आहेत. गेली ७ वर्षे महाविद्यालयाच्या प्राचार्य म्हणून काम पाहत आहेत.

- एम. फिल. व पीएच. डी. करिता सावित्रीबाई फुले पुणे विद्यापीठात अर्थशास्त्र विषयाच्या मार्गदर्शक असून अनेक विद्यार्थ्यांना मार्गदर्शन करत आहेत.

- पुणे विद्यापीठाच्या अर्थशास्त्र विभागामध्ये पदव्युत्तरच्या विद्यार्थ्यांना संशोधन पद्धतीच्या अध्यापनाचे काम केले आहे.

- अर्थशास्त्र विषयाबरोबरच गणित व संख्याशास्त्र विषयात रुची असून, त्याच विषयाचे पदवी व पदव्युत्तर वर्गांना अध्यापनाचे काम गेली १० वर्षे करत आहेत.

- अर्थशास्त्र, गणित व संख्याशास्त्र या विषयावरील दोन पुस्तके आजपर्यंत प्रकाशित झालेली आहेत. राष्ट्रीय व आंतरराष्ट्रीय स्तरावर अनेक शोधनिबंध प्रकाशित झालेले आहेत.

- महर्षी कर्वे स्त्री शिक्षण संस्थेच्या गेली २० वर्षे आजन्म सेवक असून त्या आजन्म सेवक मंडळाच्या चिटणीस आहेत.

अनुक्रम

मनोगत

लेखक–परिचय

१ संख्याशास्त्राची ओळख

Introduction to Statistics

1. संख्याशास्त्राची ओळख, व्याख्या व व्याप्ती (Introduction of Statistics)

संख्याशास्त्र या शब्दातच त्याचा अर्थ दडला आहे. संख्यांवर आधारित असलेले शास्त्र. या शब्दामध्ये शास्त्र हा शब्द आहे. प्रत्यक्ष प्रमाणाने जे सिद्ध करता येते ते शास्त्र. प्रत्यक्ष आकडेवारी देऊन म्हणजेच संख्या समक्ष दाखवून एखादी बाब, घटना सिद्ध करता येते म्हणून ते संख्याशास्त्र. संख्याशास्त्राचा उपयोग वेगवेगळ्या प्रकारच्या शास्त्रशाखांमध्ये केला जातो. संख्याशास्त्रालाच सांख्यिकी असेही म्हटले जाते.

संख्याशास्त्र म्हटले की आपल्या डोळ्यांसमोर असंख्य आकडेवारी, तक्ते, आकृत्या, आलेख उभे राहतात आणि ते काही अंशी खरेही आहे. संख्याशास्त्रामध्ये कोणतीही बाब सिद्ध करताना आकडेवारीचा आधार घेतलेला असतो. संख्याशास्त्रातच कशाला, कोणतीही बाब ठासून सांगताना आपण आकडेवारीचा आधार घेतो. स्त्री-भ्रूणहत्त्येच्या बाबतीत कोणतेही विधान करताना प्रथम आधार घेतला जातो. तो दर हजारी पुरुष जन्मामागे किती स्त्रियांचा जन्म होतो याचा. भारतातील लोकसंख्या

असो किंवा चीनमधील, जगातील एकूण लोकसंख्यांची आकडेवारी घेतल्याशिवाय हा विषय पूर्ण होतच नाही. जागतिक तापमानवाढीसंबंधी बोलायचे तर विविध ठिकाणाचे तापमान मोजावेच लागते व तापमानात होणाऱ्या बदलाची आकडेवारी घ्यावीच लागते.

आपला विषय किंवा मुद्दा मांडताना सामाजिक शास्त्रांमध्ये संख्याशास्त्राला फार महत्त्वाचे स्थान आहे. आकडेवारी गोळा करून त्याचे विश्लेषण करणे हा सामाजिक शास्त्राच्या अभ्यासाचाच एक भाग आहे. परंतु हे विश्लेषण फार क्लिष्ट, कटकटीचे, लांबलचक होऊ नये म्हणून पटकन समजणारे आलेख, रंगीबेरंगी आकृत्या दाखवून विश्लेषण सोपे करता येते.

सामाजिक शास्त्रे आकडेवारीवर फार अवलंबून असतात. अर्थशास्त्रापुरता विचार केला तर बचत, गुंतवणूक, उपभोग, जन्म–मृत्यू, लोकसंख्या, उत्पादन, उत्पन्न, शिक्षण इ. सर्व आकडेवारी असल्याशिवाय अर्थशास्त्रासंबंधित एकही विधान मांडताच येत नाही. त्यामुळे सामाजिक शास्त्रांमध्ये अर्थशास्त्र हे संख्याशास्त्राशी सगळ्यात जास्त संबंधित आहे. ही विधाने आकडेवारीच्या आधारे सत्य कथन करत असतात. आपले म्हणणे लोकांपर्यंत पोचविण्याचा हा सगळ्यात सोपा, जवळचा, अर्थपूर्ण आणि स्पष्ट मार्ग आहे. अशा आकडेवारीच्या आधारे केलेली विधाने, आकडेवारीच्या विश्लेषणातून काढले गेलेले निष्कर्ष हे शासनाला धोरणनिश्चिती करण्यासाठी उपयोगी पडतात. म्हणून संख्याच्या आधारावर बेतलेले शास्त्र म्हणजे संख्याशास्त्र अशी सोपी व्याख्या करता येईल. तसेच काही उद्दिष्ट डोळ्यांसमोर ठेऊन आकडेवारी गोळा करणे, ती व्यवस्थित तक्ताबद्ध करणे म्हणजे सांख्यिकी.

अशा प्रकारची मांडणी करण्यासाठी काही प्राथमिक स्वरूपाची माहिती आधी गोळा केली जाते. त्याचे वर्गीकरण करावे लागते. ती माहिती गोळा करण्याच्या काही पद्धती आहेत, त्याच्या वर्गीकरणाच्या काही पद्धती आहेत. ही आकडेवारी आली कोठून? ती कशी गोळा केली गेली? कशासाठी गोळा केली? या सर्व प्रश्नांची उत्तरे म्हणजे संख्याशास्त्र आहे. संख्याशास्त्र म्हणजे कोणत्यातरी उद्दिष्टाने सर्वेक्षण करून आकडेवारी गोळा करणे, त्याचे विश्लेषण करणे आणि त्याचे उद्दिष्टाच्या संदर्भातील निष्कर्ष मांडणे. एका अर्थाने अत्यंत रुक्ष अशी आकडेवारी गोळा करायची, तिचा अभ्यास करायचा आणि त्यातून काही सत्य जगासमोर आणायचे म्हणजे संख्याशास्त्र. हा रुक्ष अभ्यास आपल्यासमोर येताना रंगीबेरंगी आलेखांमार्फत रंजक स्वरूपात येतो. विषय कितीही कंटाळवाणा असला तरी मांडणी लक्षवेधी करता येते. त्या संबंधीचे सत्य मांडणारे आलेख सुंदर दिसतात. ते पुरेसे स्पष्ट असतात, त्यामुळे ते चटकन समजतात. काही सांख्यिकी पद्धती क्लिष्ट आहेत. क्लिष्ट म्हणजे कटकटीची मांडणी

असणाऱ्या. मूळ दोन स्तंभ दिलेले असताना त्यावर प्रक्रिया करण्यासाठी व सूत्र मांडून त्याचे उत्तर काढण्यासाठी त्या दोन स्तंभांचे सहा स्तंभ करायचे ही किमया संख्याशास्त्रच करू शकते.

आपण अर्थशास्त्राचे विद्यार्थी संख्याशास्त्र किंवा सांख्यिकीचा अभ्यास करतो आहोत त्यामागे हेच कारण आहे. अर्थशास्त्रामधील असंख्य प्रश्न अशा प्रकारे सर्वेक्षण, आकडेवारी, परीक्षण आणि सत्यशोधन या मार्गाने आपणास पटकन आकलन होईल अशा पद्धतीने मांडू शकतो.

1.1 संख्याशास्त्र म्हणजे काय? (What is Statistics?)

वर्तमानपत्रामध्ये आपण बातमी वाचतो की सिगारेट्सच्या किमती 25 टक्क्यांनी वाढल्यावर मागणी 15 टक्क्यांनी कमी झाली व त्यामुळे सरकारच्या तिजोरीत जमा होणाऱ्या कराच्या उत्पन्नात 10% घट झाली. हे आकडे कसे मिळाले? ते कितपत बरोबर असतात? किंमत आणि मागणी यांच्यातील संबंध दाखवणारी ही बातमी, आकडेवारीमुळे अधिक स्पष्ट आणि ठाशीव स्वरूपाची होते. किंमत आणि मागणी यांच्यातील संबंध दर्शवणारे ते नुसते विधान राहात नाही. 'बेकारीमुळे गुन्हे वाढतात', 'पैशाचा पुरवठा वाढला की किमती वाढतात' किंवा 'संघटना निर्माण झाल्या की संप होतात' ही नुसती विधाने आहेत. ही विधाने जोवर प्रत्यक्ष आकडेवारी (संख्या) घेऊन तपासून मांडली जात नाहीत तोवर त्या विधानांना सत्यता प्राप्त होत नाही. कधी कधी तर विधानांच्या विरोधी निष्कर्ष निघू शकतात. यालाच आपण सांख्यिकीच्या आधारे एखाद्या विधानाची सत्यता पडताळून पाहणे असे म्हणतो. सांख्यिकीच्या आधारे आर्थिक, सामाजिक व नैसर्गिक प्रश्नांचा अभ्यास करता येतो. सांख्यिकीला स्वतःचा असा हेतू नसतो. सांख्यिकी नेहेमीच दुसऱ्या कोणत्यातरी शास्त्राला मदत करत असते. मात्र सांख्यिकीशिवाय कोणत्याच शास्त्राला परिपूर्णता येत नाही इतके ते शास्त्र महत्त्वाचे आहे.

संख्याशास्त्राच्या व्याख्या अनेक तज्ज्ञांनी केलेल्या आहेत. सर्वांत परिपूर्ण आणि सांख्यिकीचा सर्वांगीण विचार करणारी व्याख्या होरास सॉक्रेस्टने मांडली आहे. त्याच्या मते, सांख्यिकी म्हणजे काही विशिष्ट उद्देशाने प्रभावित होऊन संग्रहित केलेल्या माहितीची सरासरी. या संख्या गोळा करण्याची कारणे वेगवेगळी असतात, उद्दिष्टांनी प्रभावित होऊन त्यांची सत्यासत्यता तपासली जाते व त्यांच्यातील परस्पर-संबंध लक्षात घेऊन त्यांची मांडणी केलेली असते. एकूणच सगळ्या व्याख्या पाहिल्या तर सांख्यिकीमध्ये पुढील बाबींचा समावेश नक्की असला पाहिजे–

1) **सांख्यिकी म्हणजे पूर्व नियोजित उद्दिष्टांनी संग्रहित केलेली माहिती होय :** कोणतेही विधान तपासून पाहायचे असेल तर त्या विधानाच्या अनुषंगाने माहिती गोळा केली जाते. मागणी आणि किंमत यांच्यातील सहसंबंध सांगण्यासाठी, करासंबंधी काही धोरण ठरविण्यासाठी, लोकसंख्येबाबत काही निर्णय घेण्यासाठी त्या-त्या माध्यमांतून माहिती मागवली जाते. करासंबंधी धोरण ठरविण्यासाठी जी आकडेवारी किंवा माहिती गोळा केली जाते ती माहिती लोकसंख्येसाठी काही निर्णय घेण्यासाठी उपयोगी पडतेच असे नाही.

2) **सांख्यिकी विधानामध्ये संख्यात्मक माहितीचा आधार असलाच पाहिजे :** कोणतेही विधान करताना संख्यात्मक माहितीचा आधार असलाच पाहिजे. उदाहरणार्थ, भारतात पुरुषांपेक्षा महिलांचे प्रमाण कमी आहे हे विधान सर्वसाधारण विधान आहे; तर दर हजारी पुरुषांमागे 937 स्त्रिया आहेत हे विधान सांख्यिकीय आहे.

3) **अनेक संख्यांची काढलेली सरासरी म्हणजेदेखील सांख्यिकी असू शकते :** सांख्यिकी म्हणजे दर वेळेस अनेक संख्या ओळीने मांडल्या आहेत असे नसते; तर एखादी एकटी-दुकटी संख्यादेखील सर्व संख्यांचे प्रतिनिधित्व करते आणि म्हणून तिला सांख्यिकीचे महत्त्व प्राप्त होते. जेव्हा सर्व संख्यांची सरासरी काढून एकच संख्या मांडली जाते तेव्हा त्या एकाच संख्येमागे अनेक संख्या असतात. उदाहरणार्थ, आपले वरील विधान –दर हजारी पुरुषांमागे 937 स्त्रिया आहेत – या विधानातील 937 ही संख्या दिसताना जरी एकच संख्या दिसली तरी भारतातील सर्व राज्यांची आकडेवारी गोळा करून त्यांची सरासरी काढून संपूर्ण भारताची म्हणून एक संख्या दिली जाते.

4) **सांख्यिकी मध्ये दोन प्रकारे विधाने केली जातात :** एक म्हणजे प्रत्यक्ष मोजून आणि दुसरे म्हणजे काही अंदाज वर्तवून. मात्र या विधानांना काही कारण असते हे निश्चित. उदाहरणार्थ, वर्गात 25 मुले आहेत आणि अमुक एका मान्यवरांच्या सभेला दहाहजार माणसे जमली होती ही दोन्ही विधाने सांख्यिकी आहेत पण पहिले विधान वर्गातील मुले मोजून केलेले विधान आहे तर दुसरे विधान अंदाजपंचे वर्तवलेले आहे. गर्दीचा अंदाज देण्यासाठी दुसरे विधान उपयोगी पडते. असे विधान मोजून मापायचे नसते हे आपणासही माहीत असते.

5) **दोन समान बाबींमधील परस्परसंबंध सांख्यिकीद्वारे समजतो :** आपण केलेल्या विधानासाठी किंवा अंदाजासाठी आकडेवारी गोळा केली जाते आणि अशी आकडेवारी साठवलीदेखील जाते. या साठवलेल्या आकडेवारीचा वापर तुलना करण्यासाठी केला जाऊ शकतो आणि तो तसा करताततही. माहिती किंवा आकडेवारी गोळा करण्याचे जे दोन मार्ग आहेत ते आपण पुढे पाहाणारच आहोत. परंतु आपण आपल्याकरिता गोळा केलेली, सध्याची आकडेवारी आणि कोणीतरी आधी गोळा केलेली आधीच्या किंवा गत काळातील माहिती यांची आपणास तुलना करता येते. उदाहरणार्थ, 1991 सालची लोकसंख्या 2001 सालची लोकसंख्या आणि सध्या चालू असलेली जनगणना यांची तुलना आपण करू शकतो. मात्र अशी तुलना करताना माहितीचा विषय सारखा असावा. दोन देशांच्या राष्ट्रीय संपत्ती ची एकमेकांशी तुलना करताना वर्ष एकच असावे. किमतीची तुलना करताना वस्तू सारख्याच असाव्या आणि त्या एकाच मापनाने मोजल्या जाव्या. उदाहरणार्थ, किती चिक्कू आणि किती दूध यांची तुलना होणार नाही. जर दोन ठिकाणच्या चिक्कूंच्या दराची तुलना करायची ठरवली तर एका ठिकाणचे चिक्कू डझनामध्ये आणि दुसरीकडील किलोमध्ये मोजले जाऊ नयेत. सांख्यिकी मांडताना ही काळजी घेतलीच पाहिजे.

वरील सर्व पद्धतींनी गोळा केलेल्या माहितीला सांख्यिकी म्हणतात. सांख्यिकी विधान काळजीपूर्व मांडावे लागते. सांख्यिकी विधाने संख्यात्मक असतात.

पण इथे एक गोष्ट लक्षात घेतली पाहिजे की सर्व संख्यात्मक विधाने सांख्यिकी असतीलच असे नाही.

सांख्यिकीच्या आधारे निष्कर्ष काढताना काळजी घ्यावी लागते. सांख्यिकी हे एक तंत्र आहे ते वापरताना काळजी घेतलीच पाहिजे. आपण ज्या माहितीच्या आधारे निष्कर्ष काढणार आहोत ती माहिती तांत्रिकदृष्ट्या अचूक असली पाहिजे. ती पूर्वग्रह विरहित असली पाहिजे. तिच्या आधारे जो अभ्यास करणारा अभ्यासक आहे त्यानेदेखील पूर्वग्रह दूषित दृष्टिकोन न ठेवता ती तपासून पाहून पूर्णपणे निरपेक्ष भावनेने अभ्यास करावा.

आता सांख्यिकीसाठी माहिती कशी मिळवली जाते ते पाहू.

1.2 संख्याशास्त्राची सुरुवात व विकास (Origin and Growth of Statistics)

संख्याशास्त्राची सुरुवात कशी झाली, हे पाहायचे असेल तर पाचव्या शतकापर्यंत

मागे जावे लागेल. तेवढे जरी नाही तरी काही अभ्यासकांच्या मते Natural and Political Observations upon the Bills of Mortality हा जॉन ग्रँट चा ग्रंथ जेव्हा 1663 मध्ये प्रकाशित झाला तेव्हापासून मानावी लागेल. हा ग्रंथ प्रामुख्याने राज्यांना धोरण बनविताना लोकसंख्या आणि आर्थिक आकडेवारी विचारात घ्यावी लागते किंवा त्यांनी ती विचारात घेतली पाहिजे असे सांगणारा होता. त्यानंतर संख्याशास्त्राचा पुढे विकास झाला तो 19 व्या शतकात. तेव्हा मात्र आकडेवारी गोळा करणे आणि तिचे विश्लेषण करणे याकरता स्टॅट इटेमॉलॉजी (stat etymology) या नावाने हा विषय ओळखला जाऊ लागला. 19 व्या शतकाच्या सुरुवातीच्या काळात संख्याशास्त्राचा पाया जरा वाढवला गेला आणि सरसकट आकडेवारी गोळा करण्यापासून ते विश्लेषण करण्यापर्यंत त्यांची मर्यादा वाढवली गेली. आज मात्र संख्याशास्त्राचा उपयोग हा अशा अनेक ठिकाणी शासन, शासकीय कार्यालये, उद्योगजगत, तसेच नैसर्गिक आणि सामाजिक शास्त्रे अशा अनेक ठिकाणी केला जात आहे.

संख्याशास्त्रातील गणिताचा पाया मात्र 17 व्या शतकात घातला गेला. Blaise Pascaland आणि Pierre de Fermat या दोघांनी शक्यता किंवा संभाव्यता सिद्धांत (Probability Theory) मांडला. फासे, पत्ते यासारख्या संधीच्या खेळांच्या सिद्धान्तातून संभाव्यतेचा सिद्धान्त मांडला गेला. न्यूनतम वर्गाची पद्धती −drien Marie Legendre यांनी 1805 मध्ये शोधून काढली. कार्ल पिअर्सन याने गणिती संख्याशास्त्राचा पाया रचला. त्याच्या नावाने सहसंबंध सहगुणक यांसारख्या पद्धतींचा अभ्यास आपण पुढे करणार आहोतच.

आधुनिक संख्याशास्त्र हे 19 व्या शतकाच्या शेवटी शेवटी व 20 व्या शतकाच्या सुरुवातीच्या काळात विकसित झाले. हे विकसित होण्याच्या तीन पायऱ्या होत्या.

पहिली पायरी

पहिली पायरी ही सर फ्रान्सिस गाल्टन आणि कार्ल पिअर्सन यांच्या कामाने निश्चित झाली. या दोघांनी संख्याशास्त्रात गणिताचा पाया भक्कम केला. या गणिताचा उपयोग त्यांनी हाती आलेल्या आकडेवारीचे विश्लेषण करण्यासाठी केला. हे विश्लेषण फक्त शास्त्र शाखेपुरते मर्यादित राहिले नाही तर ते भूगोल अर्थशास्त्र समाजशास्त्र राज्यशास्त्र, यांसारख्या सामाजिक शास्त्रांतदेखील उपयुक्त ठरू लागले. गाल्टनचे काम प्रामुख्याने प्रमाणित विचलन (Standard Deviation), सहसंबंध (Correlation) आणि प्रतिपगमन (Regression) यांसारख्या क्षेत्रांत होते. या तिन्हीचा उपयोग माणसाशी संबंधित असणाऱ्या बाबींचा अभ्यास करण्यासाठी उपयोगी पडेल असे त्यांचे मत होते. उदाहरणार्थ, उंची, वजन, चेहेरेपट्टी इ. दृश्य स्वरूपाच्या एकमेकांशी सहसंबंध सांगणाऱ्या या बाबी होत्या.

पिअर्सनने सहसंबंध सहगुणक विकसित केला तो दोन चलांच्या गुणनाने. याला त्याने गुणक माध्य (Product moment) असे नाव दिले गुणक माध्य म्हणजे प्रत्येकी वेगळी ताकद असणाऱ्या दोन चलांच्या गटाच्या एकत्रित गुणाकाराचे माध्य. हे गुणक माध्य एखाद्या समीकरणामध्ये बसविण्याची पद्धतही पिअर्सननेच विकसित केली. त्याचप्रमाणे अनेक विविध बाबींची सलग वक्रप्रणाली त्यानेच बसवली. शून्य विधानाची संकल्पना रोनाल्ड फिशर यांनी विकसित केली.

दुसरी पायरी

दुसरी पायरी 1910 ते 1920 च्या काळात आली. त्याची सुरुवात सर विल्यम गॉसेट यांनी केली, तर कळस गाठला तो सर रोनाल्ड फिशर यांच्या प्रयत्नाने. त्यांनी हा विषय जागतिक स्तरावरील विद्यापीठांशी बांधून दिला. त्याचा एक अभ्यासक्रम बनविला आणि त्याची पाठ्यपुस्तकेदेखील बनविली. आता संख्याशास्त्र हे नाव व त्याचा अभ्यासक्रम अशा पद्धतीने बंदिस्त किंवा ठाशीव स्वरूपात समाजासमोर आला. 1916 मध्ये फिशरने The correlation between relatives on the Supposition of Mendelian Inheritance आणि 1925 मध्ये Statistical Methods For Research Workers हा पेपर लिहिला. सर्वप्रथम त्यांच्या पेपरमधून त्यांनी विकरण (Variance) हा शब्द वापरला. आणि नंतर तो रूढ झाला.

तिसरी पायरी

तिसरी पायरी म्हणजे 1930 नंतर संख्याशास्त्रात झालेले बदल दर्शवणारी पायरी होय. ज्या संकल्पना रूढ झाल्या होत्या त्यात काही नव्या संकल्पनाची भर पडली. जुन्या संकल्पना नव्या विकसित स्वरूपात पुढे आल्या. इगॉन पिअरसन आणि जर्सी नीमन यांनी विधानातील चुका होण्याची शक्यता निदर्शनास आणली. नंतर यदृच्छ नमुना निवडीचा प्रकारही अस्तित्वात आला आणि खूप लोकप्रिय झाला.

आजचे संख्याशास्त्राचे विकसित स्वरूप पाहायला मिळते. त्यामागे वरील सर्व अभ्यासक आणि संशोधकांचे कष्ट आहेत. आता संगणक युगामध्ये संख्याशास्त्राची प्रणाली विकसित होते आहे. ही खरे पाहता विकसनाची चौथी पायरी मानायला हवी.

1.3 संख्याशास्त्राची व्याख्या (Definition of Statistics)

प्रत्यक्ष पाहणी व आकडेवारीवर आधारित असलेली माहिती घेऊन त्याआधारे संख्यात्मक प्रतिनिधित्व करणारी चले निर्माण करून गणिती तंत्राच्या साहाय्याने काही उत्तर देण्याचा प्रयत्न करणारे शास्त्र म्हणजे संख्याशास्त्र होय.

होरॉस सॉक्रेट्सच्या मते सांख्यिकी म्हणजे पूर्व नियोजित उद्देशाने संग्रहित

केलेल्या माहितीची सरासरी. ज्या संख्या विविध कारणांनी प्रभावित होत असतात, तसेच जी माहिती संख्यांमध्ये मांडलेली असते, सत्यतेच्या परिमाणाने तपासली जाते तसेच ती शास्त्रीय पद्धतीने संग्रहित केलेली असतो व परस्परसंबंध लक्षात घेऊन तिची मांडणी केलेली असते. त्यामुळे संख्याशास्त्राच्या व्याख्येचा विचार करताना त्यात पुढील बाबींचा समावेश झाला पाहिजे असे होरॉसचे म्हणणे आहे.

अ) माहिती पूर्व नियोजित उद्देशाने केलेली असली पाहिजे.

आ) संख्या सरासरीत असाव्यात.

इ) या संख्या विविध कारणांनी प्रभावित झालेल्या असाव्यात.

ई) त्यांत संख्यांचे विवेचन असावे.

उ) या संख्यातून अंदाज वर्तवता आला पाहिजे व तो कारणासह सांगता आला पाहिजे.

ऊ) संख्यांचे संग्रहण शास्त्रीय पद्धतीने केलेले असावे.

ऋ) दोन चलांमधील परस्परसंबंध सांगता आला पाहिजे.

आता विविध अभ्यासकांनी केलेल्या संख्याशास्त्राच्या व्याख्या पाहू.

सांख्यिकी किंवा संख्याशास्त्र या दोन्ही नावाने हे शास्त्र ओळखले जाते. कधी कधी सांख्यिकीय पद्धती म्हणूनही याचा उल्लेख होतो.

ए. एल. बाऊले यांच्या मते संख्याशास्त्र म्हणजे ज्याची चौकशी करायची आहे त्या विभागाशी संबंधित असलेल्या विभागातील माहिती बाबतचे केलेले अंकीय अनुमान.

Statistics is numerical statement of facts in any department of inquiry placed in relation to each other

वेबस्टरच्या शब्दकोशात दिल्याप्रमाणे Statistics are classified facts respecting condition of the people in a state- especially those facts which can be stated innumbers or in any tabular or classified arrangements. संख्याशास्त्र म्हणजे राज्यातील लोकांच्या स्थितीसंबंधीचे वर्गीकृत निष्कर्ष आहेत. विशेष रूपाने हे निष्कर्ष संख्यात्मक किंवा सारणीकृत मांडणीद्वारा मांडले जातात.

यूल आणि केंडॉलच्या मते, By statistics we mean, quantitative data effected to a marked extent by multiple of causes. म्हणजे, संख्याशास्त्राचा संबंध आकड्यांशी आहे आणि हे आकडे विविध माध्यमांतून एका मर्यादेपर्यंत प्रभावित होत असतात.

1.4 संख्याशास्त्राची व्याप्ती (Scope of Statistics)

सध्याच्या काळात सुद्धा सांख्यिकीची व्याप्ती वाढत आहे. जिथे जिथे संख्या आहेत तिथे तिथे संख्याशास्त्र आहे. हे सर्व विषयांच्या अभ्यासाचे साधन आहे. संख्याशास्त्र हे संशोधन पद्धतीशी विशेष जोडलेले असल्याने, संशोधन मग ते कोणत्याही क्षेत्रातील असो तिथे संख्याशास्त्र लागतेच. समाजशास्त्र, भूगोल, अर्थशास्त्र, व्यापार, उद्योग, वाणिज्य, जीवशास्त्र, वनस्पतिशास्त्र, मानसशास्त्र अशा सर्व शास्त्रांमध्ये संख्याशास्त्र लागते.अगदी भूगर्भातील तेलाचा शोध घ्यायचा असो किंवा चंद्रावर यान पाठवायचे असो, संख्याशास्त्राच्या मदतीशिवाय शक्य नाही. तरी त्यातल्या त्यात पुढील क्षेत्रांचा विचार करू.

1. **संख्याशास्त्र आणि राज्य :** राज्याची पूर्ण अर्थव्यवस्था ही संख्याशास्त्रावर अवलंबून असते. लोकांची बचत, उत्पन्न, व्याज, बाजारातील मागणी किंवा पुरवठा,एखाद्या विशिष्ट वस्तूची एखाद्या विशिष्ट बाजारपेठेतली किंमत असो किंवा घाऊक बाजारपेठेतील एकूण किंमतपातळी असो संख्याशास्त्र आवश्यक आहे. जनतेचे उत्पन्न किती आहे हे समजल्याशिवाय कर लागू करता येत नाही. जनतेची बचत किती आहे हे कळाल्याशिवाय व्याजाचे दर किंवा व्याज दराबाबतचे धोरण ठरवता येत नाही. आयात-निर्यात विषयीची धोरणे ठरवणे, आपल्या चलनाच्या दराचा अंदाज घेऊन परकीय व्यापाराचे धोरण ठरविणे हे संख्याशास्त्राच्या मदतीने शक्य आहे. कृषी विभाग, उद्योग क्षेत्र, माहिती व दळणवळण विभाग असो, सर्व ठिकाणी आकडे लागतातच आणि आकडे आले की संख्याशास्त्र आलेच. आपले देशाचे दरडोई उत्पन्न काढणे म्हणजे सांख्यिकीच आहे.

2. **संख्याशास्त्र आणि प्रशासन :** अनेक प्रशासकीय कामे व निर्णय यशस्वी रीत्या राबविण्यासाठी संख्याशास्त्राचा वापर अत्यंत आवश्यक आहे. प्रशासनाच्या खर्चावर नियंत्रण ठेवणे, पुढच्या खर्चाचे अंदाज बांधणे, कर्मचाऱ्यांच्या कल्याणासाठी धोरणे आखणे, अगदी त्यांच्या कामकाजाच्या वेळा ठरवून देणे इ. अगदी बारीकसारीक गोष्टीचीदेखील संख्याशास्त्राशी जोडलेल्या आहेत. राज्याच्या प्रत्येक विभागात संख्याशास्त्राचा एक विभाग असतोच. सर्व मोठ्या संस्था किंवा उद्योग, कारखाने, शासकीय कार्यालये, विद्यापीठे या ठिकाणी प्रशासनाला संख्याशास्त्राचा आधार घ्यावा लागतो.

3. **सांख्यिकी आणि व्यापार :** उद्योगसंस्था, व्यापार, बाजारपेठ, मालाचा साठा, गोदामे, कच्च्या मालाची खरेदी-विक्री त्याचे व्यवस्थापन इ. सर्व बाबींचा

सांख्यकीशी संबंध येतो. नमुना पद्धतीने बाजाराचे सर्वेक्षण करून माहिती घेतली जाते.

4. **सांख्यिकी आणि अर्थशास्त्र :** संपत्ती, उत्पादन, आणि विभाजन या संबंधी असेलेले अर्थशास्त्र तसेच बचत, गुंतवणूक आणि उत्पन्न यांच्याशी संबंधित असेलेल अर्थशास्त्र, लोकसंख्या जननदर मृत्युदर आरोग्य सेवा शिक्षण इ. कल्याणकारी सेवा इ. सर्व क्षेत्रे संख्याशास्त्राने प्रभावित होतात.

5. **संख्याशास्त्र आणि गणित :** संख्याशास्त्राचा सर्व डोलारा हा गणितावरच उभा आहे. ही गणिताचीच एक शाखा आहे. गणिताचा आधार घेतल्याशिवाय कोणताही निष्कर्ष काढताच येणार नाही. आकडेवारी गोळा केल्यानंतर गणिताचे काम चालू होते ते उत्तर काढून देईपर्यंत. नंतर परत उत्तराचे विश्लेषण करताना गणिताचा आधार नाही घेतला तरी चालते. कारण उत्तर पुरेसे स्पष्ट असते.

6. **सांख्यिकी आणि नैसर्गिक शास्त्र :** वैद्यकीय शास्त्रे, प्राणिशास्त्रे, जीवशास्त्रे इ.नैसर्गिक शास्त्रांच्या अभ्यासातही संख्याशास्त्र उपयोगी पडते आणि आवश्यक असते. वैद्यकीय शास्त्रात एखाद्या रोगाचे निदान करायचे तरी संख्याशास्त्र लागते. एखाद्या औषधाचा परिणाम तपासण्यासाठी सुद्धा संख्याशास्त्र लागते. वनस्पतिशास्त्रात पावसाचा उन्हाचा किंवा वातावरणाचा परिणाम तपासण्यासाठी संख्याशास्त्र लागते.

7. **सांख्यिकी आणि संशोधन :** संख्याशास्त्राच्या मदतीशिवाय कोणतेही संशोधन पूर्ण होत नाही. संशोधकाला संख्याशास्त्राची मदत घ्यावीच लागते. प्रयोगशाळेतील सर्व प्रयोग संख्याशास्त्रावर अवलंबून असतात. समाजशास्त्रातील संशोधनासाठी तर संख्याशास्त्र लागतेच. विविध शास्त्रांत झालेले संशोधन व त्याचे अन्वयार्थ संख्याशास्त्राच्या मदतीनेच समजू शकतात.

8. **सांख्यिकी आणि इतर उपयोग :** वरील सर्व क्षेत्रांव्यतिरिक्त अशी अनेक क्षेत्रे आहेत की जिथे संख्याशास्त्र उपयोगी पडते. उदाहरणार्थ, वित्तीय संस्था, बाजारपेठातील मध्यस्थ, अशासकीय संस्था, सामाजिक कार्यकर्ते तसेच अगदी राजकारण सुद्धा यातून सुटलेले नाही. निवडणुकीला उभा राहिलेला उमेदवार मागील निवडणुकांच्या आकडेवारीवरच आपले निवडणुकांचे डावपेच आखत असतो. माणसाच्या एकूण आयुर्मानाचा अंदाज घेऊनच विमा कंपन्या आपला हप्ता ठरवतात.

म्हणजेच संख्याशास्त्र हे सर्वच क्षेत्रांत उपयोगी पडणारे अतिशय महत्त्वाचे शास्त्र आहे आणि अनेक निर्णय या शास्त्रावर अवलंबून असतात.

1.5 संख्याशास्त्राची कार्ये (Functions of Statistics)

सांख्यिकीचे महत्त्व आपण पाहिले. त्याचबरोबर किती विविध क्षेत्रांत संख्याशास्त्र उपयुक्त ठरते ते ही पाहिले. संख्याशास्त्राने अनेक कामे पूर्ण केली जातात.

1. **गुंतागुंतीचे रूपांतर सरलतेत केले जाते :** आकडे गोळा केल्यानंतर ते आकडे स्वतः काहीच करू शकत नाहीत किंवा आपला आपणच निष्कर्ष ही काढू शकत नाहीत त्यावर अनेक क्रिया-प्रक्रिया करून त्यातून आपण निष्कर्ष काढतो. अत्यंत गुंतागुंतीच्या आकड्यावर संख्याशास्त्राच्या मदतीने आपण अनेक क्रिया-प्रक्रिया करतो आणि ते आकडे आपल्याशी बोलू लागतात व आपण एका निष्कर्षाप्रत सहजपणे पोचतो. म्हणून अवघड व गुंतागुंतीची वाटणारी क्रिया सोपी होऊन जाते.

2. **व्यक्तिगत ज्ञानात भर पडते :** संख्याशास्त्राची उत्तरे स्पष्ट आणि निश्चित असतात, त्यामुळे त्याची उत्तरे आपणास ज्ञान देऊन जातात, आपल्या माहितीत भर पडते. संशोधन क्रिया करण्यात संख्याशास्त्र निष्णात असल्याने संशोधनाचे अंतिम उत्तर काढल्याचे समाधान मिळते व आपल्या अनुभवात वाढ होते. तर्कशक्ती वाढते.

3. **आकडे आणि परिस्थिती यांतील संबंधांचे मूल्यमापन :** दोन चलांच्या गटाची तुलना संख्याशास्त्र करते त्यातील संबंधांचे मूल्यमापन केले जाते आणि संबंध कसे आहेत यावरही प्रकाश टाकला जातो. दोन गटांच्या माहितीत एक स्पष्टता येते. माहितीची तुलना केल्याने माहितीचे महत्त्व कळते. भारताचे दरडोई उत्पन्न ₹600 आहे असे कोणी सांगितले तर त्याचा संबंध कळणार नाही परंतु अमेरिकेचे ₹32000 आहे असे सांगितल्यावर भारताला अजून बराच पल्ला गाठायचा आहे हेही समजते. सहसंबंध सहगुणक यांचा अभ्यास संख्याशास्त्रात केला जातो.

4. **परिस्थितीला संख्यात्मक स्वरूप देणे :** सामाजिक शास्त्रांमध्ये नुसती परिस्थिती सांगून परिस्थितीचे आकलन होत नाही. उदाहरणार्थ, महाराष्ट्रात शेतकरी आत्महत्या करत आहेत हे समजल्यावर त्याची भयानकता जाणवत नाही. परंतु, एका वर्षात 5000 शेतकऱ्यांनी आत्महत्या केल्या अशी आकडेवारीसह माहिती समोर आली की त्याचे स्वरूप किती भयंकर आहे हे

समजते. किंवा महिलांवर होणार अत्याचार, हुंडाबळी, यांचीही आकडेवारी समोर आली की परिस्थितीला संख्यात्मक भान दिले जाते.

5. **भविष्याची जाणीव व त्यानुसार धोरणे आखणे :** वर्तमानातील वर सांगितलेल्या परिस्थितीचे जेव्हा आकडेवारीमुळे भान येते तेव्हा आपल्या भविष्याबाबतदेखील आपण अंदाज करू शकतो. महिलांवरील अत्याचार थांबावेत म्हणून काही धोरणे राबवता येतात. शेतकऱ्यांच्या आत्महत्या थांबवण्यासाठी काही उपाययोजना करता येतात. स्त्री-भ्रूणहत्त्या रोखण्यासाठी काही पावले उचलता येतात.

6. **निश्चयात्मक स्वरूप देणे :** आकडेवारीचा शास्त्रशुद्ध अभ्यास केल्याने काही निश्चित अशा निर्णयाला आपण पोचू शकतो. हा शास्त्रशुद्ध अभ्यास फक्त संख्याशास्त्राच्याच आधारे करू शकतो. उदाहरणार्थ, मागील वर्षीचे निकाल 80% लागले तर या वर्षीचे निकाल 90% लागले असे दिसले तर महाविद्यालयाच्या निकालासंबंधी काही निर्णय करू शकू. नुसतेच यावर्षीचे निकाल 90% लागले या विधानावर आपण फक्त अभिनंदन करू. कितीने वाढले, त्यात महाविद्यालयाचे श्रेय किती या बाबत काही अंदाज येणार नाही.

7. **विज्ञान व इतर शाखांमधील नियमांचे परीक्षण :** जुने नियम मोडीत काढणे व नवे नियम आकडेवारीने सिद्ध करून अमलात आणणे संख्याशास्त्राच्या मदतीने शक्य होते.

1.6 सांख्यिकीच्या मर्यादा (Limitations of Statistics)

सांख्यिकी कितीही उपयोगाचे असले तरी त्याला काही मर्यादा आहेत. या मर्यादेत राहून जर अभ्यास केला तर चुकीचे निर्णय ठरणार नाहीत. परंतु जर या मर्यादांचे पालन झाले नाही आणि वस्तुस्थितीचे भान राहिले नाही तर घेण्यात येणारे निर्णय चुकीचे आणि खोटे निघतील. या मर्यादा कोणत्या ते पाहू

1. **ही एक अभ्यासाची पद्धत आहे :** अभ्यास करण्यासाठी जशा अनेक पद्धती असतात तशीच ही एक पद्धत आहे. कोणती वापरायची याचे भान त्या-त्या व्यक्तीने ठेवायचे आहे.

2. **सत्य हे सरासरीच्या रूपात असतात :** येणारे निष्कर्ष गोळाबेरीज या प्रकारात असतात. त्यामुळे परिस्थितीचे भान येण्यापुरत्याच त्या महत्त्वाच्या असतात.

म्हणजेच हे निष्कर्ष समग्र स्वरूपातील आहेत याचे भान संशोधनकर्त्याने ठेवणे आवश्यक आहे.

3. **चले एकजिनसी असावीत :** ज्या दोन चलांचा परस्परसंबंध तपासायचा आहे त्यात एक जिनसीपणा असला पाहिजे. म्हणजे 10 रुपयांना दोन केळी मिळतात तर आज शिक्षक वर्गावर येतील की नाही या प्रश्नाचे उत्तर संख्याशास्त्रात सापडणार नाही.

4. **संख्याशास्त्राच्या तंत्राविषयीचे ज्ञान पाहिजे :** ज्या व्यक्तीला संख्याशास्त्राचे ज्ञान आहे त्यानेच त्याचा वापर करावा. ज्याला संख्याशास्त्राचे व गणिताचे ज्ञान नाही त्याने त्याच्या वाटेला जाऊ नये.

5. **निष्कर्षाचे एक साधन आहे :** संख्याशास्त्राचे प्रमुख कार्य म्हणजे सादर केलेल्या आकडेवारीचे उत्तर काढणे. त्यावरून निष्कर्ष काढणे आणि ते सादर करणे हे काम त्यावर काम करणाऱ्या व्यक्तीचे आहे. शून्य विधान (Null Hypothesis) कोणते पर्यायी विधान (Alternative Hypothesis) कोणते ठरवावे याकरिता सांख्यिकीचे नीट ज्ञान पाहिजे. विधान करतानाच जर चूक झाली तर ती चूक सांख्यिकी तंत्राची होऊ शकत नाही. शक्य तेवढ्या तटस्थपणे आकडेवारी व माहिती गोळा करून संख्याशास्त्राचा वापर केल्यास उत्तर मिळते.

6. **समूहाचे अध्ययन :** यामध्ये समग्रलक्षी अंगाने समष्टीचा अभ्यास केला जातो. एखाद्या गटाची आकडेवारी मिळवून त्याची सरासरी काढतो. तसेच सहगुणक इ. काढताना दोन चलांच्या गटाचा विचार करतो. त्यामुळे व्यक्तिगत वैशिष्ट्यांना त्यात थारा नाही. म्हणजे तसे पाहिले तर व्यक्ती व्यक्तीचीच माहिती गटाची माहिती म्हणून एकत्र केली जाते. त्यामुळे निष्कर्ष सर्व गटाला लागू होतो.

7. **संख्यात्मक स्वरूपाचेच अध्ययन करू शकते :** ज्या गोष्टी मोजता येतात व आकडेवारीच्या स्वरूपात मांडता येतात त्यांचाच फक्त अभ्यास करता येतो. ज्या बाबी गुणात्मक आहेत त्यांची आकडेवारी मिळू शकत नाही आणि त्यामुळे निष्कर्ष काढता येत नाही. मनुष्य स्वभावाशी संबंधित काही अभ्यास करायचा असेल तर आकडेवारीत मांडता येत नाही. मला अमुक एक किलो राग आला असे आपण म्हणत नाही. तसेच माझे तुझ्यावर दोन मीटर प्रेम आहे असेही सांगता येत नाही. त्यामुळे राग, आनंद, प्रेम, माया, मोह हे सर्व गुणात्मक आहे आणि ते मोजता येत नाही. त्यामुळे असे गुण संख्याशास्त्रात बसवणे अवघड जाते.

8. **संदर्भाची आवश्यकता :** कोणत्याही निष्कर्षाला संदर्भ हवाच. जी गोष्ट विचाराधीन आहे तिच्याबद्दलच्या सर्व घटकांची सर्व माहिती जोपर्यंत मिळत नाही तोपर्यंत तिच्या बाबतीत काढलेले निष्कर्ष बरोबर असतील असे नाही. बिना संदर्भाचे निष्कर्ष खोटे ठरतात. उदाहरणार्थ, दोन कंपन्यांचा तीन वर्षांचा सरासरी नफा ₹ 20000 आहे असे सांगितले तर दोन्ही कंपन्या चांगल्या स्थितीत आहेत एसा निष्कर्ष निघेल. अनुक्रमे तीन वर्षाचा परंतु संदर्भ पाहिला तेव्हा एका कंपनीचा ₹10000, 20000 आणि 30000 असा नफा आहे तर दुसऱ्या कंपनीचा ₹30000, 20000 आणि 10000 असा आहे म्हणजे एक कंपनी बुडत चालली आहे आणि दुसरी उभारी घेते आहे असे कळेल. म्हणजे याच संदर्भावरून गुंतवणुकीचा निर्णय घेणे सोयीचे होते.

1.7 समष्टीची मूळ संकल्पना (Basic concept of Population)

संख्याशास्त्राबद्दल आपण बोलतो तेव्हा लगेचच नमुना आणि समष्टी असे दोन विषय समोर येतात. समष्टी म्हणजे एकूण संख्या. त्याला इंग्रजी शब्द आहे Population. परंतु Population या शब्दामुळे गडबड होण्याची शक्यता वाढते कारण अर्थशास्त्रात Population म्हणजे लोकसंख्या. संख्याशास्त्रात कोणत्या तरी वेगळ्याच बाबीचा उदाहरणार्थ, आंब्याच्या बागांचा अभ्यास करताना आपण विचारले की लोकसंख्या किती तर लोक त्यांच्या गावाची लोकसंख्या सांगतील, परंतु आपणाला लोकसंख्या अपेक्षित नसून एकूण आंब्याची झाडे किती आहेत आणि त्यापैकी नमुना कितीचा निवडायचा आहे हे सांगणे अपेक्षित आहे. म्हणून आपण इथे लोकसंख्या हा शब्द वापरणार नसून समष्टी हा शब्द वापरणार आहोत.

वरील उदाहरणात आंब्याची झाडे 1000 असतील तर त्यातील किती झाडांचा अभ्यास करायचा हे आपण ठरवायचे. समजा, आपण ठरवले की आपण 1000 पैकी 100 झाडांचा अभ्यास करू तर आता 1000 झाडे म्हणजे झाली समष्टी आणि 100 झाडे म्हणजे झाला नमुना.

नमुना पद्धत म्हणजे कोणता नमुना कसा निवडायचा, हे आपण दुसऱ्या प्रकरणात पाहाणारच आहोत. परंतु माहिती संग्रहित करण्याच्या दोन पद्धती आहेत त्या पाहू.

1. **संपूर्ण संग्रहण पद्धत :** यामध्ये जेवढी समष्टी आहे त्यातील सर्व घटकांचा अभ्यास करायचा. वरील उदाहरणात आपण आंब्याच्या झाडाचा अभ्यास करत आहोत, तर संपूर्ण संग्रहण पद्धतीत सर्व 1000 झाडांचा अभ्यास करायचा असतो. जेवढी समष्टी आहे त्यातील सर्व घटक अभ्यासायचे. समजा महाविद्यालयातील सर्व विद्यार्थ्यांची उंचीचा अभ्यास करायचा आहे तर नमुना

न घेता सर्व विद्यार्थ्यांची उंची मोजायची म्हणजे संपूर्ण संग्रहण पद्धतीने मोजमाप केले असे होईल.

2. **नमुना पद्धत :** यात संपूर्ण संग्रहण न करता काही छोटा भाग नमुना म्हणून निवडायचा आणि अभ्यास करून येणारा निष्कर्ष सर्व समष्टी करता लागू करायचा. समष्टी एकजिनसी असेल तर हा नमुना कधी 10%, 20% किंवा समष्टी फार मोठी असेल तर अगदी 1 किंवा 2% देखील असू शकतो. डॉक्टर रुग्णाच्या शरीरातील रक्त तपासायला नेतो ते नमुन्याचे उत्तम उदाहरण आहे. रक्ताच्या त्या थेंबावरून रुग्णाच्या संपूर्ण शरीरातील रक्तातील दोष समजतो. या नमुना पद्धतीचा समग्र अभ्यास आपण दुसऱ्या प्रकरणात करू.

२ माहिती गोळा करणे

Collection of Data

2.1 प्राथमिक व दुय्यम आकडेवारी/माहिती (Primary and Secondary data)
2.2 प्राथमिक माहिती मिळवण्याचे मार्ग व पद्धती (Sources and Methods of Collecting Primary data)
2.3 दुय्यम माहिती मिळवण्याचे मार्ग व पद्धती (Sources and Methods of Secondary data)
2.4 नमुना निवडीच्या पद्धती (Methods of Sampling)
2.5 माहितीचे वर्गीकरण (Classification of data)
2.6 माहितीचा तक्ता बनविणे – सारणीकरण (Tabulation of data)

प्रास्ताविक : संख्यात्मक स्वरूपातील माहिती मिळवणे.

सांख्यिकी म्हणजे आपण एखाद्या गोष्टीबद्दल केलेल्या अंदाजाची परीक्षा करणारे शास्त्र आहे. कोणत्या एखाद्या घटनेबद्दल आपण काही एक अंदाज करतो आणि तो अंदाज बरोबर आहे की नाही हे तपासण्यासाठी आकडेवारी आणि त्याबाबतची माहिती मिळवतो. अशी माहिती मिळवण्यामागे काही एक स्पष्ट कारण असते.

ही माहिती आपण दोन प्रकारे मिळवू शकतो त्यालाच माहितीचे स्रोत असे म्हणतात.

(1) प्राथमिक स्रोत, (2) दुय्यम स्रोत (3) तृतीय स्रोत (नवा आहे)

2.1 माहितीचे स्रोत (Primary data and Secondary data)

माहितीच्या स्रोतांमध्ये प्रमुख्याने दोन भाग पडतात. एक प्राथमिक माहितीचे स्रोत आणि दुसरा द्वितीय माहितीचे स्रोत. तिसरा प्रकारदेखील सध्या तृतीय स्रोत म्हणून नव्याने पुढे येत आहे.

1. प्राथमिक स्रोत : संशोधन करताना वेगवेगळ्या प्रकारची माहिती गोळा करावी लागते तसेच आकडेवारीही मिळवावी लागते. जेंव्हा संशोधक माहिती देणाऱ्या व्यक्तीस समक्ष भेटून माहिती घेतो किंवा प्रत्यक्ष भेटीतून आकडेवारी मिळवतो तेव्हा त्याला प्राथमिक स्वरूपाची माहिती असे म्हणतात. यालाच प्राथमिक स्वरूपाचे तथ्य संकलन असेही म्हणतात. प्रत्यक्ष मुलाखत घेणे, प्रश्नावलीच्या माध्यमातून माहिती गोळा करणे, समक्ष भेटून प्रश्नावली भरून घेणे, प्रश्नावली पोस्टाने किंवा इ-मेलने पाठवणे, वृत्तपत्रात प्रश्नावली जाहीर करणे किंवा सध्या नव्याने निघालेल्या अनेकविध सोशल साईट्सवर प्रश्नावली टाकणे व लोकांना ती भरून देण्याचे आवाहन करणे इ. अनेक मार्ग याकरिता अवलंबिले जातात.

प्रत्येक विषयाच्या खोली व स्वरूपानुसार प्रश्नावली चे स्वरूप ठरते आणि ती किती मोठ्या प्रमाणावर जाहीर करावयाची हेदेखील ठरते. उदाहरणार्थ, विदर्भातील शेतकऱ्यांच्या आत्महत्यांच्या अभ्यासाचा विषय असेल तर आत्महत्याग्रस्त घर गाठून समक्ष विचारपूस करणे आणि त्याच्या विधवा पत्नीच्या मनःस्थितीनुसार तिची मुलाखत घेणे हे श्रेयस्कर ठरेल. या ठिकाणी सोशल साईट्स, वर्तमानपत्र इ. ठिकाणी प्रश्नावली टाकण्याचा उपयोग होणार नाही. परंतु समाजातील तरुण वर्गाचा आवडता नट किंवा नटी याबाबत अभ्यास करायचा असेल तर जास्तीत जास्त तरुण वर्गाने ही प्रश्नावली भरावी म्हणून ती सोशल साईटवर टाकणे उपयोगी ठरेल.

व्याख्या : प्राथमिक माहिती म्हणजे माहितीचे मूळ जन्मस्थान. मूळ माहिती, मूळ कागदपत्रे, मूळ ऐवज मिळवणे म्हणजे प्राथमिक स्रोतातून माहिती मिळवणे होय. ही मूळ माहिती असल्याने त्यात स्थळ, काळानुरूप काही बदल होण्याची शक्यता नसते. दुसऱ्या कोणत्यातरी व्यक्तीच्या मानसिकतेचा (माहिती व्यक्तिसापेक्ष नसते) त्यावर परिणाम होत नाही. ही मूळ माहिती व त्या अनुषंगाने कागदपत्रे तयार होत असल्याने त्यावर आधारित संशोधन म्हणजे मूळ स्वरूपाचे संशोधन होते. हे संशोधन प्रथमच प्रसिद्धीस येत असते. यात संशोधकाचे मूळ विचार, अहवाल आणि संशोधन व्यक्त होत असतात. पूर्णपणे नवीन माहिती प्रकाशित होणे हे या प्रकारच्या संशोधनाला अपेक्षित असते. या संशोधनाला कालाची मर्यादा असते.

2.2 प्राथमिक माहिती मिळवण्याचे मार्ग व पद्धती (Sources Methods of Collecting Primary data)

1. **समक्ष पाहणी करणे :** जेव्हा अभ्यासक स्वतः लोकांच्या भेटीगाठी घेऊन, प्रश्नावलीमार्फत किंवा प्रत्यक्ष मुलाखती घेऊन माहिती मिळवतो आणि माहितीचे संग्रहण करतो त्याला प्राथमिक माहिती असे म्हणतात. अशी मिळवलेली

माहिती प्रथमहस्त (First hand) असते. यात जर एखाद्या विशिष्ट काळाचे संशोधन करायचे असेल तर त्या काळची नाणी, वनस्पतींचे नमुने, कपडे वापरण्याची पद्धत, त्या काळचे सामान-सुमान समक्ष पाहून त्याचा अभ्यास करणे इ. चा समावेश होतो. जी माहिती लोक द्यायला टाळाटाळ करतात अशी माहिती प्रत्यक्ष पाहणीतून मिळवता येते. याचे प्रकार पुढीलप्रमाणे आहेत 1. रचनात्मक (नियोजित) आणि 2. मुक्त (अनियोजित) 3. प्रत्यक्ष पाहणी 4. अप्रत्यक्ष पाहणी 5. छुपी पाहणी

2. **सर्वेक्षण पद्धती :** ही पद्धती पाहणी पद्धतीप्रमाणेच आहे, परंतु यात आकडेवारी गोळा करणे हाही भाग महत्त्वाचा आसतो. पाहणी पद्धत ही विश्लेषणात्मक असते तर सर्वेक्षण पद्धत संख्यात्मक पातळीवर केली जाते.

3. **ध्वनिमुद्रण :** यामध्ये प्रत्यक्ष ध्वनिफीती ऐकून संशोधन करता येते.

4. **डायरीमधील नोंदी पाहणे :** ज्या घटनांबाबत माहिती घ्यायची आहे त्या काळचे दस्त ऐवज (कागद) म्हणून लिहिलेल्या डायऱ्यांचा समावेश होतो. मूळ डायऱ्यांमधील माहिती ही प्राथमिक स्रोताचाच एक भाग आहे.

5. टेलीफोन्स, इंटरनेट वरून संभाषण करणे, त्या द्वारा प्रत्यक्ष माहिती मिळवणे.

6. **मुलाखत घेणे :** जेव्हा खूप वेगवेगळ्या प्रकारची माहिती एकाच व्यक्तीकडून हवी असते तेव्हा ही पद्धत वापरतात. एकेकट्या व्यक्तीची किंवा सर्वांना गटाने एकत्र बसवून अशा मुलाखती घेतल्या जाता. याचे दोन प्रकार आहेत. आपल्याच माहितीतील लोकांना एकत्र एका ठिकाणी बोलावूनदेखील अशा प्रकारची माहिती विचारली जाते. अ) प्रत्यक्ष आ) अप्रत्यक्ष

अ) **प्रत्यक्ष मुलाखत :** अभ्यासकाला आपल्या मांडलेल्या विधानाला पुष्टी देण्यासाठी आकडेवारी गोळा करायची असते. आपले विधान सत्य आहे किंवा नाही हे आकडेवारीच्या आधारे सिद्ध करायचे असते, त्यामुळे लोकांना समक्ष भेटून त्यांना आपल्या कामाची, अभ्यासाची माहिती देऊन असा अभ्यास करण्यामागचा उद्देश सांगून लोकांच्या मुलाखती घ्यायच्या असतात. त्याला प्रत्यक्ष मुलाखत असे म्हणतात. अशी माहिती मिळवल्यामळे अभ्यासकाला खऱ्या परिस्थितीची जाणीव होते, आणि ज्याच्याकडून माहिती गोळा करत आहे त्यांच्याशी बोलल्यामुळे बऱ्याचदा खरी माहिती मिळते. माणसे लपवाछपवी करत नाहीत, करत असले तर ते मुलाखत घेताना चटकन लक्षात येऊ शकते. शिवाय समक्ष बोलल्यामुळे संबंध प्रस्थापित होतात त्याचाही फायदा होतो.

आ) अप्रत्यक्ष मुलाखत : अप्रत्यक्ष माहिती मिळवणे म्हणजे ज्याच्यासंबंधी माहिती मिळवायची आहे त्याच्याशी न बोलता त्याच्या संबंधितांशी, शेजाऱ्यांशी, नातेवाइकांशी बोलून माहिती मिळवायची असते. जेव्हा एखाद्या बाबतीत मुलाखतकार खरी माहिती देणार नाही असे वाटते तेव्हा अशा पद्धतीने माहिती मिळवावी लागते. व्यसनाधीनतेसंबंधी अभ्यास करताना प्रत्यक्ष व्यसनाधीन माणूस कधीही खरी माहिती देणार नाही, म्हणून त्याच्या कुटुंबीयांशी बोलून माहिती मिळवावी लागते. कोणत्याही गंभीर गुन्ह्याच्या बाबतीत पोलीस चौकशी करतात. तेव्हा ती बऱ्याचदा अप्रत्यक्ष चौकशी असते. आयकर अधिकारी, पोलीस, मानसोपचारतज्ञ या सर्वांना कधी कधी अप्रत्यक्ष मुलाखती घेऊन माहिती मिळवावी लागते.

7. **पत्रव्यवहार पाहणे :** घटनांचा अभ्यास करताना संबंधित पत्रव्यवहार पाहावा लागतो. ज्या-ज्या ठिकाणी असा पत्रव्यवहार उपलब्ध आहे त्या-त्या ठिकाणी जाऊन असा सर्व पत्रव्यवहार तपासावा लागतो. जुन्या काळातील पत्रव्यवहार रेशमी कापडात बांधून जतन करायची पद्धत होती त्यांना रुमाल असे म्हणत. असे रुमाल कोठे आहेत, त्याची माहिती काढून जुन्या वाड्यामध्ये जुन्या घराण्यांमध्ये असे रुमाल आजही जतन केले आहेत ते पाहणे साऱ्याचा अर्थ समजावून घ्यावा. दर वेळेस जुनाच पत्रव्यवहार असतो असे नाही तर कोणत्याही घटनेबाबतचा पत्रव्यवहार तपासावा लागतो. ही प्राथमिक माहितीच असते. पत्रामध्ये आपल्याला संबंधित घटनांबाबात अधिकृत माहिती सापडते.

8. **मूळ कागदपत्रांची समक्ष जाऊन छाननी करणे :** उदा., जन्म-मृत्यू प्रमाणपत्रांच्या प्रती, मृत्युपत्रे, विवाहनोंदणी प्रमाणपत्रे यांची छाननी करणे, कोर्टकेसेसची मूळ कागदपत्रे तपासणे, पेटंट्स ची छाननी करणे इ. चा समावेश होतो.

9. **प्रश्नावली भरून घेऊन :** अ) प्रत्यक्ष भेटून प्रश्नावली भरणे आ) दूरध्वनी, इंटरनेट इ. चा वापर करून प्रश्नावली भरून घेणे, इ) पोस्टाने माहिती मागवणे

   अ) अशी माहिती संकलित करताना सर्वांना सारखेच प्रश्न विचारले जावेत, गप्पा मारून माहिती मिळवण्याच्या नादात काही विचारायचे राहून गेले असे होऊ नये म्हणून हातात स्पष्ट प्रश्नावली असेल तर सविस्तर माहिती गोळा होते. प्रश्नावली भरून घेताना संशोधनकर्ता प्रत्यक्ष भेटून माहिती विचारतो आणि प्रश्नावली भरून घेतो किंवा त्याचा प्रतिनिधी हे काम करतो. त्यातही आता आधुनिकीकरण झाले आहे. आता प्रत्यक्ष माणसे भेटणे अवघड झाले आहे, समक्ष भेटून प्रश्नावली भरून

द्यायला लोक टाळाटाळ करतात. अशा वेळेला प्रश्नकर्त्याने वेबसाईटवर प्रश्नावली टाकली तर ती वेबसाइट जगभरातून कोठूनही, कोणालाही पाहता येते व त्याच्या त्याच्या सोयीनुसार वेळ काढून प्रश्नावली भरूनही देता येते. त्यामुळे प्राथमिक स्वरूपाची आकडेवारी गोळा करण्यासाठी आता अधिक विस्तृत असा पाया निर्माण झाला आहे.

10. **फोटो मिळवणे व अभ्यास करणे :** झालेल्या कार्यक्रमांचे, जुन्या वास्तूंचे, फोटो उपलब्ध असतात. त्या फोटोंवरून प्रत्यक्ष परिस्थितीचा अंदाज येतो. घटना प्रत्यक्ष घडली आहे याचाच तो पुरावा असतो. त्या आधारे अभ्यास करून संशोधनाचे अनुमान मांडता येते, म्हणून फोटो मिळवून अभ्यास करणे हा प्राथमिक स्रोताचाच एक प्रकार हे.

11. **या अनुषंगाने झालेल्या सभांचे अहवाल तपासणे :** झालेल्या सभांचे अहवाल तपासणे झालेल्या सभांचे अहवाल, नोंदी ठेवण्याची एक पद्धत आहे. सभांच्या समोर असलेल्या विषयांची यादी, त्यात झालेल्या चर्चा, केलेले ठराव, ठरावांच्या बाजूने किंवा विरोधात झालेले मतदान यांची व्यवस्थित नोंद अशा अहवालांत सापडते. असे अहवाल हे अधिकृत असतात. पुरावा म्हणून हे अहवाल ग्राह्य धरले जातात सभांत झालेल्या ठरावानुसार कारवाई केली जाते. म्हणूनही हे अहवाल म्हणजे प्राथमिक स्रोतच मानले जातात.

12. **वार्षिक अहवाल, अभिलेखा अहवाल पाहणे :** वार्षिक अहवाल, अभिलेखा अहवाल पाहणे विविध शासकीय उद्योग, कंपन्यांचे वार्षिक अहवाल दरवर्षी प्रसिद्ध होत असतात. त्यात त्यांच्या औद्योगिक प्रगतीचा किंवा अधोगतीचा पूर्ण अहवाल असतो. हा अहवाल भागधारकांच्या हातात पडत असतो. त्याचे लेखापरीक्षणही झालेले असते. त्यामुळे त्यातील माहिती ही पूर्णपणे अधिकृत असते.

13. **सरकारी कागदपत्रे समक्ष पाहणे, तपासणे खातरजमा करणे इ.:** सरकारी कागदपत्रे समक्ष पाहणे, तपासणे खातरजमा करणे इ. सरकारी कार्यालयामधून कागदपत्रे म्हणजे दस्त ऐवज मिळवावे लागतात. त्यासाठी अधिकाऱ्यांना एक अर्ज करावा लागतो. ज्या माहितीची सरकारी दप्तरात अधिकृत नोंद असते, तेवढीच माहिती शासकीय कागदपत्रात नोंदली जाते. ही माहिती अधिकृत असते. बऱ्याचदा वृत्तपत्रात आलेली माहिती किंवा आणि शासनाकडील माहिती किंवा आकडेवारी याचा मेळ लागत नाही. तेव्हा शासनाकडील माहिती अधिकृत व खरी मानावी.

14. **जाहीर भाषणांच्या मूळ प्रती मिळवणे व वाचणे :** राजकीय नेतेमंडळी, साहित्यिक, वक्ते यांच्या भाषणात अनेक घटनांचे लेखांचे उल्लेख आढळतात. त्यांनी काही विधाने केलेली असतात. त्याची लेखी प्रत मिळाली तर ती विधाने अधिकृत होऊन जातात. त्या माहितीवर आपण आपले संशोधन करू शकतो.

15. **प्रतिनिधीमार्फत माहितीचे संग्रहण :** काही वेळेस प्रत्यक्ष संशोधनकर्ता सर्वच ठिकाणी पोहचू शकत नाही अशा वेळेस तो आपले प्रतिनिधित्व त्या-त्या ठिकाणच्या प्रतिनिधीला देतो. प्रतिनिधी माहिती संकलित करतो आणि अभ्यासकर्त्यापर्यंत पोचवतो.

16. **सर्वेक्षण अहवाल मिळवणे, अभ्यासणे :** सर्वेक्षण अहवाल मिळवणे, अभ्यासणे, जनतेचा कौल घेतला असेल तर तो अभ्यासणे, अनेकदा आपल्या संशोधनाशी संबंधित काही विषयाची सर्वेक्षणे कधीच झालेली असतात. ज्यांनी अशी सर्वेक्षणे केलेली आहेत त्यांच्याकडून ती मिळवणे व त्याचा अभ्यास करणे हे यात अभिप्रेत आहे. अशा सर्वेक्षणामध्ये नमुना निवडून सर्वेक्षण केलेले आहे की समष्टीचे सर्वेक्षण केलेले आहे याचीही माहिती मिळते. एखाद्या बाबतीत संबंध जनतेचा कौल घेतला असेल तर त्याची ही नोंद असते.

17. **दृक्श्राव्य** (Audio-Visual) चित्रफीती अभ्यासणे म्हणजे टेपरेकॉर्डरवर भाषण टेप करून घेणे किंवा भाषणाची व्हिडीओ फिल्म काढणे इ. चा समावेश होतो. अभ्यासकांना अशा प्रकारच्या टेप्स मिळणे म्हणजे मेजवानीच असते.

18. **वास्तुशिल्पे, कलाशिल्पे, चित्रे, इमारती, समकालीन कथा कादंबऱ्या, कविता** यांचा अभ्यास करणे

19. **वेबसाईट्स अभ्यासणे :** अलीकडे इंटरनेटच्या माध्यमामुळे माहितीचा महासागर उपलब्ध झाला आहे. परंतु संशोधकाने वेबसाईटवरून मिळणारी माहिती अधिकृत हे की नाही याची शहानिशा केली पाहिजे. शक्यतो शासकीय वेबसाईट्स, किंवा अधिकृत वेबसाईट्स वरून मिळालेली माहितीच ग्राह्य धरावी.
    वरील सर्व मुद्द्यांचा समावेश प्राथमिक माहितीच्या स्रोतात होतो.

आ) प्राथमिक स्रोतातून मिळवलेली माहिती अधिक विश्वसनीय समजली जाते आणि संशोधनकर्त्याचा समक्ष संपर्क असल्यामुळे त्याला व्यक्तिगत स्पर्श असतो.

मर्यादा

सर्वच प्राथमिक माहिती मिळवताना पुढील अडचणी येऊ शकतात.

1. माहिती देणारी व्यक्ती माहिती देण्याची टाळाटाळ करू शकतो.
2. खोटी माहिती देऊ शकतो
3. वेळ नाही अशी सबब सांगू शकतो
4. प्रश्नकर्त्याला सुखावह वाटेल अशी माहिती देऊ शकतो (जी खरी नसते)
5. बऱ्याचदा घटना काय कशी कुठे घडली हे आठवत नसतानादेखील माहिती दिली जाते.
6. स्वतःची हुशारी सिद्ध करण्याकरिता माहिती दिली जाते.
7. खर्चीक आहे- वेळोवेळी भेटी घेणे, फोन करून वेळ घेणे, समक्ष भेटीला जाण्यात पैसे खर्च होतात.
8. एकदा माहिती घेतली व तिची नोंद केली गेली की त्यात बदल करणे अवघड होते.

2.3 दुय्यम स्रोतातून माहिती मिळविण्याचे मार्ग व पद्धती (Sources of Secondary data)

माहिती मिळवण्याचे दुय्यम स्रोत म्हणजे, आधीच गोळा झालेली, प्रकाशित अप्रकाशित अशी सर्व माहिती. दुय्यम स्रोतातून मिळालेली माहिती याचा अर्थ दुसऱ्या कोणीतरी आधीच माहिती घेऊन संकलित केलेली माहिती. ही माहिती जरी अप्रकाशित असली तरी ती लिखित स्वरूपात असावी लागते. निरनिराळी वाचनालये, शासकीय माहिती संग्रहित करणारी ग्रंथालये, शासकीय कचेऱ्यामधून उपलब्ध होणारी माहिती, निरनिराळ्या खात्यांचे प्रसिद्ध होणारे अहवाल, जर्नल्स, त्यात प्रकाशित झालेले अभ्यासकांचे लेख त्यात वापरलेली आकडेवारी व माहिती जेव्हा अभ्यासक वापरतो तेव्हा ही माहिती दुय्यम स्रोतातून मिळवली आहे असे म्हणतात.

दुय्यम स्रोतांमध्ये पुढील बाबींचा समावेश होतो.

1) **व्यक्तिगत संशोधनपर लेख वा निबंध :** यात प्रकाशित किंवा अप्रकाशित स्वरूपात ठेवलेली स्वचरित्रे, जीवनचरित्रे, दैनंदिनी, पत्रे, संस्मरणे इत्यादींचा समावेश होतो.

2) **सार्वजनिक लेख :** यातही प्रकाशित आणि अप्रकाशित असे दोन भाग पाडता येतील. परंतु हे लिखाण बऱ्याच वेळेला प्रसिद्ध स्वरूपातच उपलब्ध असते. यामध्ये काही शासकीय रेकॉर्ड्स, दुर्मीळ ग्रंथ व लिखाण, संशोधन अहवाल तसेच आंतरराष्ट्रीय अहवाल, शासकीय आयोग, परिषदा व समित्यांचे

अहवाल व त्यात प्रसिद्ध झालेले संशोधनपर लिखाण, शासनाकडून अधिकृत प्रसिद्ध झालेली गॅझेट्स, पुस्तके, नियमित प्रसिद्ध होणारी वर्तमानपत्रे, नियतकालिके, शैक्षणिक नियतकालिके, मासिके इ. सर्व माहितीचा समावेश होतो.

3) संदर्भग्रंथ सूची

4) टीकात्मक स्वरूपाचे लिखाण किंवा एखाद्या चरित्रावर केलेली टिपणी

5) ऐतिहासिक संदर्भ

6) शब्दकोश व विश्वकोश

7) वेबसाईटवरून मिळालेली माहिती.

या प्रकारच्या माहिती संकलनामध्ये नमुना मोठा असला तरी माहिती मिळू शकते. ही माहिती जरी दुसऱ्या कोणीतरी गोळा केलेली असली तरी अधिकृत असल्याने विश्वसनीयच मानली जाते. जागतिक पातळीवरील अभ्यास किंवा देशपातळीवरील अभ्यास करताना प्राथमिक स्रोत वापरणे अवघड होते व काही वेळा अशक्य असते. म्हणून दुय्यम स्रोतांवर अवलंबून राहणे व त्यानुसार आपले विश्लेषण मांडणे हे अभ्यासकाच्या दृष्टीने सोयीचे असते.

2.3.1 तृतीय स्रोत : ज्या स्रोतामुळे प्राथमिक व दुय्यम माहितीसंबंधी समजते त्याला तृतीय स्रोत म्हणतात.

प्राथमिक व दुय्यम स्रोतांचे आणखी विशेषीकरण म्हणजे तृतीय स्रोत.

उदाहरणार्थ,

1. डिरेक्टरीज
2. डिक्शनरीज (शब्दकोश), विश्वकोश
3. घटना नोंदी चे पुस्तक
4. संदर्भ ग्रंथसूची
5. लिखित स्वरूपाचा दिलेला घटनाक्रम
6. निदर्शक पुस्तके
7. सूची, अनुक्रमणिका, ज्यातून दुय्यम स्रोताकडे जाण्यास मदत होते. किंवा प्राथमिक माहिती कशी मिळवायची हे समजते.
8. पाठ्यपुस्तके

यांतील काही बाबींचा प्राथमिक तर काहींचा दुय्यम स्रोतात समावेश झालेला आहे.

2.4 नमुना निवडीच्या पद्धती – प्रकार

आतापर्यंत आपण संशोधनाच्या विविध पद्धती, समस्या निवड, उद्दिष्टे, विधान या सर्वांचा अभ्यास केला. आता प्रत्यक्ष कामाला सुरुवात करायची तर सर्वप्रथम ज्या समस्येचा अभ्यास करायचा त्याची व्याप्ती किती मोठी आहे, संशोधक विद्यार्थी म्हणून एकट्याच्या किंवा एका छोट्या समूहाने मिळून जर अभ्यास करायचा ठरवला तर आपल्या समूहाची ताकद त्या सर्व संख्येपर्यंत पाहोचण्याची आहे किंवा नाही हे पाहावे लागते. तसे नसेल तर मात्र आपल्याला त्या मोठ्या संख्येचा छोटा नमुना मिळवावा लागतो व तो नमुना अभ्यासावा लागतो. नमुना अभ्यासणे आणि निष्कर्ष काढणे याचा अर्थ शितावरून भाताची परीक्षा करण्यासारखेच आहे. नमुना पद्धती ही संशोधन पद्धतीतील अत्यंत महत्त्वाची पद्धत आहे. आपल्या रोजच्या व्यवहारामध्ये-देखील असंख्य वेळा आपण नमुन्याचा अभ्यास करत असतो. डॉक्टर कडून होणारी रोग्याची रक्त तपासणी, ओंजळ भर धान्यावरून संपूर्ण पोत्यातील धान्याबाबत अटकळ बांधणे, एखाद्या फळावरून संपूर्ण करंडीतील फळांबाबत अंदाज बांधणे, मिठाईच्या दुकानात मिठाईवाला पटकन एखादा मिठाईचा तुकडा हातावर ठेवतो, घरी केलेल्या पदार्थाची चव घेऊन बघतो, इत्यादी असंख्य उदाहरणे सांगता येतील.

ज्या समूहाचा अभ्यास करायचा आहे त्या समूहाच्या एकेक सदस्याशी संपर्क साधून माहिती गोळा केली तर त्याला जनगणना पद्धत (Census) म्हणतात. जर समूह लहान असेल तर ही जनगणना पद्धत राबवणे सोपे असते. उदाहरणार्थ, वर्गातील 100 मुलांकडून माहिती घेण्यासाठी एकेका मुलाला बोलावून माहिती घेणे सोपे असते, परंतु सर्व महाविद्यालयांच्या सर्व विद्यार्थ्यांकडून एकेक करून माहिती मिळवायची ठरवली तर ते शक्य होणार नाही. अशा वेळेस अशा समूहाचे प्रतिनिधित्व करणारा गट म्हणून आपल्याला काही थोडी मुले प्रातिनिधिक स्वरूपात बोलवावी लागतात. त्याला आपण नमुना निवड म्हणतो. नमुना हा एका विस्तृत समूहाचा प्रतिनिधी असतो. त्या समूहाचे गुण व दोष त्या नमुन्यात प्रतिबिंबित झाले आहेत असे गृहीत धरले जाते व नमुन्याचा अभ्यास करून निष्कर्ष काढले जातात, त्याला नमुना चाचणी असे म्हणतात. अशा नमुना चाचणीमुळे वेळ, श्रम व पैसा वाचतो.

नमुन्याच्या बाबतीत तीन महत्त्वाचे प्रश्न विचारावेत.

1. कोणाची पाहणी करायची आहे? कोणत्या प्रकारची माहिती मिळवायची आहे आणि ती कोणत्या प्रकारच्या माणसांकडून मिळेल या प्रश्नांचा अभ्यास करणे यालाच आपण नमुना निवड असे म्हणतो.
2. किती माणसांना प्रश्न विचारून माहिती काढायची आहे? याला आपण नमुना आकार म्हणतो.

3. ही माणसे कशी निवडावीत? याला आपण नमुना निवडीची पद्धत कोणती म्हणतो?

2.4.1 नमुन्याची वैशिष्ट्ये

1. नमुना संपूर्ण समग्राचा (Census) प्रातिनिधिक भाग असतो, त्याचे स्वरूप अंशरूपी म्हणजे छोटे असावे.
2. नमुना पूर्वग्रह दूषित नसावा.
3. अध्ययन विषयाला अनुकूल असा नमुना असावा.
4. नमुना निश्चित व शुद्ध असावा.

2.4.2 नमुना प्रकार

1. **यादृच्छिक नमुना निवड :** (Random) याला अनियमित नमुना असेही म्हणतात. समग्राच्या सर्वच घटकांना निवडले जाण्याची समान संधी मिळते. संशोधकाच्या मनाप्रमाणे निवड होत नसते. त्याच्या इच्छेला या प्रकारात वाव नसतो. ज्या घटकाची निवड होते ती योगायोगानेच झालेली असते. ही समान संधी असताना निवडीच्या काही पद्धती आहेत. त्यांपैकी लॉटरी पद्धत ही लोकप्रिय असलेली एक पद्धत आहे किंवा ठराविक क्रमाने ठराविक नंबरचा नमुना उचलणे होय. म्हणजे जर विद्यार्थी निवडायचे असतील तर त्यांच्या रोलनंबर नुसार 5, 10, 15 असे विद्यार्थी निवडले जातात. ठराविक भागातील नमुना लॉटरी पद्धतीने निवडला जातो किंवा एका प्रकारच्या नमुन्यासाठी काही ठराविक संख्या निश्चित करून दिली जाते. आपल्या वरील उदाहरणात प्राध्यापकांच्या शिकवण्याबाबत जर नमुना निवडायचा असेल तर प्राध्यापक किती घ्यायचे, विद्यार्थी किती, घ्यायचे प्राचार्य किती घ्यायचे, संस्थाचालक किती हे ठरवून तेवढा प्रत्येकाचा नमुना निवडावा लागतो.
2. **सहेतुक नमुना निवड :** याला उद्देशपूर्ण नमुना निवड असेही म्हटले जाते. संशोधक जाणीवपूर्व काही नमुन्याची निवड करत असतो. त्याच्या डोळ्यासमोर विशिष्ट उद्दिष्ट असते आणि त्या संबंधी जास्तीतजास्त माहिती देणारा गट त्याला हवा असतो. नमुना निवडीचे हे स्वातंत्र्य संशोधकाला असते.
3. **स्तरित यादृच्छिक नमुना निवड :** हे वरील दोन्ही पद्धतींचे मिश्रण आहे. जेव्हा समूह फार मोठा असतो तेव्हा त्याचे गट पाडले जातात आणि यदृच्छेने गट निवडून सहेतुक पद्धतीने त्यातला नमुना निवडला जातो किंवा सहेतुक पद्धतीने गट निवडून यदृच्छेने त्यातील नमुना निवडला जातो. वर्गीकरण केलेल्या गटांमध्ये सर्व सजातीय घटक असेल पाहिजेत हे त्याचे वैशिष्ट्य आहे.

4. **कोटा नमुना पद्धत :** संपूर्ण समूहात ज्या प्रमाणे घटक असतात, त्याप्रमाणे प्रत्येक घटकाचे नमुने घेतले जातात. ज्या प्रमाणात घटक असतील त्याच प्रमाणात हे नमुने निवडले जातात.

5. **व्यापक नमुना प्रकार :** समूहातील सर्व घटकांशी संपर्क साधला जातो, परंतु अभ्यास विषयाच्या कक्षेत येणाऱ्या घटकाचाच विचार केला जातो. जनगणना पद्धतीतून मिळणारे सर्व फायदे या नमुना निवडीतून मिळतात.

नमुना पद्धतींचे अनेक प्रकार अजूनही आहेत. सर्वांत जास्त वापरले जाणारे व जास्त विश्वसनीय प्रकार वर सांगितले आहेत. अशा सर्व नमुना पद्धतीमध्ये नमुना निवडीची शक्यता, विश्वसनीयता, विभिन्न स्तरातील घटकांचा विचार, विविध क्षेत्रांचा विचार केलेला असतो. नमुन्याचा आकार योग्य असावा. अति लहान किंवा अती मोठा असू नये. तो प्रातिनिधिक असावा. नमुना पद्धतीने जेव्हा संशोधन केले जाते तेव्हा पैसा, वेळ व श्रम यांची बचत होतेच परंतु त्या संशोधनाचे प्रशासन किंवा कागदपत्रांची मांडणी, नियोजन व समन्वय हेदेखील सोपे जाते.

संशोधक हा पूर्वग्रह दूषित नसावा असे आपण आधी सांगितलेच आहे, तसा तो असेल तर मात्र नमुना निवडताना आपल्या मताशी अनुकूल असलेलाच नमुना निवडला जाईल आणि संभाव्यता व प्रातिनिधिकता हे दोन्ही गुण नाहीसे होतील व संशोधन स्वच्छ राहणार नाही.

2.5 माहितीचे वर्गीकरण (Classification of data)

प्राथमिक आणि दुय्यम अशा दोन्ही स्रोतांमधून माहिती (Information) मिळते, यातूनच आपण आकडेवारी (Data) मिळवतो. आता अशी माहिती मिळाल्यानंतर त्या माहितीच्या विश्लेषणासाठी सांख्यिकीचा कसा उपयोग होतो ते पाहायचे आहे. दहावीपर्यंतच्या अभ्यासामध्ये आपण वारंवारिता विभागणी, वर्गांतर इ. थोडे-फार शिकलो आहोतच. पाहा बरं पुढील उदाहरणे सोडवता येतो का ते..

उदाहरणे,

(1) द्वितीय वर्ष कला शाखेमध्ये अर्थशास्त्र पेपर क्र.1 मध्ये 20 विद्यार्थ्यांना मिळालेले गुण खाली दिलेले आहेत. या आकडेवारीवरून खंडित मालिका तयार करा.
21, 20, 20, 22, 20, 22, 30, 21, 22, 30, 21, 22, 25, 30. 21, 25, 20, 22, 21, 20.

(2) एका कारखान्यामध्ये 44 कामगार असून प्रत्येकाला त्याने आठवड्याला केलेल्या कामाच्या तासानुसार व कामगाराच्या श्रेणीनुसार वेतन मिळते. पुढील आकडेवारीवरून वेतनश्रेणीची संतत पदमाला (श्रेणी) तयार करा.

567, 768, 555, 665, 567, 987, 678, 786, 765, 989, 786, 675, 767, 678, 789, 987, 876, 765, 675, 567, 923, 643, 743, 832, 809, 654, 743, 832, 632, 644, 735, 642, 833, 766, 544, 533, 922, 855, 754, 767, 768, 655, 764.

(3) एका खेडेगावातील 35 कुटुंबांच्या सर्वेक्षणातून कुटुंबातील मुलांच्या संख्येची आकडेवारी पुढीलप्रमाणे मिळाली आहे. त्यावरून खंडित वारंवारिता सारणी तयार करा.

1, 0, 2, 4, 3, 2, 3, 5, 3, 2, 1, 6, 5, 3, 2, 4, 3, 2, 4, 3, 5,3, 2, 1, 2, 0, 2, 4, 2, 5, 3, 4, 3, 4, 5.

(4) खाली दिलेल्या आकडेवारीवरून संचयित वारंवारिता सारणी तयार करा.

कुटुंबातील मुलांची संख्या	कुटुंबे
0	010
1	040
2	080
3	100
4	250
5	150
6	050

(5) पुढे एका प्रसिद्ध कवितेच्या ओळी दिल्या आहेत. त्यातील शब्दांची त्यात समाविष्ट झालेल्या अक्षरांप्रमाणे वारंवारिता सारणी करा. सर्व विरामचिन्हे वगळा.

बलाकमाला उडता भासे कल्पसुमनांची माळचि ते
उतरूनी येती अवनीवरती ग्रहगोलची की एकमते
फडफडकरूनी भिजले अपुले पंख पाखरे सावरती,
सुंदर हरिणी हिरव्या कुरणी निज बाळांसह बागडती.

वरील उदाहरणांची उत्तरे फार मोठी जागा व्यापणारी आहेत, म्हणून स्वतंत्रपणे दिलेली नाहीत. पुढे हीच उदाहरणे सोडवून दाखवलेली आहेत, त्याच्याशी आपली उत्तरे पडताळून पाहा आणि एका गणिताला 2 गुण याप्रमाणे 10 पैकी किती गुण मिळतात, ते पाहा.

आता आपण माहितीच्या वर्गीकरणाकडे वळू

2.5.1 वारंवारिता सारणी/वर्गीकरण (Frequency Distribution)

वारंवारिता म्हणजे दिलेल्या आकडेवारीमध्ये एखादी संख्या किती वेळा आली आहे ते पाहणे. आपली आकडेवारी अभ्यासताना त्या आकडेवारीची विभागणी करावी लागते. ही विभागणी विश्लेषण करण्यासाठी आवश्यक असते. विभागणी करताना एका बाजूला संख्यांची वर्गवारी मांडायची. वर्गवारी म्हणजे संख्यांचे गट करायचे. उदाहरणार्थ, 0 ते 10, 10 ते 20, 20 ते 30 असे. प्रत्येक गटासमोर दिलेल्या आकडेवारीतील त्या गटातील संख्या किती वेळा आली आहे ते मांडायचे. त्याला वारंवारिता म्हणतात. अशी वारंवारिता कशी काढायची यासंबंधीची माहिती पुढे आले आहे. असे गट पाडून त्या त्या गटासमोर दिलेल्या आकडेवारील संख्यांची वारंवारिता मांडणे म्हणजे वारंवारिता सारणी तयार करणे होय.

सर्वेक्षण, परीक्षण, मुलाखती इ. मार्फत मिळालेली माहिती ही प्रश्नोत्तरांच्या स्वरूपात असते किंवा सारणींच्या (टेबलांच्या) स्वरूपात असते किंवा प्रत्येक उत्तर म्हणजे एक अंक असतो. अशी निरनिराळ्या स्वरूपातील माहिती आता आपल्याला विश्लेषणासाठी एकत्रित करायची आहे. यासाठी पहिली पायरी म्हणजे विखुरलेली आकडेवारी एका तक्त्यांमध्ये नीटपणे संकलित करणे. यालाच आपण माहितीचे किंवा आकडेवारीचे वर्गीकरण म्हणतो. जरी दुय्यम स्रोतातर्फे आकडेवारी मिळाली तरी त्या आकडेवारीला आपल्या विश्लेषणासाठी वेगळ्या स्वरूपात बसवावे लागते. म्हणून माहिती प्रथम स्रोतातील असो किंवा द्वितीय स्रोतातील – तिला सारणीकरणात बसवावेच लागते. सारणीकरण म्हणजे आकडेवारीचे तक्त्यामध्ये रूपांतर करणे. निरनिराळ्या प्रश्नावलींमध्ये विखुरलेली माहिती आपण आपल्याला हव्या तशा तक्त्यांमध्ये एकत्रित करतो. त्यामुळे संबंध आकडेवारीला एक बांधीव स्वरूप मिळते आणि आपल्या संशोधनाचे चित्र स्पष्ट होते. सारणीसंबंधी पुढे सविस्तर माहिती येणारच आहे. सारणीचे अनेक प्रकार आहेत, वारंवारिता सारणी हा सारणीकरणाचाच एक प्रकार आहे. या प्रकाराला एक मार्गी सारणीकरण किंवा साधे सारणीकरण असे म्हणतात.

प्रश्नावली कितीही अचूक भरलेली असेल, त्यातील माहिती कितीही स्पष्ट आणि खरी असेल तरी जोपर्यंत ती सारणीबद्ध होत नाही तोपर्यंत तिला काही अर्थ नाही. एकेक प्रश्नावली घेऊन आपण संपूर्ण सत्य शोधू शकत नाही. सर्व प्रश्नावलींचा एकत्रित अभ्यास करणे गरजेचे आहे. यासाठी एकेक प्रश्नावली घेऊन त्यातील एकेक प्रश्नाची विभागणी करावी लागेल. त्यानुसार वारंवारिता मोजून सारणीकरण करावे लागेल.

2.5.2 वर्गीकरणाची बैठक

ज्या पद्धतीची आकडेवारी आपणास मिळते त्यावरून तिचे वर्गीकरण करता येते. आपण काही एक उद्दिष्ट नजरेसमोर ठेवून माहिती मिळवत असतो. ही माहिती आकडेवारीच्या स्वरूपात असते. अशी आकडेवारी चार विभागात विभागता येते.

(1) **भौगोलिक :** स्थल विशिष्ट किंवा प्रादेशिक स्वरूपाची आकडेवारी असल्यास त्यानुसार केलेली विभागणी

बऱ्याच वेळेला आकडेवारी राज्य, जिल्हा, तालुका पातळीवर विभागली जाते. काही देशव्यापी माहिती राज्यपातळीवर किंवा शहरपातळीवर विभागली जाते. उदाहरणार्थ, पुढील तक्ता पाहा-

भारतातल्या निरनिराळ्या शहरातील लोकसंख्येची घनता (प्रति चौ. किलोमीटर) पुढील तक्त्यात दिली आहे.

सारणी -1

शहर	लोकसंख्येची घनता
कोलकाता	685
मुंबई	654
दिल्ली	435
मद्रास	342
चंदिगढ	48

भौगोलिक वर्गीकरणाची मांडणी करताना बऱ्याचदा जे स्थान भौगोलिक-दृष्ट्या महत्त्वाचे आहे, जिथली आकडेवारी मोठ्या प्रमाणात गोळा झाली आहे असे स्थान प्रथम लिहितात, त्यानंतर अनुक्रमाने पुढील कमी महत्त्वाची स्थाने घेतली जातात.

(2) **कालानुसार-ऐतिहासिक :** कालानुसार मांडणी केलेली असल्यास त्यानुसार केलेली विभागणी-आकडेवारी ज्या काळानुसार गोळा केलेली असेल त्यानुसार त्याची मांडणी करतात. उदाहरणार्थ, एखादा अभ्यासक 1990 पासूनची आकडेवारी गोळा करत असेल तर तिची मांडणी त्याने काळजीपूर्वक काळानुसारच केली पाहिजे. उदाहरणार्थ, देशाच्या लोकसंख्येचा खालील तक्ता पाहा.

सारणी –2

वर्ष	लोकसंख्या (कोटी मध्ये)
1901	23.6
1911	25.0
1921	25.1
1931	27.9
1941	31.9
1951	36.1
1961	43.9

अशा मांडणीला कालनुरूप किंवा ऐतिहासिक मांडणी म्हणतात.

(3) गुणात्मक : आकडेवारीत काही गुणवैशिष्ट्ये असल्यास त्यानुसार केलेली विभागणी – आपल्याला मिळालेली आकडेवारी काही वेळेस गुणात्मक स्वरूपाची असते. ती मोजता येत नाही. तरीही आपण तिला अंकाच्या माध्यमातून मांडायचा प्रयत्न करतो. उदाहरणार्थ, प्रामाणिकपणा, प्रेम, हुशारी इ. अशा आकडेवारीचे विभाजन करताना गुणात्मक विभाजन करावे लागते. एखादा गुण आहे किंवा नाही एवढीच विभागणी असेल तर त्याला साधे किंवा द्विवर्गीय विभाजन असे म्हणतात. उदाहरणार्थ, स्त्री किवा पुरुष, प्रामाणिक किंवा अप्रामाणिक, रोजगार किंवा बेरोजगार इ. परंतु जेव्हा दोनपेक्षा जास्त वर्गात विभाजन करतात तेव्हा त्याला अनेक वर्गीय विभाजन असे म्हणतात. उदाहरणार्थ,

भारताची लोकसंख्या

1) अतिहुशार, 2) हुशार, 3) सरासरी हुशार, 4) कमी हुशार

अशा वेगवेगळ्या पातळ्यांवर भारताची लोकसंख्या विभागली गेली आहे. असे वर्गीकरण म्हणजे अनेक वर्गीय गुणात्मक वर्गीकरण आहे. गुणात्मक वर्गीकरण व्यक्तिसापेक्ष असते.

(4) संख्यात्मक : केवळ संख्यात्मक स्वरूपाची माहिती असल्यास त्यानुसार केलेली विभागणी – वय, उंची, वजन, किमती, उत्पादन, उत्पन्न, खर्च, विक्री, नफा, तोटा इ. सर्व बाबी या निव्वळ आकडेवारी या स्वरूपात मांडल्या जातात. वर उल्लेखलेल्या सर्व बाबींना चले म्हणतात. सर्व चलांचे वर्गीकरण केले तर चलांनुसार केलेले वर्गीकरण असेही म्हणतात. उदाहरण पाहा.

एका शहरातील 60 दुकानामधील मालकांचे दिवसाचे उत्पन्न पुढीलप्रमाणे आहे

सारणी –3

दिवसाचे उत्पन्न	दुकाने
100 पर्यंत	06
101 -200	14
201-300	08
301-400	10
401-500	08
501-600	06
601-700	04
701-800	04

यामध्ये दिवसाचे उत्पन्न हे चल आहे तर दुकाने ही त्या त्या वर्गाची वारंवारिता आहे. या वर्गीकरणाला गट वारंवारिता सारणी किंवा वारंवारितेचे वर्गीकरण असे म्हणतात.

2.5.3 वारंवारिता सारणी

हे सर्व कसे करायचे ते उदाहरण घेऊनच पाहू या. आधी घातलेल्या उदाहरणांपैकी मधील पहिलेच उदाहरण घेऊ –

(1) द्वितीय वर्ष कला शाखेमध्येअर्थशास्त्र पेपर क्र. 1 मध्ये 20 विद्यार्थ्यांना मिळालेले गुण खाली दिलेले आहेत. या आकडेवारीवरून खंडित सारणी तयार करा.

21, 20, 20, 22, 20, 22, 30, 21, 22, 30, 21, 22, 25, 30. 21, 25, 20, 22, 21, 20.

आता प्रथम खंडित सारणी म्हणजे काय ते पाहू.

दिलेल्या आकडेवारीची आपणास विभागणी करायची आहे. सर्व प्रथम आकडेवारीचे निरीक्षण करा. सर्वांत कमी संख्या कोणती ते पाहा. आपल्या उदाहरणात सर्वांत कमी संख्या आहे 20. आता सर्वांत मोठी संख्या कोणती ते पाहा. सर्वांत मोठी संख्या आहे 30. याचा अर्थ आपली ही दिलेली आकडेवारी 20 ते 30 या दरम्यान आहे. मग आता आपणासमोर या आकडेवारीची विभागणी करण्याचे पुढील पर्याय आहेत.

(1) पदावली (array) : दिलेले अंक जर चढत्या किंवा उतरत्या भाजणीने मांडले तर पदावलीमध्ये मांडणी केली असे म्हणतात. कच्च्या, नुसत्याच विखुरलेल्या मांडणीपेक्षा अशी मांडणी चांगली परंतु त्याने आपल्या आकडेवारीचे आकारमान जराही कमी होत नाही, त्यामुळे विश्लेषणाच्या दृष्टीने पदावली मांडणीचा फारसा उपयोग होत नाही. आकडेवारी लहान असेल तरच अशी पदावली मांडता येते.

(2) खंडित वारंवारिता विभागणी (सारणी) : (अ) दिलेल्या आकडेवारीतून सगळ्यात लहान अंक आणि सगळ्यात मोठा अंक ओळीने मांडावेत (20 ते 30 सरळ अंक एकाखाली एक मांडावेत) आणि कोणता अंक किती वेळा आला आहे हे पाहावे व त्याच्या वारंवारिता खुणा कराव्यात. (आ) दिलेल्या संख्यांची 2−2 किंवा 5−5 जशी सोयीची वाटेल तशी वर्गवारी करावी व प्रत्येक वर्गात किती वेळा कोणता अंक आला आहे ते मोजावे. हे वर्ग करताना 20 -22, 23-25, 26-28 असे केले तर खंडित वर्गवारीची मालिका तयार होईल. इथे आपण 22 आणि 23 या अंकामध्ये खंड 22 आणि 23 या दोन अंकांच्या मधल्या अंकांना इथे वाव नाही. म्हणून याला खंडित विभागणी म्हणतात. आकडेवारी मोठी असेल आणि पूर्ण नगसंख्यांची असेल (त्यात अपूर्णांक नसतील) तर खंडित (discrete) तालिका पद्धती वापरतात. खंडित तालिकेतील संख्या पूर्णांकात असतात. उदाहरणार्थ, कुटुंबातील मुलांची संख्या, खेळाडूने काढलेल्या धावा, हॉकी किंवा फूटबॉलमध्ये केलेले गोल इ.

(3) अखंडित वारंवारिता विभागणी (सारणी) : हे वर्ग करताना 20-22, 22-24, 24-26 असे केले तर संतत (अखंडित) वर्गवारीची सारणी तयार होईल. अखंडित सारणीमध्ये असलेल्या संख्या म्हणजे कोणतीही वास्तवसंख्या असू शकते. यात लोकांची वये, शहराचे पर्जन्यमान, तापमान, वजन, उंची, विषयामध्ये मिळालेले गुण (शेकडेवारीमध्ये) इ. अपूर्णांकाच्या स्वरूपात समोर येणाऱ्या अशा प्रकारच्या माहितीचा अभ्यास करताना अखंडित सारणीकरण (continuous tabulation) करावे लागते. त्यातही दोन प्रकार आहेत, ते आपण नंतर पाहाणार आहोत.

आता आपल्याला दिलेली आकडेवारी पाहू.

21, 20, 20, 22, 20, 22, 30, 21, 22, 30, 21, 22, 25, 30. 21, 25, 20, 22, 21, 20.

अशा नुसत्या मांडलेल्या आकड्यांना कच्ची आकडेवारी म्हणतात. अशी

कच्ची आकडेवारी आपल्याला कोणतीही माहिती पुरवू शकत नाही वा विश्लेषणाला मदत करू शकत नाही.

आपणास दिलेली आकडेवारी तशी लहान आहे, त्यात कुठे अपूर्णांक नाहीत. त्यामुळे गट न करता आपण सरळ अंक एकाखाली एक याप्रमाणे मांडावे. आपली दिलेली आकडेवारी पाहून प्रत्येक अंक कोणत्या वर्गात बसतो आहे ते पाहून त्या वर्गासमोर एक उभी रेष मांडावी (।) याप्रमाणे. दिलेल्या पदावलीमध्ये पहिला अंक 21 आहे म्हणून 21 च्या रकान्यासमोर (।) अशी उभी रेष किंवा दंड काढावा. अशा चार रेषा (किंवा दंड) झाल्या की पाचवी रेष उभी मांडण्याऐवजी ‖‖‖ अशा पद्धतीने आडवी काढावी - काट मारावी. हा पाचाचा एक गठ्ठा तयार झाला.

आपले गणित आपण पुढीलप्रमाणे सोडवले आहे.

सारणी −4

वर्ग	वारंवारिता चिन्हे	वारंवारिता
20	‖‖‖	05
21	‖‖‖	05
22	‖‖‖	05
23		00
24		00
25	‖	02
30	‖‖	03
एकूण	20	

जेव्हा आकडेवारी फार मोठ्या प्रमाणात असते, तेव्हा असे पाच पाच चे बरेच गठ्ठे एका रकान्यात तयार होऊ शकतात. असे पाच पाचचे गठ्ठे मोजायला सोपे जातात. समजा असे गठ्ठे केले नसते तर प्रत्येक अंकासमोर आपल्याला ‖‖‖‖‖‖‖‖‖‖‖‖‖‖‖ अशा वारंवारिता खुणा कराव्या लागल्या असत्या आणि नंतर एक एक करत त्या मोजत बसाव्या लागल्या असत्या. असे करण्याने चुकाच जास्त होतील, म्हणून पाच चे गठ्ठे करावेत. सहावी वारंवारिता मोजताना पाचच्या गठ्ठ्याशेजारी सहावी खूण करावी त्यात पुन्हा चार खुणा झाल्यावर पाचवी वारंवारिता म्हणून काट मारावी. आता पाच पाच चे दोन गठ्ठे म्हणजे दहा झाले. जेव्हा मोठी आकडेवारी दिलेली असते तेव्हा असे खूप प्रमाणात गठ्ठे तयार होतात. उदाहरणार्थ, समजा 120 मुलांच्या वर्गातील एखाद्या विषयात विद्यार्थ्यांना मिळालेले गुण मोजायचे आहेत आणि कच्ची आकडेवारी

म्हणून नुसते गुण आपणास दिले आहेत. आता वारंवारिता तालिका तयार करायची तर चार वर्ग करावेत. एक वर्ग 60 पेक्षा जास्त गुण असलेला करावा, दुसरा वर्ग 50 ते 60 गुण असलेला करावा आणि तिसरा वर्ग 40 ते 50 गुण असलेला करावा. चौथा वर्ग 40 पेक्षा कमी गुण मिळालेल्या मुलांचा करावा. आता दिलेल्या आकडेवारीतून वारंवारिता खुणा करत करत आपणास 26 मुले 60 पेक्षा जास्त गुण असलेली, 50 मुले 50 ते 60 एवढे गुण मिळालेली आणि 32 मुले 40 ते 50 एवढे गुण मिळालेली आणि नापास झालेली 12 मुले अशी आकडेवारी मिळू शकेल. 20 मुले म्हणजे पाच पाच चे चार गठ्ठे झाले, 60 मुले म्हणजे पाच पाच चे 12 गठ्ठे झाले .. .. याप्रमाणे.

उदाहरण (2) 120 विद्यार्थ्यांची अर्थशास्त्रातील गुणांची आकडेवारी दिलेली आहे. त्यावरून वारंवारिता सारणी तयार करा.

56, 65, 45, 34, 66, 55, 75, 45, 64, 34, 52, 51, 54, 35, 57,
87, 45, 66, 55, 34, 43, 54, 44, 34, 65, 65, 62, 61, 63, 64,
54, 45, 44, 35, 32, 35, 46, 47, 43, 49, 46, 56, 76, 54, 43,
43, 65, 75, 45, 43, 55, 36, 63, 65, 54, 51, 62, 53, 54, 55,
54, 43, 42, 52, 43, 43, 54, 46, 47, 47, 49, 50, 53, 56, 57,
54, 53, 59, 54, 43, 56, 57, 55, 66, 53, 51, 51, 32, 43, 54,
65, 65, 56, 45, 54, 34, 43, 43, 32, 56, 46, 57, 58, 59, 59,
50, 60, 65, 45, 54, 53, 52, 51, 50, 53, 55, 43, 64, 61, 62.

या उदाहरणात आपण गुण घेतले आहेत. गुण पूर्णांकात आहेत, त्यामुळे खंडित वारंवारिता सारणी तयार होऊ शकेल. आता आपण जर एकेका अंकाचा वर्ग (गट) घेतला तर आपली आकडेवारी ही आपणास कमीत कमी 32 ते जास्तीत जास्त 87 पर्यंत अंक मांडून मोजावे लागेल. याने आकडेवारीचा पसारा कमी होणार नाही म्हणून आपण वर्ग (गट) करू. समजा पाच पाचचा गट केला तर 32 हा अंक येण्यासाठी 30 ते 35 हा एक गट करावा लागेल आणि 87 हा अंक येण्यासाठी 85 ते 90 हा एक गट करावा लागेल. पाहा कसे ते.

सारणी –5

वर्ग	वारंवारिता खुणा	वारंवारिता
30–34	⁘⁘⁘ |||	08
35–39	||||	04
40–44	⁘⁘⁘ ⁘⁘⁘ ⁘⁘⁘		16
45–49	⁘⁘⁘ ⁘⁘⁘ ⁘⁘⁘		16
50–54	⁘⁘⁘ ⁘⁘⁘ ⁘⁘⁘ ⁘⁘⁘ ⁘⁘⁘ ⁘⁘⁘	30
55–59	⁘⁘⁘ ⁘⁘⁘ ⁘⁘⁘ ⁘⁘⁘	20
60–64	⁘⁘⁘ ⁘⁘⁘ ||||	14
65–69	⁘⁘⁘ |||	08
70–74		00
75–79	|||	03
80–85		00
85–90			01
एकूण		120

आता अखंडित वारंवारितेची विभागणी पाहू.

उदाहरण (3) – 60 जणांनी रेल्वे रिझर्व्हेशन्स केली त्यांची वये पुढीलप्रमाणे आहेत. दशांश चिन्हाच्या पुढील अंक महिने दर्शवतो. उदा. 15.6 याचा अर्थ 15 वर्षे पूर्ण आणि वर 6 महिने. याप्रमाणे गृहीत धरून अखंडित वारंवारिता सारणी तयार करा.

15.6, 26.5, 24.5, 23.4, 26.6, 15.5, 17.5, 14.5, 16.4, 13.4, 15.2, 15.1, 15.4, 23.5, 33.7, 28.7, 24.5, 16.6, 25.5, 33.4, 24.3, 15.4, 24.4, 22.3, 16.5, 26.5, 26.2, 36.1, 36.3, 26.4, 25.4, 24.5, 24.4, 33.5, 23.2, 33.5, 24.6, 24.7, 14.3, 14.9, 24.6, 25.6, 17.6, 25.4, 24.3, 34.3, 26.5, 17.5, 14.5,14.3, 25.5, 23.6, 26.3, 26.5, 25.4, 15.1, 16.2, 25.3, 25.4, 25.5.

अखंडित वारंवारिता सारणी तयार करताना 'पेक्षा लहान' व 'पेक्षा मोठे' असे गट तयार करावेत.

सर्वप्रथम दिलेल्या आकडेवारीचा आधी नीट अभ्यास करा. सगळ्यात लहान अंक 13.4 आणि मोठा अंक 36.3 आहे. आता वर्ग करताना अखंडित किंवा संतत वर्ग करावेत म्हणजे पहिला गट करावा 14 पेक्षा कमी – दुसरा गट करावा 14 पेक्षा

जास्त - 19 पेक्षा कमी, तिसरा गट करावा 19 पेक्षा जास्त - 24 पेक्षा कमी.....
याप्रमाणे

सारणी-6

वर्ग	वारंवारिता चिन्हे	वारंवारिता
-14 पेक्षा कमी	|	01
14 पेक्षा जास्त - 19 पेक्षा कमी	‖‖‖ ‖‖‖ ‖‖‖ ||||	19
19 पेक्षा जास्त - 24 पेक्षा कमी	‖‖‖	05
24 पेक्षा जास्त - 29 पेक्षा कमी	‖‖‖ ‖‖‖ ‖‖‖ ‖‖‖ ‖‖‖ |||	28
29 पेक्षा जास्त - 34 पेक्षा कमी	||||	04
34 पेक्षा जास्त	|||	03
एकूण		60

लक्षात ठेवा

> गट करताना ते स्पष्ट असावेत. ते एकमेकांना लागून असले तरी एकमेकांत मिसळलेले नसावेत. आकडेवारीचे वर्गीकरण करताना कोणत्यातरी एकाच वर्गात ती स्पष्टपणे घालता आली पाहिजे.

गट करताना ते कसे करावेत याबद्दल काही खास नियम असे केलेले नाहीत. परंतु, एकूण वारंवारिता पाहावी. आकडेवारीचे गुणधर्म पाहवेत –उदाहरणार्थ, त्यांच्या संख्या किती मोठ्या आहेत, पूर्णांक किती अपूर्णांक किती, ते अपूर्णांक कसे आहेत, पूर्णांक संख्या किती मोठ्या आहेत, किती लहान आहेत इ. निवडलेला नमुना किती मोठा आहे इ. बाबी तपासून आपण आपला वर्ग व वर्गांतर ठरवावे. एक काळजी नक्की घ्यावी की ते अगदी छोटे छोटे असू नयेत तसेच ते अगदी मोठे मोठे पण असू नयेत. छोटे वर्ग केले तर आपल्या आकडेवारीचा पसारा फार वाढत जाईल आणि अती मोठे केले तर एखाद्याच वर्गात बरीच आकडेवारी सामावली जाईल आणि त्याची विभागणी विश्लेषणासाठी उपयोगी पडणार नाही.

> साधारणपणे असा नियम सांगितला जातो, की जर तुमचा नमुना 10 चा असेल तर वर्ग 4 असावेत. नमुना 100 चा असेल तर वर्ग 8 असावेत. नमुना 500 चा असेल तर वर्ग 10 असावेत. नमुना 1000 एवढा मोठा असेल तर वर्ग 11 असावेत आणि नमुना जर 10000 एवढा मोठा असेल तर वर्ग 14 असावेत.

उदाहरण (4) एका कारखान्यामध्ये 44 कामगार असून प्रत्येकाला त्याने आठवड्याला केलेल्या कामाच्या तासांनुसार व कामगाराच्या श्रेणीनुसार वेतन मिळते. पुढील आकडेवारीवरून वेतनश्रेणीची संतत सारणी तयार करा.

567, 768, 555, 665, 567, 987, 678, 786, 765, 989, 786, 675, 767, 678, 789, 987, 876, 765, 675, 567, 923, 643, 743, 832, 809, 654, 743, 832, 632, 644, 735, 642, 833, 766, 544, 533, 922, 855, 754, 767, 768, 655, 764.

आता गट करताना दिलेल्या आकडेवारीचा अभ्यास केला तर असे लक्षात येईल की सर्वांत कमी पगार 550 रुपयांपेक्षा कमी नाही. म्हणजे पहिला गट 600 पेक्षा कमी असा करू. दुसरा गट 600 पेक्षा जास्त आणि 700 पेक्षा कमी असा केल्यास ₹ 989 हा सगळ्यात जास्त पगार मिळालेला आहे. म्हणजे शेवटचा गट 900 रुपयांपेक्षा जास्त आणि 1000 रुपयांपेक्षा कमी असा होईल. आता असे गट करून पाहा प्रत्येक वर्गाची वारंवारिता किती होते ते काढा.

2.5.4 वर्गमध्य

जेव्हा आपण एखाद्या वर्गासमोर त्याची वारंवारिता मांडतो, तेव्हा खरे म्हणजे साधारणपणे त्या वर्गाची वारंवारिता त्या वर्गाच्या मध्याशी जास्त एकवटलेली आहे असे गृहीत धरलेले असते. म्हणजेच वर्गापेक्षासुद्धा वर्गमध्य हा जास्त महत्त्वाचा आहे. वर्गमध्य पुढीलप्रमाणे काढतात.

दिलेल्या वर्गाची खालची सीमा + दिलेल्या वरची वर्गाची सीमा ÷ 2

उदाहरणार्थ, 30- 34, 34-39 असे आपले उदाहरण (2) मधील वर्ग आहेत, त्याचा वर्गमध्य काढू.

$$\frac{30 + 34}{2} = 32 \text{ हा आपला वर्गमध्य आहे.}$$

2.5.5 वर्गांतर

वर्गांतर याचा अर्थ वर्गाची वरची सीमा आणि त्याच वर्गाची खालची सीमा यांच्यातील अंतर. आपण वरच्या उदाहरणार्थ, 14 ते 19, 19 ते 24 असे वर्ग घेतले. त्यातील पहिल्या वर्गाच्या बाबतीत 14 ही वर्गाची खालची सीमा आणि 19 ही वर्गाची वरची सीमा होय. वरची सीमा आणि खालची सीमा यांच्यातील अंतर म्हणजे वर्गांतर. हे वर्गांतर तुम्ही घेतलेल्या सर्व वर्गांमध्ये समानच असले पाहिजे.

वर्गांतराच्या काही विशेष बाबी

(1) साधारणपणे तुम्ही घेतलेली आकडेवारी ही हळूहळू वाढत जाते, पहिला गट आणि शेवटचा गट यांच्या मध्यभागी सर्वांत जास्त होते आणि नंतर हळूहळू कमी होत जाते.

(2) आकडेवारीमध्ये शक्यतो अचानक वाढ किंवा घट नसावी तसे असेल तर आपली आकडेवारी ही असाधारण मानली जाईल आणि कोणत्याही निष्कर्षाला येण्यापूर्वी तिच्यातील ही असाधारणता काढून टाकल्याशिवाय आपल्याला निष्कर्ष काढता येणार नाही.

(3) सर्वांत जास्त वारंवारिता ही वर्गांच्या सुरुवातीला किंवा शेवटी नसते तसेच ती सहसा पुनःपुन्हा येत नाही. एखाद्याच वर्गामध्ये आणि तेही शक्यतो मधल्या वर्गामध्ये सगळ्यात जास्त वारंवारिता असते. असे असेल तर ती वारंवारिता किंवा हे उदाहरण साधारण वारंवारितेचे मानले जाते.

(4) वर्गांसाठी घेतलेल्या संख्या शक्यतो पूर्णांक असाव्यात. आणि त्या 5 किंवा 10 अशा 5 च्या गुणित पटीत असाव्यात. सर्व साधारणपणे अशा 5 च्या गुणित पटीत असलेल्या संख्या सोडवणे सोपे जाते. 3, 7, 11 अशा पटीत वर्गांतर नसावे.

(5) वर्गांचे आकारमान – वर सांगितल्यानुसार जर वर्गांची संख्या साधारण ठरलेली असेल तर त्याला शोभेसे वर्गांतर असावे.

(6) वर्गमध्य काढायला सोपे जावे असे वर्गांतर असावे. 5 च्या पटीत असेलल्या वर्गाचा वर्गमध्य काढणे सोपे जाते.

(7) वर्गांतराचे दोन प्रकार आहेत (अ) समावेशक वर्ग – जेव्हा खंडित तालिकाकरण केले जाते तेव्हा आपण 10 –19, 20 –29, 30 –39 असे वर्ग घेतो. यामध्ये वर्गाची खालची सीमा आणि वरची सीमा दोन्हीमध्ये वारंवारिता समाविष्ट असते. उदा., 10 –19 मध्ये 10 आणि 19 यांच्यासह सर्व मधल्या संख्या या वर्गात मोजल्या जातात. 20 –29 या वर्गात 20 आणि 29 यांच्यासह सर्व संख्या मोजल्या जातात.19 आणि 20 यांच्यामधील अपूर्णाक मोजणे अशा प्रकारामध्ये अपेक्षितच नसते. जेथे अपूर्णांक नसतात अशाच उदाहरणांध्ये खंडित वर्ग वापरले जातात तेथे समावेशक वर्ग घेतले जातात.

(आ) अपवर्जी (Exclusive) जेथे अखंडित स्वरूपाची आकडेवारी अपेक्षित असते तेथे अशा प्रकारची वर्गवारी वापरतात. उदाहरणार्थ, वयांच्या बाबतीत 10–19, 20–29 असे वर्ग घेऊन चालणार नाही. त्यामुळे 19 पेक्षा जास्त आणि 20 पेक्षा वयाने कमी अशा माणसांची मोजणी करता येणार नाही. म्हणून अशा वेळेस वर्ग संतत

स्वरूपाचे, अखंडित स्वरूपाचे असावे लागतात. तेव्हा ते 10 –19, 19 –29, 29 – 39 असे करावे. याचा अर्थ असा की 10 ते 19 मध्ये ज्याचे वय 19 पूर्ण झालेले आहे त्यांचे समावेशन केलेले नाही. त्यांना वगळण्यात आलेले आहे. त्यांनी आपली वर्गवारी 19 –29 या वर्गात करायची आहे. म्हणजेच अशा प्रकारच्या तालिकाकरणामध्ये वर्गाची वरची सीमा ही वगळली जाते म्हणून ते अपवर्जी (exclusive class) होत.

आपल्या अभ्यासातील चले कशा प्रकारची आहेत ते पाहून त्यानुसार समावेशी वर्गीकरण करायचे की अपवर्जी ते ठरवावे लागते.

2.5.6 वर्गसीमा

जेंव्हा दिलेल्या चलांनुसार किंवा आकडेवारीनुसार खंडित वर्गीकरण वापरले जाते तेव्हा एका वर्गाची वरची सीमा आणि त्यापुढील वर्गाची खालची सीमा यात अंतर असते. हे अंतर नाहीसे करता येते. दोन्ही सीमांमधील अंतराला जर दोनाने भागले आणि वरची सीमा तेवढ्या भागाकाराने वाढवली व खालची सीमा तेवढ्या भागाकाराने कमी केली तर ते अंतर नाहीसे होऊन अखंडित वर्गीकरण होऊ शकते. उदाहरणार्थ, आपल्या उदाहरण (2) मध्ये आपण वर्गांतर 30–34, 35–39, 40–44 अशाप्रकारे घेतले आहे. पहिल्या वर्गाची वरची सीमा आणि दुसऱ्या वर्गाची खालची सीमा यात एक चे अंतर आहे. या एकाला दोनने भागले तर 0.5 असे उत्तर मिळेल (भागाकार), आता पहिल्या वर्गाची वरची सीमा 0.5 ने वाढवायची म्हणजे 30–34.5 अशी आणि दुसऱ्या वर्गाची 35 ऐवजी 34.5 अशी खालची सीमा करावी. आता दोन्ही वर्ग अखंडित स्वरूपाचे झाले. स्वाभाविकच पहिल्या वर्गाची खालची सीमा 29.5 तर दुसऱ्या वर्गाची वरची सीमा 39.5 अशी असेल. म्हणजे आता वर्गसीमा पुढीलप्रमाणे दिसतील–

29.5 –34.5, 34.5–39.5

अशा वर्गसीमा असताना वर्गमध्य काढण्याची जी पहिली पद्धती आहे तीच वापरतात.

दिलेल्या वर्गाची खालची सीमा + दिलेल्या वर्गाची वरची सीमा ÷ 2

उदाहरणार्थ, 29.5– 34.5, 34.5–39.5 असे आपले उदाहरण (2) मधील गट आहेत, त्याचा वर्गमध्य काढू.

$\frac{29.5 + 34.5}{2}$ = 32 हा आपला वर्गमध्य आहे. याचा अर्थ वर्गसीमा बदलल्या तरी आपला वर्गमध्य बदलत नाही.

2.5.6 खुला वर्ग

जेव्हा पहिल्या वर्गाची खालची सीमा आणि शेवटच्या वर्गाची वरची सीमा विशिष्टपणे सांगितली गेली नसेल तर हे वर्गीकरण खुले आहे असे समजले जाते. जसे, आपल्या उदाहरण (3) मध्ये पहिल्या वर्गाची खालची सीमा उपलब्धच नाही आणि वरची सीमा 14 पेक्षा कमी अशी नोंदली गेलेली आहे. याचा अर्थ जी जी आकडेवारी 14 पेक्षा कमी आढळेल ती सर्व या वर्गात समाविष्ट होते. याच उदाहरणातील शेवटचा वर्ग पाहा. तो आहे. 34 पेक्षा जास्त.. .. याचा अर्थ 34 पेक्षा जास्त असणारी सर्व आकडेवारी (जर उपलब्ध असेल तर) ती या वर्गात समाविष्ट करावी. याला खुला वर्ग असे म्हणतात. जर अगदीच गरज असेल, आकडेवारी नीट दिलेली नसेल तरच हा पर्याय वापरावा कारण यात वर्गमध्य काढणे अवघड होऊन बसते. पहिल्या व शेवटच्या वर्गाचा वर्गमध्य काढताच येत नाही. संख्याशास्त्रातील असंख्य मोजमापामध्ये वर्गमध्य काढावाच लागतो. ती मोजमापे अशा खुल्या वर्गासाठी लावता येत नाहीत. अशा वर्गाचा आलेख काढणे सुद्धा अवघड होऊन बसते.

जेव्हा फार लहान किंवा फार मोठ्या संख्या फार कमी प्रमाणात असतात व त्या एकेका संख्येसाठी जर वेगवेगळा वर्ग करावा लागत असेल तरच असा खुला वर्ग करावा. जर असा खुला वर्ग करावाच लागला आणि त्याचा वर्गमध्य काढावाच लागला तर दुसऱ्या वर्गावरून अंदाज घेऊन पहिल्या वर्गाचा वर्गमध्य काढतात. असाच आधीच्या वर्गावरून शेवटच्या खुल्या वर्गाचा वर्गमध्य काढतात.

2.5.7 संकलित/ संचयित वारंवारिता

वारंवारिता तालिकेवरून आपल्याला त्या त्या वर्गाला किती वारंवारिता आहे एवढेच समजते. परंतु जेव्हा आपल्याला अमुक एका संख्येपेक्षा कमी किंवा जास्त असणारी वारंवारिता हवी असेल तेव्हा संचयित वारंवारिता हा पर्याय आपल्यासमोर असतो. संचयित वारंवारितेचे दोन प्रकार असतात.

(1) ~ पेक्षा लहान आणि (2) ~ पेक्षा मोठी

ही वारंवारिता समजावून घेण्यासाठी आपण एक उदाहरण घेऊ.

उदाहरण 70 मुलांचे एका परीक्षेतील गुणखाली दिलेले आहेत. त्यावरून 'पेक्षा कमी' संचयितह्ववारंवारिता आणि 'पेक्षा जास्त' वारंवारिता काढा.

सारणी-8

गुण	विद्यार्थिसंख्या
30-35	5
35-40	10
40-45	15
45-50	30
50-55	5
55-60	5
एकूण	70

(1) ~ पेक्षा लहान वारंवारिता –

आता पेक्षा कमी वारंवारिता काढताना प्रत्येक वर्गाच्या वरच्या सीमास्थानी जो अंक असेल त्याला अनुसरून त्याच्यापेक्षा कमी असणारी वारंवारिता मोजायची आहे. उदाहरणार्थ, पहिल्या वर्गात वरच्या सीमेला 35 हा अंक आहे. तर 35 पेक्षा कमी गुण असलेले विद्यार्थी किती असतील असा प्रश्न विचारला तर 5 हे त्याचे उत्तर असेल. आता दुसऱ्या वर्गाची 40 ही वरची सीमा आहे. 40 पेक्षा कमी असणारी वारंवारिता किती किंवा 40 पेक्षा कमी गुण असलेले विद्यार्थी किती तर 35 ते 40 मधील वारंवारिता यात येईलच पण 30 ते 35 मधीलदेखील आपणास यात मिळवावी लागेल. म्हणून 40 पेक्षा कमी गुण असलेले एकूण विद्यार्थी हवे असतील तर 10+5 = 20 अशी बेरीज करावी लागेल. असेच पुढे 45 पेक्षा कमी गुण असलले विद्यार्थी हवे असतील तर 15+10+5 = 30 अशी बेरीज करावी लागेल. म्हणजे, ~ पेक्षा कमी वारंवारिता काढताना ज्या वर्गापेक्षा कमी वारंवारिता हवी आहे, त्या वर्गाची वारंवारिता अधिक त्याच्या आधीच्या सर्व वर्गांची वारंवारिता अशी बेरीज करून काढावी लागेल. याप्रमाणे आपले उदाहरण सोडवू या.

सारणी –9

गुण	विद्यार्थिसंख्या	~ च्या पेक्षा लहान
30-35	5	5
35-40	10	15
40-45	15	30
45-50	30	60
50-55	5	65
55-60	5	70
एकूण	70	

सरळपणे पुढच्या गटाच्या वारंवरितेमध्ये आधीच्या गटाची वारंवारिता मिसळून -पेक्षा लहान वारंवारिता काढतात.

-पेक्षा मोठी वारंवारिता

आता ~ मोठी वारंवारिता काढताना प्रत्येक वर्गाच्या खालच्या सीमास्थानी जो अंक असेल त्याला अनुसरून त्याच्यापेक्षा जास्त असणारी वारंवारिता मोजायची आहे. उदाहरणार्थ, पहिल्या गटात खालच्या सीमेला 30 हा अंक आहे. तर 30 पेक्षाह्नजास्त गुण असलेले विद्यार्थी किती असतील असा प्रश्न विचारला तर सर्वच विद्यार्थी म्हणजे 70 हे त्याचे उत्तर असेल. आता दुसऱ्या वर्गाची 35 ही खालची सीमा आहे. 35 पेक्षाह्नजास्त असणारीच वारंवारिता किती किंवा 35 पेक्षाह्नजास्त गुण असलेले विद्यार्थी किती तर आता 30 पेक्षाह्नजास्त गुण असलेले आणि 35 पेक्षाह्नकमी गुण असलेले विद्यार्थी, म्हणजे 30-35 ची वारंवारिता 70 मधून कमी करावी लागेल. म्हणून 35 पेक्षाह्नजास्त गुण असलेले एकूण विद्यार्थी हवे असतील तर 70-05 = 65 अशी वजाबाकी करावी लागेल. असेच पुढे 40पेक्षाह्नजास्त गुण असलले विद्यार्थी हवे असतील तर 70-5-10 = 55 अशी वजाबाकी करावी लागेल. म्हणजे आपणास असेही म्हणता येईल की, ~ पेक्षा जास्त वारंवारिता काढताना ज्या वर्गापेक्षा जास्त वारंवारिता हवी आहे, त्या, वर्गाची वारंवारिता अधिक त्याच्या नंतरच्या सर्व वर्गांची वारंवारिताच अशी बेरीजच करून ~ मोठी वारंवारिता काढता येते. याप्रमाणे आपले उदाहरण सोडवू या.

सारणी 10

गुण	विद्यार्थिसंख्या	~ च्या पेक्षा जास्त
30-35	5	70
35-40	10	65
40-45	15	55
45-50	30	40
50-55	5	10
55-60	5	5
एकूण	70	

आता आपण उदाहरणे पाहू.

(1) एका कारखान्यामध्ये 44 कामगार असून प्रत्येकाला त्याने आठवड्याला केलेल्या कामाच्या तासांनुसार व कामगाराच्या श्रेणीनुसार वेतन मिळते. पुढील आकडेवारीवरून वेतनश्रेणीची संतत सारणी तयार करा.

567, 768, 555, 665, 567, 987, 678, 786, 765, 989, 786, 675, 767, 678, 789, 987, 876, 765, 675, 567, 923, 643, 743, 832, 809, 654, 743, 832, 632, 644, 735, 642, 833, 766, 544, 533, 922, 855, 754, 767, 768, 655, 764.

आता गट करताना आधी सांगितल्याप्रमाणे पहिला गट 600 पेक्षा कमी असा करू. दुसरा वर्ग 600 पेक्षा जास्त आणि 700 पेक्षा कमी असा केल्यास ₹ 989 हा सगळ्यात जास्त पगार मिळालेला आहे. म्हणजे शेवटचा वर्ग 900 पेक्षा जास्त आणि 1000 पेक्षा कमी असा होईल.

सारणी −11

गट	वारंवारिता चिन्हे	वारंवारिता
600 पेक्षा कमी	卌 l	06
600−700	卌 卌 ll	12
700−800	卌 卌 卌	15
800−900	卌 l	06
900−1000	卌	05
एकूण		44

(2) एका खेडेगावातील 35 कुटुंबांच्या सर्वेक्षणातून कुटुंबातील मुलांच्या संख्येची आकडेवारी पुढीलप्रमाणे मिळाली आहे. त्यावरून खंडित वारंवारिता सारणी तयार करा.

1, 0, 2, 4, 3, 2, 3, 5, 3, 2, 1, 6, 5, 3, 2, 4, 3, 2, 4, 3, 5,3, 2, 1, 2, 0, 2, 4, 2, 5, 3, 4, 3, 4, 5.

सारणी −12

मुले	वारंवारिता	कुटुंबे
0	‖	2
1	‖‖	3
2	‖‖‖ ‖‖‖‖	9
3	‖‖‖ ‖‖‖‖	9
4	‖‖‖ ‖	6
5	‖‖‖	5
6	‖	1
एकूण		35

(3) खाली दिलेल्या आकडेवारीवरून संचयित वारंवारिता तयार करा.

सारणी −13

कुटुंबातील मुलांची संख्या	कुटुंबे	संचयित (पेक्षा कमी)
0	10	10
1	40	50
2	80	130
3	100	230
4	250	480
5	150	630
6	50	680

(4) पुढे एका प्रसिद्ध कवितेच्या ओळी दिल्या आहेत. त्यातील शब्दांची त्यात समाविष्ट झालेल्या अक्षरांप्रमाणे वारंवारिता विभागणी करा. सर्व विरामचिन्हे वगळा.

बलाकमाला उडता भासे कल्पसुमनांची माळचि ते
उतरूनी येती अवनीवरती ग्रहगोलची की एकमते
फडफडकरूनी भिजले अपुले पंख पाखरे सावरती,
सुंदर हरिणी हिरव्या कुरणी निज बाळांसह बागडती.

या कवितांच्या ओळीतील शब्दांच्या अक्षरांची वारंवारिता पाहू. आधी नुसती आकडेवारी लिहू या. उदाहरणार्थ, बलाकमाला म्हणजे 5 अक्षरे आहेत, म्हणून पहिल्या ओळीचा पहिला अंक 5 येईल.

पहिली ओळ - 5, 3, 2, 5, 3, 1
दुसरी ओळ - 4, 2, 6, 5, 1, 4
तिसरी ओळ - 7, 3, 3, 2, 3, 4
चौथी ओळ - 3, 3, 3, 3, 2, 4, 4
आता खंडित वारंवारिता 1 ते 7 अंकांची घ्या. व वारंवारिता विभागणी करा.

(5) खाली दिलेल्या आकडेवारीची समावेशक पद्धतीने वारंवारिता विभागणी करा. वर्गांतर 10 घेऊन वर्गविभागणी करा. 101, 117, 115, 122, 211, 116, 119, 124, 229, 218, 125, 226, 232, 314, 117, 120, 223, 227, 230, 312, 115, 118, 124, 236, 318, 115, 121, 228, 233, 338, 334, 313, 110, 116, 120, 222, 229, 219, 123, 231.

मार्गदर्शन– समावेशकपद्धतीने आणि 20 चे वर्गातर घेऊन वर्ग करायचे. दिलेली आकडेवारी पाहा. निरिक्षण करा. 101 हा अंक सगळ्यात लहान आहे आणि 334 हा अंक सगळ्यात मोठा आहे असे लक्षात येईल. म्हणून पहिला वर्ग 101 पासून सुरू केला तरी चालेल. 101 ते 130, 131 ते 150 अशा वर्गात समावेशक पद्धतीने 20 चे वर्गांतर होते. आता वारंवारिता चिन्हे देऊन वारंवारिता तक्ता तयार करा.. आपले उत्तर पुढील दिलेल्या तक्त्याशी तपासा –

(6) वर्गांतर 5 घेऊन खाली दिलेल्या आठवड्याच्या वेतनाची वारंवारिता विभागणी करा.

100, 100, 101, 102,106, 86, 82, 87, 109, 104, 75, 89, 99, 94, 93, 92, 90, 86, 78, 79, 84, 83, 87, 88, 89, 75, 76, 76, 76, 79, 80, 81, 89, 99, 104, 100, 103, 107, 110, 110, 106, 102, 107, 103, 101, 101, 101, 86, 94, 93, 96, 97, 99, 100, 102, 103, 107, 107, 108, 109, 94, 93, 97, 98, 99, 100, 97, 88, 86, 84, 83, 82, 80, 84, 86, 88, 91, 93, 95, 95, 95, 97, 98, 100, 105, 106, 103, 85, 84, 77, 78, 80, 93, 96, 97, 98, 98, 98, 87, 99.

❖ दिलेला चल वेतन हा आहे. तो अखंडित स्वरूपाचा आहे, त्यामुळे आपले वर्ग अखंडित स्वरूपाचे हवेत आणि वर्गांतर 5 आहे, सर्वांत कमी संख्या पाहा.ती 75 आहे आणि सर्वांत जास्त संख्या पाहा ती 110 आहे. म्हणजे आपले वर्ग 75 – 80, 80 – 85 असे केल्यास 5 चे पूर्ण वर्गांतर मिळेल आणि वर्गाची वरची सीमा अपवर्जी आहे. आता वारंवारिता चिन्हे घालून वारंवारिता तयार करा. जेव्हा आकडेवारी खूप मोठी असते तेव्हा वारंवारिता चिन्हांसाठी पेन्सिल वापरा. एक चिन्ह करून झाले की त्या संख्येवर काट मारा. चुकांची शक्यता कमी होईल.

(7) काळोख्या रात्री माळरानावर बसून उल्कावर्षावाचा अनुभव घेणे अविस्मरणीय ठरते. अवकाशातील धूमकेतू उल्कावर्षावाला कारणीभूत असतात. या धूमकेतूमधून बाहेर पडलेले आणि अवकाशात तरंगणारे कण जेव्हा पृथ्वीच्या वातावरणात शिरून भस्मसात होतात तेव्हा आपण त्यांना उल्का असे म्हणतो.

या वाक्यातील शब्दांच्या अक्षरांची वारंवारिता विभागणी करा. 6 पेक्षा जास्त अक्षरसंख्या असलेले शब्द किती आहेत? 5 पेक्षा कमी अक्षरे असलेले शब्द किती आहेत?

सूचना – हे एक वेगळ्या प्रकारचे गणित आहे. वर जशी एक कविता घेतली आहे, तसे हे एक वाक्य आहे. यातली सर्व विरामचिन्हे सोडायची. आता पहिला शब्द आहे काळोख्या म्हणजे 3 अक्षरी, दुसरा शब्द आहे रात्री, म्हणजे 2 अक्षरी. असे सर्व शब्द अंकांमध्ये लिहून घ्या म्हणजे तुम्हाला खूपसारे अंक मिळतील, त्याची पाहणी करून सर्वांत लहान अंक कोणता ते पाहा व खंडित वर्गीकरण करा. म्हणजे मोठा अंक 7 असेल तर छोटा अंक 1 असेल. मग सरळ 1, 2, 3, अशी खंडित वर्ग मालिका घ्या. आणि गणित सोडवा.

(8) प्रथम 64 कुटुंबांनी एका महिन्यात घेतलेल्या दुधाची आकडेवारी खाली दिलेली आहे. त्यावरून समावेशन पद्धतीने वारंवारिता विभागणी करा. वर्गांतर 5 घ्या.

19, 16, 22, 9, 22, 12, 39, 19, 14, 23, 6, 24, 16, 18, 7, 17, 20, 25, 28, 18, 10, 24, 20, 21, 10, 7, 18, 28, 24, 20, 14, 23, 25, 34, 22, 5, 33, 23, 26, 29, 13, 36, 11, 26, 11, 37, 30, 13, 8, 15, 22, 21, 32, 21, 31, 17, 16, 23, 12, 9, 15, 27, 17, 21

❖ दिलेल्या आकडेवारीचा अभ्यास करा. सर्वांत कमी संख्या 6 आणि मोठी संख्या 39 आहे. अपवर्जी पद्धतीने वर्गांतर करायचे व 5 चे अंतर घ्यायचे म्हणजे 5-10, 10-15, 15-20 असे वर्ग घ्यावेत.

(9) महाविद्यालयाच्या व्यवस्थापनाने 60 टक्क्यांपेक्षा जास्त गुण मिळवणाऱ्या मुलांना शिष्यवृत्ती देण्याचा निर्णय घेतला. ही शिष्यवृत्ती त्यांनी पुढीलप्रमाणात विभागली.

सारणी -14

गुणाची टक्केवारी	मासिक शिष्यवृत्ती
60-65	25
65-70	30
70-75	35
75-80	40
80-85	45

25 मुलांना मिळालेले गुण पुढीलप्रमाणे आहेत.

74, 62, 84, 72, 61, 83, 72, 81, 64, 71, 63, 61, 60, 67, 74, 66, 64, 79, 73, 75, 76, 69, 68, 78, 67.

तर महाविद्यालयाच्या व्यवस्थापनाला दर महा किती शिष्यवृत्ती विद्यार्थ्यांना द्यावी लागेल?

❖ प्रथम गुणांची टक्केवारी जशा वर्गामध्ये दिलेली आहे तसेच वर्ग घेऊन वारंवारिता काढून घ्या. नंतर जेवढी वारंवारिता ज्या वर्गासमोर आलेली आहे, त्या वर्गाला जेवढी शिष्यवृत्ती दिलेली आहे त्याने वारंवारितेला गुणावे म्हणजे त्या टक्केवारीला असलेली मासिक शिष्यवृत्ती समजेल. नंतर सगळ्या शिष्यवृत्तीची बेरीज केल्यास एकूण दरमहा शिष्यवृत्ती समजेल.

सारणी -15

गुणाची टक्केवारी	वारंवारिता (f)	मासिक शिष्यवृत्ती (x)	एकूण
60-65	7	25	175
65-70	5	30	150
70-75	6	35	210
75-80	4	40	160
80-85	3	45	135
		Σfx	830

(10) एका वारंवारिता विभाजनाचे वर्गमध्य पुढीलप्रमाणे दिले आहेत. त्यावरून (अ) वर्गांतर काढा. (आ) वर्गसीमा काढा.

25, 32, 39, 46, 53, 60

❖ वर्गांतर काढण्यासाठी दोन वर्गमध्यामधील अंतर मोजा. 32−25 = 7, सर्व वर्गमध्यांना हे अंतर सारखे आहे ना ते पाहा. वर्गांतर 7 आले.

❖ आता वर्गांतर 7 आले आणि वर्ग मध्य दिलेले आहेत. वर्गांतराच्या निम्मे करून वर्गमध्यामध्ये तो एकदा मिळवा आणि एकदा वजा करा. वजाबाकीने खालच्या सीमा मिळेल. आणि बेरजेतून वरची सीमा मिळेल. पाहा कसे ते−

7÷2 = 3.5. पहिला वर्गमध्य 25 आहे. 25 च्या अलीकडे 3.5 आणि पलीकडे 3.5 मोजले की त्या वर्गाची खालची सीमा आणि वरची वरची सीमा समजेल. म्हणजे खालची सीमा काढण्यासाठी 25−3.5= 22.5 आणि वर्गाची वरची सीमा काढण्यसाठी 25 + 3.5 = 28.5 येतील.

आता पहिला गट मिळाला 22.5− 28.5 (वर्गांतर 7 आणि वर्गमध्य 25). दुसरा वर्ग 28.5 पासून सुरु करा. त्यात 3.5 मिळवले की 32 हा वर्ग मध्य आला. आता पुढचे गट काढा.

(11) 300 ते ₹ 1000 अशा किमती असणाऱ्या 350 शर्ट्सचे वितरण पुढीलप्रमाणे केले गेले.

सारणी −16

किमती	शर्ट्सची वारंवारिता
300−400	6
400−500	18
500−600	73
600−700	165
700−800	62
800−900	22
900−1000	4

तर (1)700 पेक्षा कमी किंमत असणाऱ्या शर्ट्सची वारंवारिता सांगा.

(2) 600 पेक्षा जास्त आणि 900 पेक्षा कमी किती वारंवारिताआहे?

(3) 500 पेक्षा किमती असणाऱ्या शर्ट्सची वारंवारिता सांगा.

❖ वारंवारिता दिलेली आहे. दोन्ही प्रकारच्या संचयित वारंवारिता काढून सर्व उत्तरे मिळतील.

(12) खालील वारंवारिता विभागणी ~ जास्त वारंवारितेमध्ये रूपांतरित करा.

आठवड्याचे वेतन	मजुरांची संख्या
20 पेक्षा कमी	41
40 पेक्षा कमी	92
60 पेक्षा कमी	156
80 पेक्षा कमी	194
100 पेक्षा कमी	201

हे गणित नीट पाहा. असे लक्षात येईल की ~ कमी वारंवारिता दिलेली आहे. त्यावरून आधी सरळ वारंवारिता काढून घेऊ. ती कशी काढायची ते पाहू.

सारणी -17

आठवड्याचे वेतन	मजुरांची संख्या	साधी वारंवारिता	च्या पेक्षा जास्त
0 – 20	41	41	201
20 –40	92	92–41 = 51	109 + 51 = 160
40 –60	156	156–92 = 64	45+ 64 = 109
60- 80	194	194–156 = 38	38+7 = 45
80 –100	201	201–194 =7	7

(13) एका दुकानदाराने देणी राहिलेल्या 40 ग्राहकांची नोंद पुढीलप्रमाणे केली.

337, 570, 99, 759, 487, 352, 115, 60,521, 95, 563, 399, 625, 215, 360, 178, 827, 301, 501, 199, 110, 501, 201, 99, 637, 328, 539, 150, 417, 250, 451, 595, 422, 344, 186, 681, 397, 790, 272, 514

50 ते 200 पेक्षा कमी, 200 ते 350 पेक्षा कमी असे वर्ग घेऊन ची वर्गसीमा घेऊन वारंवारिता काढा. ~ जास्त व ~ कमी ची वारंवारिता तयार करा. वर्ग व वर्गांतर दिलेले आहेत. 50-200, 200-350, 350-500 असे वर्ग घेऊन वारंवारिता काढा. आणि नंतर संचयित वारंवारिता काढा.

सारणी −17

गट	वारंवारिता	पेक्षा कमी	पेक्षा जास्त
50−200	10	10	40
200−350	07	17	30
350−500	09	26	23
500−650	09	35	14
650−800	04	39	05
800−950	01	40	01
एकूण	40		

2.6. सारणीकरण (Tabulation)

2.6.1 माहितीचे सारणीकरण व सारणीकरणाचे महत्त्व

आपण जी माहिती गोळा करतो ती बऱ्याचदा आकडेवारीच्या स्वरूपात असते आणि खूप मोठ्या प्रमाणावर आकडेवारी गोळा झाली की त्याकडे नुसते पाहून काहीच कळत नाही. त्यावर काही संस्कार करावे लागतात. वारंवारितेच्या वर्गीकरणाच्या माध्यमातून आपण त्यावर संस्कार करतोच. वारंवारितेचे वर्गीकरण केल्यामुळे गोळा झालेल्या आकडेवारीचा विश्लेषणासाठी उपयोग होतो. हा उपयोग अभ्यासकासाठी होतो.परंतु जेव्हा कोणीतरी तिसराच तुमचा अभ्यास पाहणार आहे किंवा अभ्यासणार आहे असे असेल तर त्याच्या दृष्टीने हे वर्गीकरणसुद्धा क्लिष्ट असते. त्याला आणखी काही सोप्या पद्धतीने आकडेवारीची मांडणी केली तर हवी असते. म्हणून वर्गीकरणाच्या बरोबरीने सारणीकरण आणि आलेख हे दोन प्रकार आपली आकडेवारी संस्कारित करण्यासाठी व सुबक मांडणीसाठी वापरले जातात.

सारणी ऐवजी इंग्रजीतील टेबल हा शब्द जसाच्या तसा वापरला जातो. आपण सारणी हा शब्द वापरणार आहोत. सारणीकरणाचा उपयोग आकडेवारी संस्कारित करण्यासाठी होतोच; परंतु शिवाय त्याची मांडणी करताना जर कुठे चूक राहून गेली असेल तर ती लक्षात येते व चुकीची दुरुस्ती वेळीच करता येते. चूक कशी लक्षात येते हे आपण सारणीची मांडणी शिकणार आहोत तेव्हा पाहूच.

एका अर्थाने सारणीकरण म्हणजे दिलेल्या आकडेवारीतून सुसंगत असे चित्र काढणे होय. एखादे चित्र केवळ शब्दांनी वर्णन करून सांगितले तर त्याचे सौंदर्य कळणार नाही, परंतु तेच चित्र जर डोळ्यांनी नुसते पाहिले तरी त्याचे सौंदर्य चटकन

लक्षात येऊ शकते. सारणीकरणाचे काहीसे असेच आहे. नुसती विस्कळित आकडेवारी किंवा त्याचे वारंवारितेच्या विभागणीत केलेले रूपांतर यातून फारसा बोध होणार नाही तो सारणीकरणातून होतो.

एका अर्थाने सारणीकरण आणि वर्गीकरण हे वेगळे नाहीत. वर्गीकरण ही सारणीकरणाची पहिली पायरी आहे.

सारणीकरणाने विसकळित आकडे व्यवस्थित मांडले जातात. आकड्यांची तुलना करणे सोपे जाते. सारणीकरणाने आकड्यांना ओळख मिळते.

2.6.2 सारणीचे भाग

सारणीकरण प्रत्येक विषयाच्या स्वभावानुसार वेगवेगळे असू शकते तरीही सारणी म्हटले काही विशिष्ट रचना अनिवार्य असते. त्याचा आपण अभ्यास करू.

(1) शीर्षक : सारणीला शीर्षक असलेच पाहिजे. हे शीर्षक सुस्पष्ट व थोडक्यात असावे. शीर्षकावरून सारणीत कोणता अभ्यास मांडला आहे व कोणती माहिती दिलेली आहे या स्पष्ट बोध व्हावा.

(2) रकाने व ओळी (Columns and Rows) : सारणीला रकाने व ओळी असणे हा त्याचा अविभाज्य किंवा अनिवार्य असा भाग आहे. रकाने किती असावेत, ओळी किती असाव्यात हे त्या-त्या विषयावरून ठरवले जाते. सारणी किती मोठी करायची हा निर्णय अभ्यासकाने घ्यावा. प्रत्येक रकान्याला त्याचे नाव असते. त्यावरून त्या रकान्यात कोणती माहिती आहे हे समजते. रकान्यात जी माहिती आहे, त्याला जर काही मोजमापाचे एकक असेल तर तेही स्पष्टपणे मांडावे. उदाहरणार्थ, लोकसंख्या असेल तर कंसात (कोटीमध्ये) असे लिहावे, तसेच लीटर, मीटर, किलो, हजारी, ₹ असे मापदंड स्पष्टपणे द्यावेत म्हणजे रकान्यात दिलेली माहिती कोणत्या मोजमापाने मोजायची याची कल्पना येते.

ओळींच्या बाबतीतही असेच म्हणता येईल. ओळींनादेखील शीर्षक असावे, त्यांची एकके लिहावीत.

(3) रकाने आणि ओळी यांची उभी व आडवी बेरीज जमली पाहिजे. तशी जर जमली नाही तर आकडेवारी नोंदण्यामध्ये काही चूक राहून गेली आहे हे कळते. रकाने आणि ओळींमध्ये असलेली आकडेवारी म्हणजे सारणीचे शरीर (body) आहे असे मानतात.

(4) तळटीप : सारणीच्या शेवटी सारणीचा संदर्भ असावा. माहिती मिळण्याचा स्रोत कोणता आहे हे त्यात कळावे, तसेच त्या माहितीचे वर्षही त्यात नोंदलेले

असावे. जर कोणत्या पुस्तकातून सारणी घेतलेली असेल तर त्या पुस्तकाचा संदर्भ द्यावा, त्या पुस्तकाचे प्रकाशनवर्ष द्यावे. त्या पुस्तकातील कोणत्या पानावर ती सारणी आहे हे लिहिणे आवश्यक असते.

(5) सारणी पाहिल्याबरोबर ती बोलकी झाली पाहिजे. ती कशाबद्दल आहे, त्यात माहिती कशी आहे, त्याचे मोजमापाचे एकक कोणते, रकाने ओळी या देखील स्व-स्पष्ट आणि सु स्पष्ट असल्या पहिजेत.

(6) सर्वसाधारणपणे सारणी कागदाच्या एका पानात मावेल एवढीच असावी. खूप लांब लांब किंवा अती जवळ रकाने असू नयेत.

(7) महत्त्वाच्या आकड्यांना गोल करावा किंवा ठळक करावे.

साधारणपणे सारणीचे भाग पुढीलप्रमाणे दिसतात.

शीर्षक :

विषय : एकक :

स्तंभ शीर्षक	शीर्षक				एकूण
ओळी शीर्षक	स्तंभ नाव	स्तंभ नाव	स्तंभ नाव	स्तंभ नाव	
ओ					
ळी					
शी		सारणीचे	शरीर		
र्ष					
क					
एकूण				एकूण	

तळटीप :

2.6.3 सारणीचे प्रकार

(1) एक मार्गी – साधी सारणी : मिळालेली आकडेवारी जर एकाच चलाबाबत असेल तर तिची वर्गवारी एकाच रकान्यात होईल. त्याला एक मार्गी सारणी असे म्हणतात. खाली दिलेली सारणी ही एकमार्गी सारणीचे उत्तम उदाहरण आहे. आतापर्यंतची दाखवलेली वरील सर्व वारंवारिता विभागणीची उदाहरणे ही एकमार्गी किंवा साधी सारणी म्हणून सांगता येतील.

सारणी −18

शहर	लोकसंख्येची घनता
कोलकाता	685
मुंबई	654
दिल्ली	435
मद्रास	342
चंदिगढ	48

(2) द्वि मार्गी सारणी : एका ऐवजी दोन चलांमधील संबंध जेव्हा सारणीद्वारे दाखवला जातो तेव्हा त्याला द्विमार्गी सारणी असे म्हणतात.

उदाहरण

सारणी −19

वर्ष	रेल्वे वाहतूक	रस्ते वाहतूक
1960−61	88	17
1961−62	117	34
1962−63	125	40
1963−64	145	55
1964−65	156	60

(3) अनेक मार्गी सारणी − गुंतागुंतीची सारणी : आकडेवारी जेव्हा निरनिराळ्या गटात विभागली जाते, तेव्हा सारणीसाठी अनेक स्तंभ व ओळी कराव्या लागतात. त्यातही अनेक विभाग करावे लागतात. अशा वेळेस गुंतागुंतीची सारणी तयार होते, उदाहरणार्थ, खाली दिलेला नमूना पाहा.

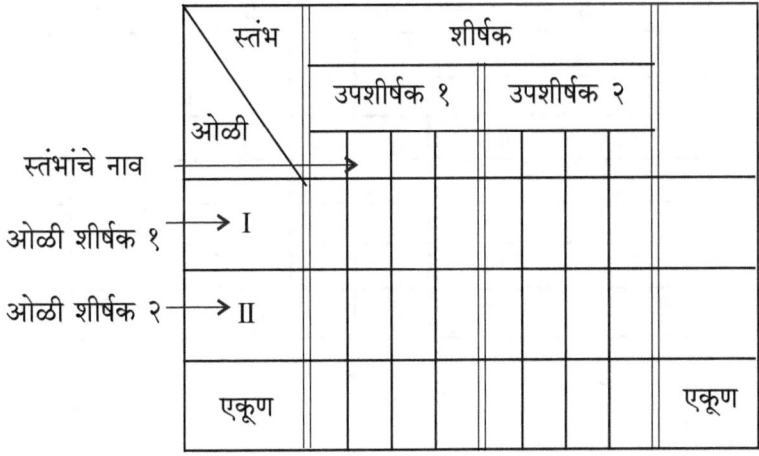

द्वी चल वारंवारिता वर्गीकरण सारणी (Bivariate Frequency Distribution)

उदाहरण 1 : दिलेल्या आकडेवारीवरून 20 विद्यार्थ्यांची द्वीचल सारणी तयार करा.

कायदा विषयातील गुण	10	11	10	11	11	14	12	12	13	10
सांख्यिकीतील गुण	20	21	22	21	23	23	22	21	24	23
कायदा विषयातील गुण	13	12	11	12	10	14	14	12	13	10
सांख्यिकीतील गुण	24	23	22	23	22	22	24	20	24	23

आता या उदाहरणात दोन चले दिलेली आहेत. एकचल स्तंभामध्ये घ्यावा व एकचल ओळीमधे मांडावा. सोयीने 5 ते 10 अशा पद्धतीने वर्ग करून घ्यावेत. किंवा नुसतेच खंडित अंक मांडावेत. आता पहिली वारंवारिता मांडताना पहिला गट पाहावा तो आहे कायद्यातील गुण 10 व सांख्यिकीतील गुण 20 चा. मग आता सांख्यकीचे 20 गुणांचा स्तंभ व कायद्याच्या 10 गुणांची ओळ हे ज्या रकान्यात एकत्र येतील तिथे पहिली उभी खूण करावी. ता दुसरा गट पाहा. तो आहे कायद्यातील गुण 11 व सांख्यिताल गुण 21 चा. आता सांख्यकीचे 21 गुणांचा स्तंभ व कायद्याच्या 11 गुणांची ओळ हे ज्या रकान्यात एकत्र येतील तिथे दुसरी उभी खूण करावी. अशा पद्धतीने दोन्ही चलांचा मिळून एक गट मानावा व उभा स्तंभ आणि आडवी ओळ जिथे एकत्र येतील त्या ठिकाणी वारंवारितेची खूण करावी. सर्व वारंवारिता मांडून झाल्यानंतर शेवटच्या कोपऱ्यातील रकान्यात एकत्रित बेरीज घ्यावी, तसेच स्तंभ व ओळीचीही बेरीज घ्यावी.

Marks in Statistics → Marks in Law ↓	20	21	22	23	24	Total
10	I		II	II		5
11		II	I	I		4
12	I	I	I	II		5
13					III	3
14			I	I	I	3
Total	2	3	5	6	4	20

उदाहरण 2 : नव्याने लग्न झालेल्या पती व पत्नींच्या वयाचे गट खाली दिलेले आहेत. त्यावरून द्वीचल सारणी तयार करा.

पतीचे वय	24	26	27	25	28	24	27	28	25	26
पत्नीचे वय	17	18	19	17	20	18	18	19	18	19
पतीचे वय	25	26	27	25	27	26	25	26	26	26
पत्नीचे वय	17	18	19	19	20	19	17	20	17	18

आता या उदाहरणात दोन चले दिलेली आहेत. पतीचे वय हा स्तंभ व पत्नीचे वय ही ओळ मांडावी. सोयीने नुसतेच खंडित अंक मांडावेत. आता पहिली वारंवारिता मांडताना पहिला गट पाहावा तो आहे पतीचे वय 24 व पत्नीचे वय 17 चा. मग आता पतीच्या वयाचा स्तंभ व पत्नीच्या वयाची ओळ हे पाहून 24 आणि 17 जिथे एकत्र मिळतील तिथे पहिली खूण करावी. आता दुसरा गट पाहा. आता पतीच्या वयाचा स्तंभ व पत्नीच्या वयाची ओळ हे पाहून 26 आणि 18 जिथे एकत्र मिळतील तिथे दुसरी खूण करावी. अशा पद्धतीने दोन्ही चलांचा मिळून एक गट मानावा व उभा स्तंभ आडवी ओळ जिथे एकत्र येईलत्या ठिकाणी वारंवारितेची खूण करावी. सर्व वारंवारिता मांडून झाल्यानंतर शेवटच्या कोपऱ्यातील रकान्यात एकत्रित बेरीज घ्यावी, तसेच स्तंभ व ओळीचीही बेरीज घ्यावी.

Age of Husband →	24	25	26	27	28	
Age of wives ↓						
	17	|	|||	|		5
	18	|	|	|||	|	6
	19	|	||	||	|	6
	20		|	|	|	3
	21					
Total	2	5	7	4	2	20

गटांची वारंवारिता काढण्याची उदाहरणे

उदाहरण 3 : 20 विद्यार्थ्यांचे आणि विषयातील गुण दिले आहेत. त्यावरू द्वीचलसारणी तयार करा व वर्ग पुढीलप्रमाणे घ्या 62-64, 64-66 A करता आणि 115-125, 125-135. B. करता.

Sr	Marks in-A	Marks in B	Sr	Marks in-A	Marks in B
1	152	67	11	129	62
2	170	70	12	163	70
3	135	65	13	139	67
4	136	65	14	122	63
5	137	64	15	134	68
6	148	69	16	140	67
7	124	63	17	132	69
8	117	65	18	120	66
9	128	70	19	148	88
10	143	71	20	129	67

या उदाहरणातही वरील प्रमाणे खंडित अंक न घेता वर्ग घ्यायचे आहेत. वर्ग कसे घ्यायचे ते दिलेलेच आहेत. उभा स्तंभ व आडवी ओळ यांचा मिळून होणाऱ्या रकान्यात वारंवरितेची खूण करायची आहे.

Marks in→	115-125	125-135	135-145	145-155	155-165	165-175	Total
Marks in B↓							
62-64							
64-66							
66-68							
68-70							
Total							

उदाहरण 4 : 20 व्यक्तींची उंची व वजन यांची आकडेवारी खाली दिलेली आहे, त्यानुसार द्वीचल सारणी तयार करा व वर्गांतर पुढीलप्रमाणे घ्या. 62–64, 64–66 इंचामध्ये आणि वजनाकरिता 115 to 125 पौंड, 125–135 पौंड.

Sr	Weight	Height	Sr	Weight	Height
1	170	70	11	163	70
2	135	65	12	139	67
3	136	65	13	122	63
4	137	64	14	134	68
5	148	69	15	140	67
6	121	63	16	132	69
7	117	65	17	120	65
8	128	70	18	148	68
9	143	71	19	129	67
10	129	62	20	152	67

या उदाहरणातही वरीलप्रमाणे खंडित अंक न घेता वर्ग घ्यायचे आहेत. वर्ग कसे घ्यायचे ते दिलेलेच आहेत. उभा स्तंभ व आडवी ओळ यांचा मिळून होणाऱ्या रकान्यात वारंवरितेची खूण करायची आहे.

खालीलप्रमाणे टेबल / तक्ता / सारणी आखून घ्या.

Weight (lb)→	115-125	125-135	135-145	145-155	155-165	165-175	Total
Height (")↓							
62-64							
64-66							
66-68							
68-70							
70-72							
Total							

नमुना प्रश्न –

(1) सारणीकरणाचे महत्त्व सांगा.

(2) सारणीचे भाग कोणते ते सविस्तर लिहा.

(3) सारणीचे प्रकार उदाहरणांसहित स्पष्ट करा.

2.7 आलेख व त्यांचे प्रकार

2.7.1 आलेखांची ओळख – या प्रकरणाची सुरुवात आपण आलेखांपासून केली. सारणी केल्यानंतर त्याच्या पुढील टप्पा म्हणजे आलेख. निव्वळ आकडेवारी समोर मांडली की सर्वसामान्य माणूस गडबडून जातो. आकडेवारीच्या माध्यमातून जे सांगायचे आहे ते सर्वसामान्य सहजपणे माणसांपर्यंत पोचत नाही. आलेखांचा उपयोग त्याकरिता होतो. आलेखांचे फायदे पुढीलप्रमाणे सांगता येतील –

(1) आकडेवारीच्या आधाराने जे सत्य सांगायचे आहे त्याचे चटकन आकलन होते.

(2) आलेख किंवा आकृत्या या नेहेमीच लक्षवेधी, रंजक आणि सर्व समावेशी असतात.

(3) कंटाळवाण्या माहितीपेक्षा, रुक्ष अशा आकडेवारीपेक्षा आलेख आणि आकृत्या मानवी मनाला खेचणाऱ्या असतात. निरनिराळे रंग वापरून त्यातील विविध माहिती विविध प्रकारे दाखवता येते.

(4) कंटाळवाणी माहिती वाचत बसण्याचा वेळ वाचतो.

(5) खूप मोठ्या कालावधीचा आलेख एका दृष्टिक्षेपात समजतो. उदाहरणार्थ, 1901 पासून 2010 पर्यंतच्या लोकसंख्येतील झालेले बदल, 1950 नंतर बदलत गेलेली पीकचना, 1950 पासून भारतावर असलेले कर्ज इत्यादी

(6) माहितीतून मिळालेली काही वैशिष्ट्ये आलेखातून विशेष महत्त्वाची म्हणून मांडता येतात व त्याची दखल घेता येते.

2.7.2 आलेखांचे प्रकार : आलेखांचे प्रकार पुढीलप्रमाणे सांगता येतील –

(1) रेषा आलेख

(2) स्तंभ आलेख – (अ) साधा स्तंभालेख
(आ) विभाजित स्तंभालेख
(इ) शेकडेवारी स्तंभालेख
(ई) गुणित स्तंभालेख

(3) वृत्तालेख

(1) रेषा आलेख : आलेखांचा सर्वांत जास्त वापरला जाणारा आणि सगळ्यात साधा प्रकार म्हणजे रेषा आलेख. क्ष आणि य अक्षांवर चले नेमून योग्य ते प्रमाण ठरवून त्याप्रमाणे आलेख काढला जातो. शाळेत आपण असे आलेख शिकलो आहोतच. एक उदाहरण घेऊ.

उदाहरण (1) : 314 वाहनचालकांच्या हातून झालेल्या अपघातांची आकडेवारी खाली दिलेली आहे. त्यावरून रेषाआलेख काढा.

अपघात	0	1	2	3	4	5	6	7	8	9	10
चालक	82	44	68	41	25	20	13	7	5	4	3

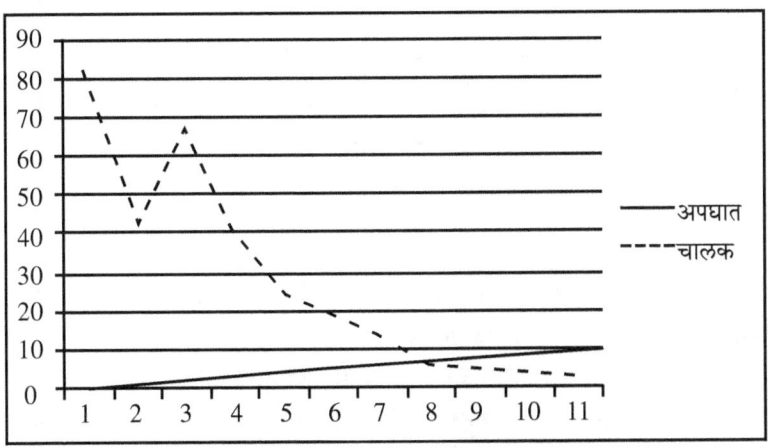

(2) स्तंभालेख : अर्थशास्त्र आणि व्यापारी व्यवहार या क्षेत्रांमध्ये हे आलेख जास्त वापरले जातात. हादेखील आलेखांचा सोपा प्रकार आहे. यामध्ये रेषेच्याऐवजी स्तंभ काढलेला असतो. बऱ्याचदा 'क्ष' अक्षावर वर्षे मोजण्याचा प्रघात आहे. स्तंभ आलेखाचेएकूण पाच प्रकार आहेत ते एकेक उदाहरण घेऊन पाहू.

(अ) साधा स्तंभालेख : उदाहरण (2) 1961 पासून 1976 पर्यंतच्या दिलेल्या वर्षांमध्ये भारताच्या आयात जकातीची झालेली नोदणी दिली आहे. त्यावरून साधा स्तंभालेख काढा.

उदाहरण (2)

वर्षे	आयात जकात (₹ '000मध्ये)
1961	900
1966	1700
1971	2500
1976	4400
1977	5500

'क्ष' अक्षावर वर्षे मोजू. य अक्षावर आयात जकात मोजू.

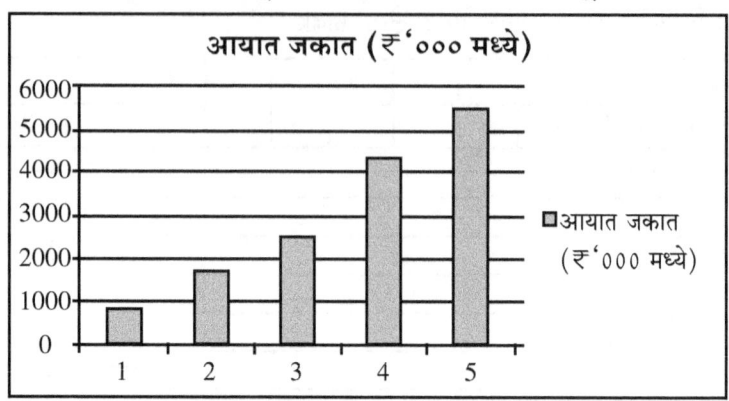

आयात जकात (₹'००० मध्ये)
0
आयात जकात (₹'000 मध्ये)

(आ) विभाजित स्तंभालेख : हा दिलेल्या आकडेवारीमधील वैशिष्ट्ये दाखवणारा आलेखाचा प्रकार आहे. एकाच चलामध्ये जर काही विविध प्रकार दर्शवायचे असतील तर हा प्रकार वापरला जातो. उदाहरण पाहा.

उदाहरण (3) : दोन कुटुंबांचा विरनिराळ्या बाबींवर होणारा खर्च पुढील तक्त्यात दर्शवला आहे. त्यावरून विभाजित स्तंभालेख तयार करा.

	कुटुंब 'क'	कुटुंब 'ख'
अन्न	150	150
कपडालत्ता	125	60
शिक्षण	025	50
इतर	190	70
बचत किंवा तूट	+10	−30

0

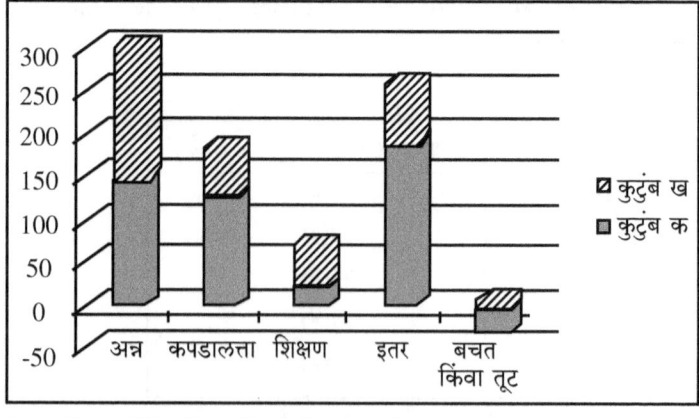

(इ) शेकडेवारी स्तंभालेख – विभाजित स्तंभालेखासारखाच हा प्रकार आहे. फक्त यात एक स्तंभ पूर्ण 100 चा तयार करून दाखवलेल्या प्रत्येक बाबीची शेकडेवारी दर्शवायची असते.

उदाहरण (4) पाहा. – खाली एका कुटुंबाची विविध बाबींवर होणाऱ्या खर्चाची आकडेवारी दर्शवली आहे. त्यावरून शेकडेवारी स्तंभालेख काढा.

बाब	₹ खर्च
अन्न	240
कपडालत्ता	66
भाडे	125
इंधन	57
शिक्षण	42
इतर	192

आता दिलेली प्रत्येक आकडेवारी शेकडेवारीत रूपांतरित करून घेऊ. कशी ते पाहा. संचयित वारंवारिता काढल्यामुळे शेकडेवारीच्या स्तंभावर आलेखन करणे सोपे जाते.

बाब	₹ खर्च	% खर्च	संचयित खर्च
अन्न	240	$\frac{240}{720} 100 = 33.33$	33.33
कपडालत्ता	66	$\frac{66}{720} 100 = 9.17$	42.5
भाडे	125	$\frac{125}{720} 100 = 17.36$	59.86
इंधन	57	$\frac{57}{720} 100 = 7.92$	67.78
शिक्षण	42	$\frac{42}{720} 100 = 5.83$	73.61
इतर	190	$\frac{190}{720} 100 = 26.39$	100
एकूण	729		

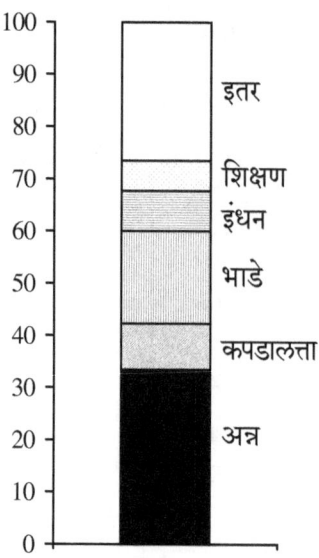

(ई) गुणित स्तंभालेख : दोन किंवा अधिक चलांची विविध बाबींमधील तुलना प्रकर्षाने दर्शवायची असेल तेव्हा गुणित स्तंभालेख वापरतात.

उदाहरण (5) पाहा. – 'अ' आणि 'ब' कंपन्यांना दिलेल्या पाच वर्षांत झालेला नफा दर्शवला आहे त्यावरून गुणित स्तंभालेख काढा.

नफा (₹ '000)

वर्षे	कंपनी (अ)	कंपनी (ब)
1991–92	120	90
1992–93	135	95
1993–94	140	108
1995–95	160	120
1995–96	175	130

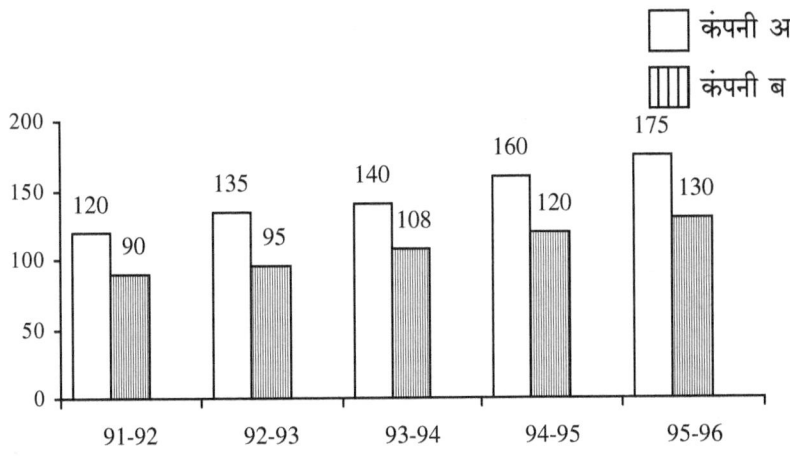

(3) वर्तुळाकार आलेख : याला वृत्तालेख असेही म्हणतात. हा प्रकार जास्त प्रभावी आहे. परंतु हा काढण्यासाठी गणिती क्रिया जरा जास्त कराव्या लागतात. हा प्रकार विशेषतः बजेटच्या बाबतीत रुपया येईल कसा व जाईल कसा याबाबत आपण पाहिला असेल. दिलेला प्रत्येक चल वर्तुळाच्या मध्यबिंदूपाशी असणाऱ्या 360^0 च्या कोनाशी पडताळून पाहावा आणि आलेला कोन वर्तुळाकार आकृतीमध्ये कोनमापकाचा वापर करून बसवावा. उदाहरण पाहा.

उदाहरण (6) सहाव्या पंचवार्षिक योजनेमधील पुढील बाबींवर होणारा शेकडा खर्च खालील तक्त्यात दर्शवला आहे. त्यावरून वृत्तालेख काढा.

शेती व ग्रामीण विकास	12.9%
सिंचन	12.5%
इंधननिर्मिती	27.2%
उद्योग व खाणी	15.4%
दळणवळण	15.9%
सेवा व इतर	16.1%

वरील आकडेवारी शेकडेवारीत दिली आहे. पुढील सूत्रानुसार आपण वर्तुळ मध्याभोवती होणारा कोन काढू. $\dfrac{\%}{100}$ x 360 = % खर्च x 3.6.

सर्वप्रथम कागदाच्या आकाराला साजेसे वर्तुळ काढून घ्या. वर्तुळ मध्यबिंदूपासून परीघाला स्पर्श करणारी एक सरळ त्रिज्या काढा. त्रिज्येला पायारेषा मानून मध्यबिंदू हा कोनमापकाचा मध्यबिंदू माना आणि गणिती क्रिया करून आलेला पहिला कोन

काढा (460). आता ही पायारेषा कल्पून पुढील कोन काढा. याप्रमाणे वृत्तालेख पूर्ण करा.

शेती व ग्रामीण विकास	12.9%
सिंचन	12.5%
इंधननिर्मिती	27.2%
उद्योग व खाणी	15.4%
दळणवळण	15.9%
सेवा व इतर	16.1%

बाब		मध्यबिंदूपाशी होणारा कोन
शेती व ग्रामीण विकास	12.9%	12.9 x 3.6 =460
सिंचन	12.5%	12.5 x 3.6 = 450
इंधननिर्मिती	27.2%	27.2 x 3.6 = 980
उद्योग व खाणी	15.4%	15.4 x 3.6 = 560
दळणवळण	15.9%	15.9 x 3.6 = 570
सेवा व इतर	16.1%	16.1 x 3.6 = 580
एकूण	100	3600

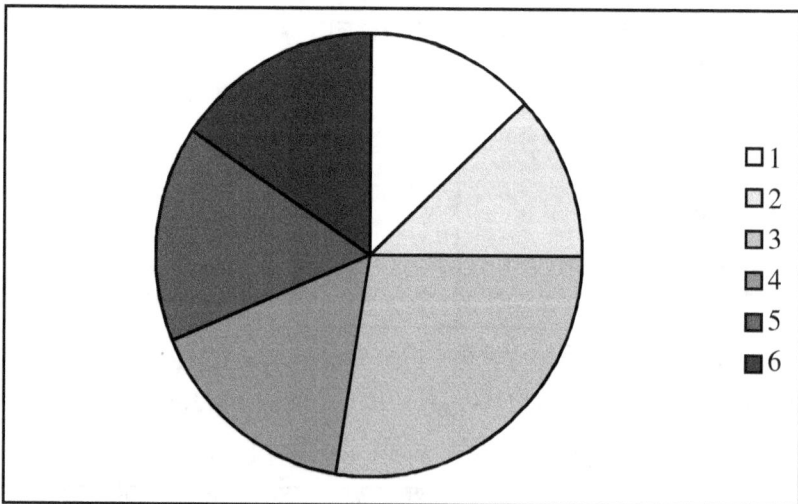

1
2
3
4
5
6

आलेखा बाबतची ही पुढील उदाहरणे सोडवून दाखवली आहेत, ती पाहा.

(1) संप करण्याच्या कारणांच्या अभ्यासातून पुढील निष्कर्ष काढले गेले आहेत. ते पाहून स्तंभालेख काढा.

कारणे	आर्थिक	वैयक्तिक	राजकीय	शत्रुत्व	इतर
संप	58	16	10	6	10

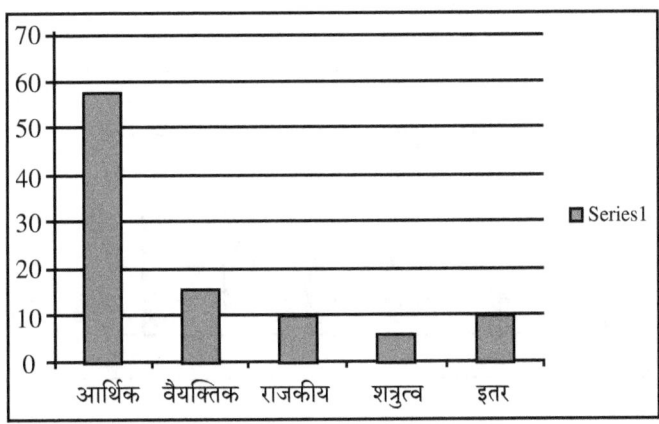

(2) भारतातील फिल्म इंडस्ट्रीमधून बाहेर पडलेल्या फिल्मसची संख्या पुढीलप्रमाणे दिला आहे, त्यावरून योग्य ते आलेख काढा.

वर्ष	1947	1951	1961	1971	1981	1991	2001
फिल्मस	281	229	303	396	433	414	448

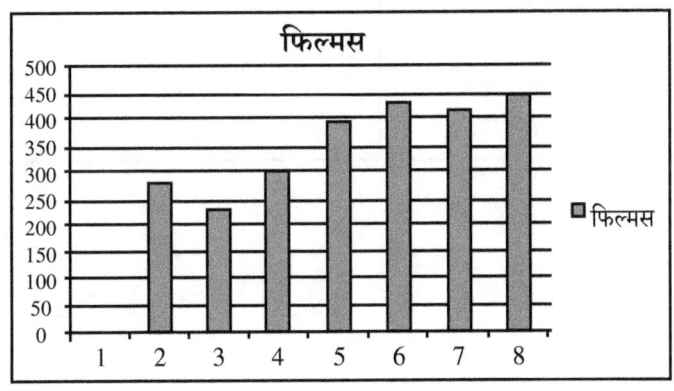

(3) लोकसंभेवर निवडून जाणाऱ्या महिलांची प्रत्येक निवडणुकीतील संख्या पुढे दिली आहे. त्यावरून स्तंभालेख काढा.

वर्ष	1952	1957	1962	1967	1972	1977
महिला	22	27	34	31	22	19

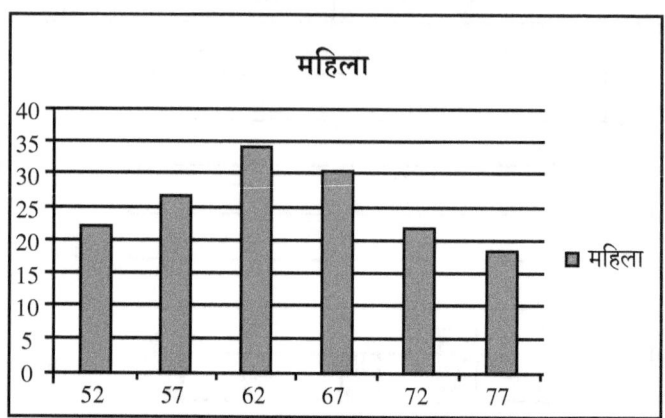

(4) खालील माहिती आलेख बद्ध करा.

वर्ष	वितरित झालेले चलन (₹ कोटीमधे)
1970–71	4221
1971–72	4655
1972–73	5272
1973–74	6159
1974–75	6231
1975–76	6572
1976–77	7778

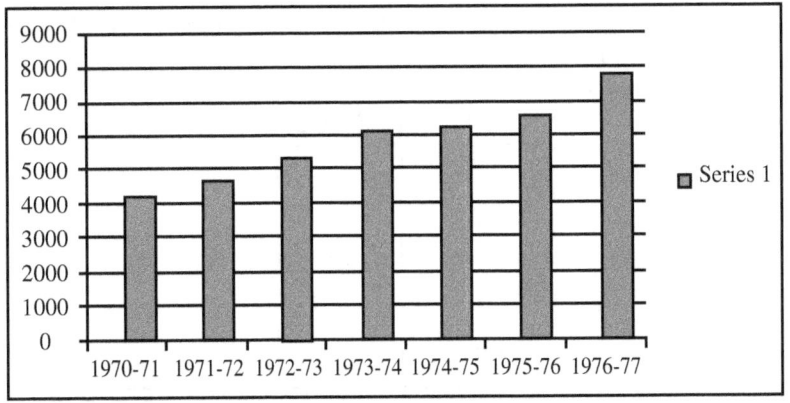

(5) तुलनात्मक स्तंभालेख काढा.

खर्चाच्या बाबी	कुटुंब (अ)	कुटुंब (ब)
अन्न	400	480
कपडालत्ता	200	400
घरभाडे	160	200
इंधन	80	120
इतर	160	400
-------	-------	-------
एकूण उत्पन्न	1000	1600

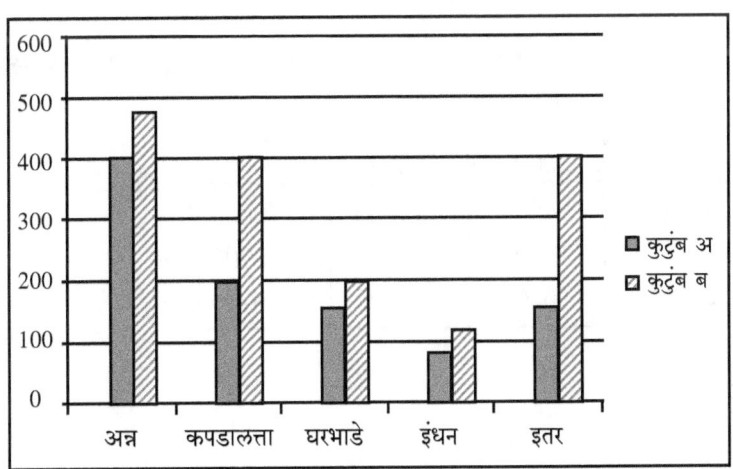

(6) दोन टेबले बनविण्याचा खर्च पुढे दिला आहे, त्यावरून तुलनात्मक स्तंभ आलेख काढा.

खर्च बाब	टेबल 1	टेबल 2
लाकूड	50	100
स्क्रू इ.	20	30
श्रम	100	150
इतर	30	20
एकूण	200	300

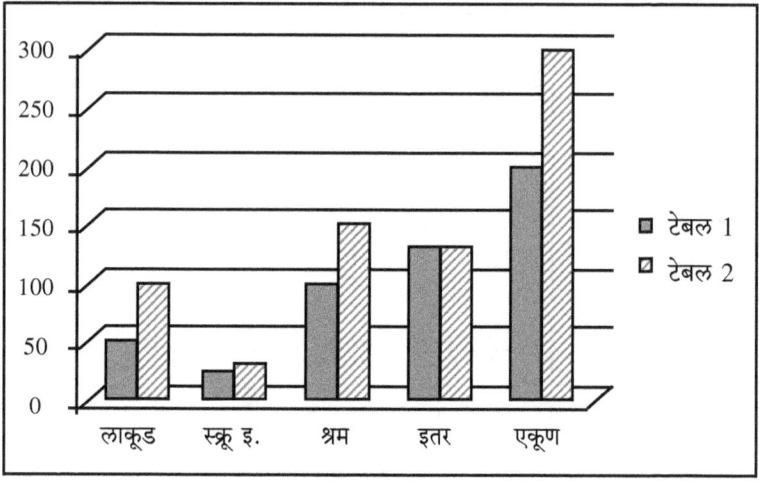

(7) प्राथमिक शिक्षण घेणाऱ्या मुलांची वर्गवार आकडेवारी पुढे दिली आहे, त्यावरून योग्य तो स्तंभालेख काढा.

	2000	2005	2009
पहिली	16600	17800	19000
चौथी	16000	17400	18700
आठवी	10200	14000	16700

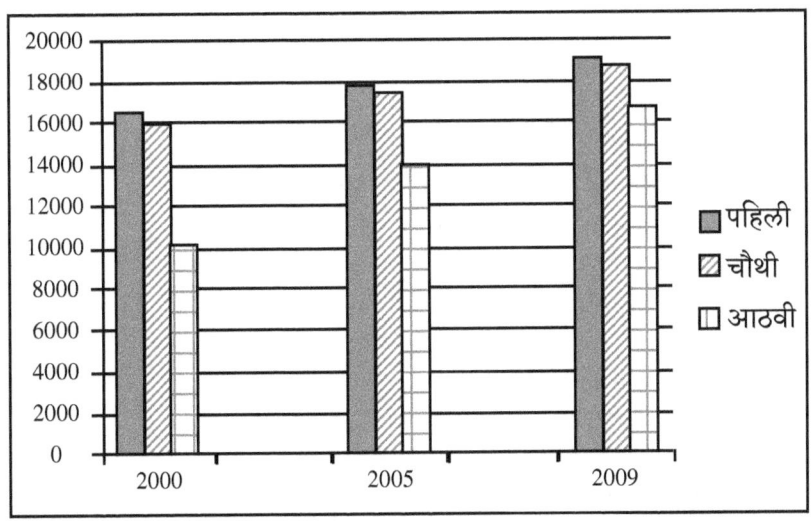

(8) पुढील तक्त्यामध्ये महासागरांनी व्यापलेली जागा दर्शवली आहे, त्यावरून वृत्तालेख काढा.

महासागराचे नाव	चौ.कि.मी.(दशलक्षामध्ये)
पॅसिफिक	70.8
अटलांटिक	41.2
हिंदी	28.5
अंटार्क्टिक	7.6
आर्क्टिक	4.8

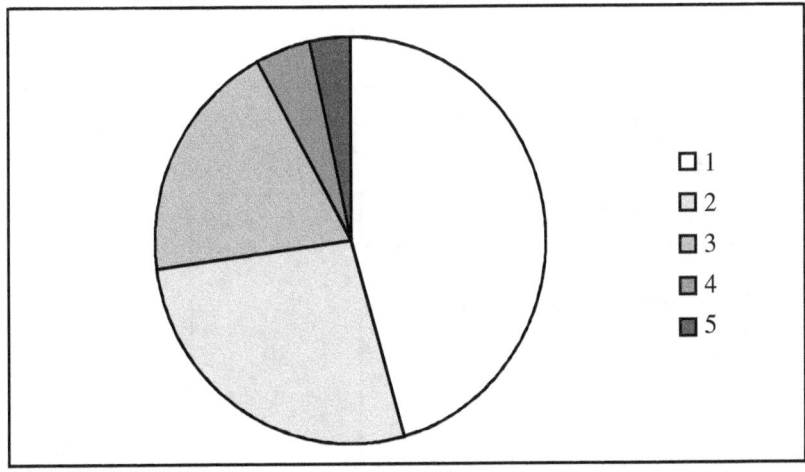

(9) आठव्या पंचवार्षिक योजनेमध्ये खालील बाबींवरील खर्चाची योजना दिली आहे. त्यावरून वृत्तालेख काढा.

बाब	खर्च (₹ कोटी)
शेती व ग्रामीण विकास	8000
सिंचन योजना	4000
उद्योग व खाणी	7000
वाहतूक व दळणवळण	5500
इतर	2500

एकूण	27000
	=====

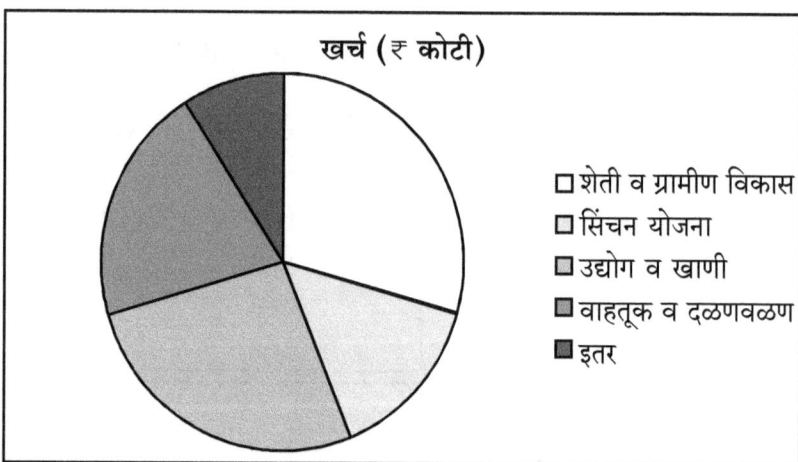

खर्च (₹ कोटी)

□ शेती व ग्रामीण विकास
□ सिंचन योजना
▨ उद्योग व खाणी
▨ वाहतूक व दळणवळण
■ इतर

(10) दोन कुटुंबांचा दरमहा होणारा खर्च पुढे दिला आहे, त्यावरून स्तंभालेख काढा.

खर्चाच्या बाबी	कुटुंब (अ)	कुटुंब (ब)
अन्न	150	120
कपडालत्ता	100	80
घरभाडे	120	80
इंधन	80	40
इतर	90	40

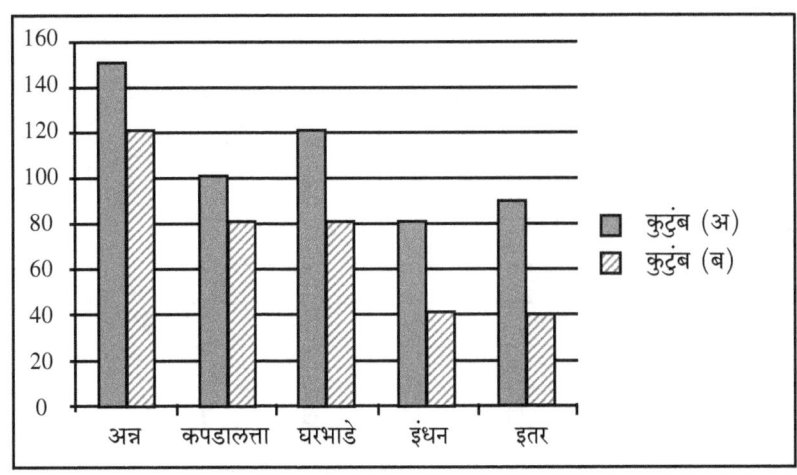

(11) भारतीय कापूस उत्पादक संघाकडून 1976 ते 1982 या वर्षांतील उत्पादनाची आकडेवारी मिळालेली आहे. दिलेल्या आकडेवारीवरून स्तंभालेख काढा

वर्षे	वापरला जाणारा कापूस (प्रत्येक 70 कि.ग्रॅ. ची रिळे '000)
1976–77	6752
77–78	6616
78–79	6981
79–80	7412
80–81	7678
81–82	7035

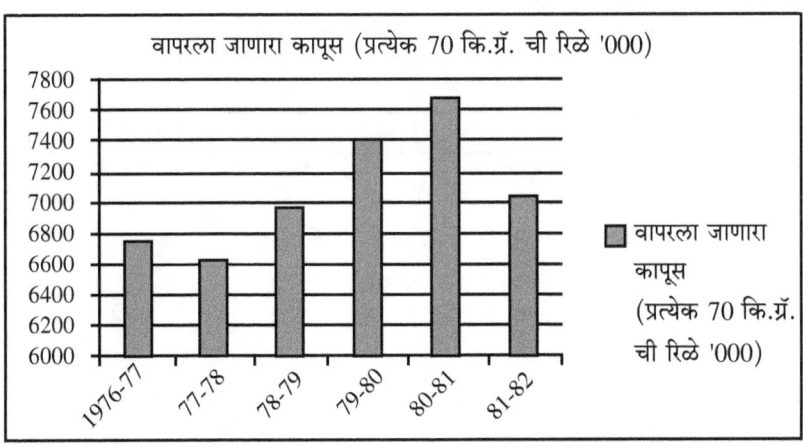

(12) दिलेल्या आकडेवारीवरून स्तंभालेख काढा

Year	1972	77	82	87	92	1997
No. of Women	30	39	47	57	65	78

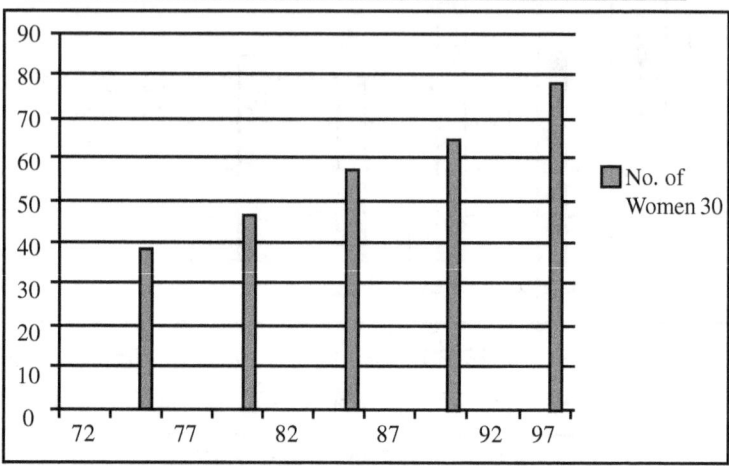

(13) भारतातील महिलांचे विवाहाचे वय खाली दिले आहे. त्यावरून स्तंभालेख व रेखावृत्त काढा

Age group in Years	No. of Women
15−19	11
19−24	36
24−29	28
29−34	13
34−39	07
39−44	03
44−49	02

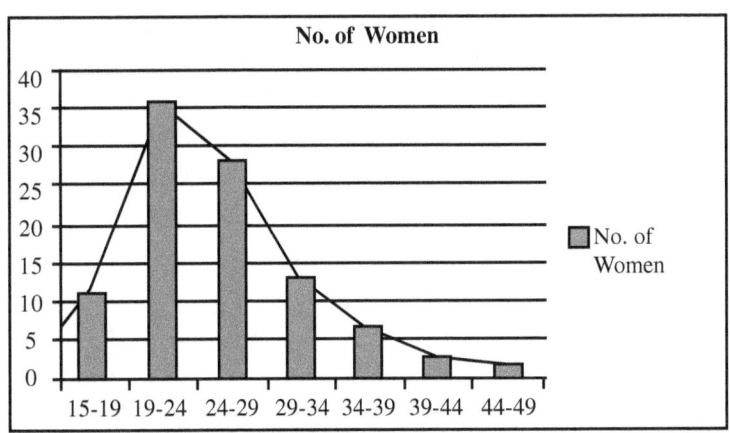

(14) दिलेल्या आकडेवारीवरून स्तंभालेख व वृत्तालेख काढा.

Class:	0-5	5-10	10-15	15-20	20-25	25-30	30-35	35-40
F:	7	10	20	13	17	10	14	9

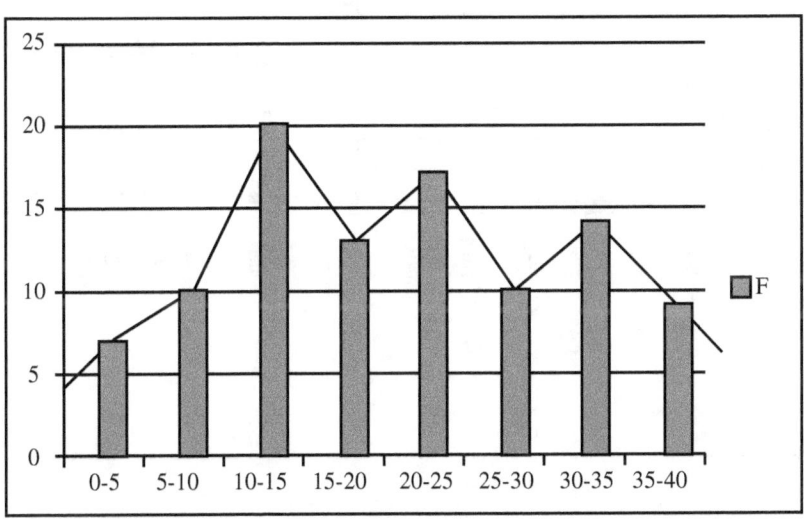

(15) महाराष्ट्रातील शिक्षणाच्या खर्चाची आकडेवारी पुढे दिली आहे. त्यावरून विभाजित स्तंभालेख काढा.

	खर्च (₹ कोटीमध्ये)			
	1970−71	80−81	81−82	82−83
प्राथमिक शिक्षण	69.7	77.9	118.2	134.7
माध्यमिक शिक्षण	36.6	44.6	73.3	87.4
विशेष शिक्षण	2.0	2.2	3.5	4.2
विद्यापीठ व उच्च शिक्षण	14.1	15.7	22.9	25.1
तंत्रशिक्षण	1.3	1.4	2.2	2.9
खेळ व विद्यार्थिकल्याण	1.3	1.5	2.1	2.3
सर्वसाधारण	1.1	1.1	1.6	1.8
एकूण	136.1	144.4	223.8	258.4

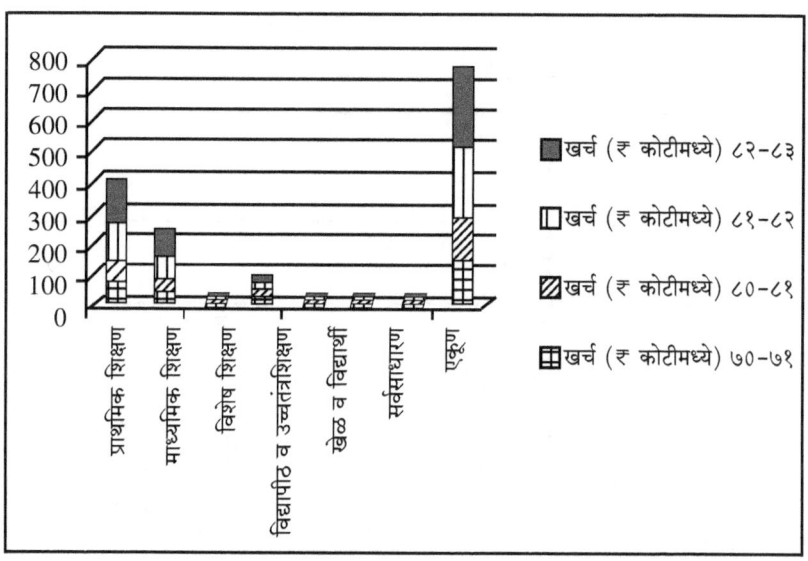

(16) 1996-97 ते 2002-03 या काळातील मासळी उत्पादनाची आकडेवारी पुढे दिली आहे, त्यावरून विभाजित स्तंभालेख काढा.

Year	Marine	Inland	Total
1996-97	5.34	2.18	7.52
1997-98	8.80	2.80	11.60
1998-99	10.86	6.70	17.56
1999-00	15.55	8.87	24.42
2000-01	16.98	11.03	28.01
2001-02	17.16	11.60	28.76
2002-03	12.47	8.42	20.89

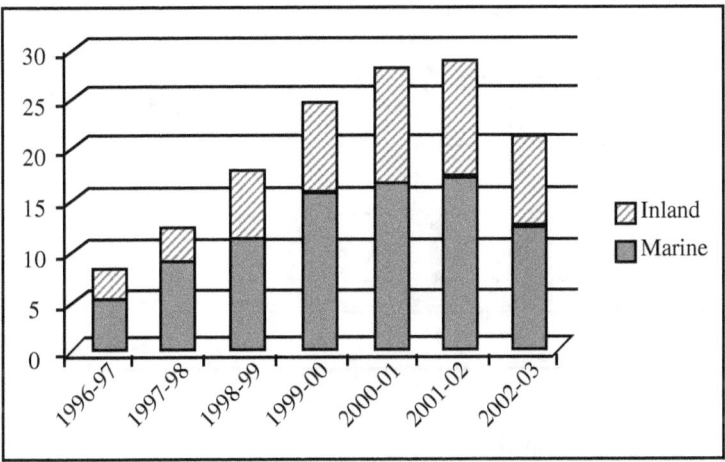

(17) दिलेल्या आकडेवारीवरून गुणित स्तंभालेख काढा आणि विचारलेल्या प्रश्नांची उत्तरे लिहा.

₹ हजारांमध्ये

वर्ष	विक्री	स्थूल नफा	निव्वळ नफा
1995	100	30	10
1996	120	40	15
1997	130	45	25
1998	150	50	25

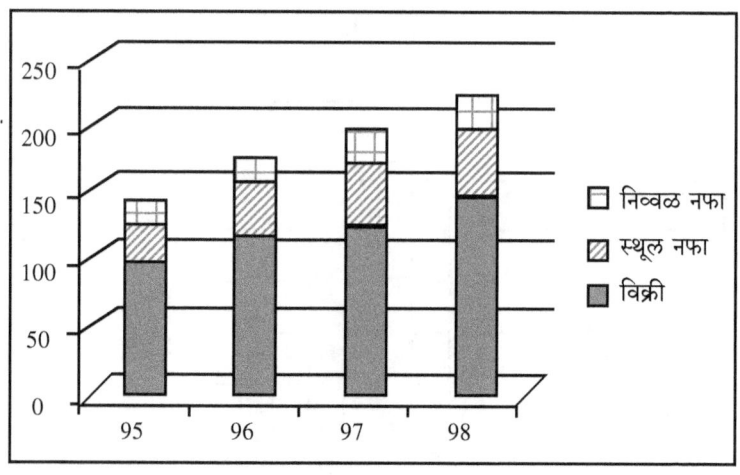

1. कोणत्या वर्षात जास्तीत जास्त नफा झाला आहे ?
2. 1995 पेक्षा 1997 मध्ये किती टक्के जास्त नफा झाला आहे ?
3. निव्वळ नफ्याची सरासरी काढा.
4. कोणते वर्ष सर्वांत कमी विक्री दर्शवत आहे?
5. कोणत्या वर्षात स्थूल व निव्वळ यातील फरक सर्वांत जास्त आहे ?

(18) 1983-84 या वर्षातील राजस्थान राज्याच्या खर्चाचे बजेट दिले आहे त्यावरून वत्तलेख काढा.

क्रम	क्षेत्र	बजेट
1	कृषी व पूरक सेवा	66.3
2	सहकार	5.5
3	सिंचन व इंधन	216.4
4	उद्योग व खाण व्यवसाय	18.8
5	दळणवळण व संवाद	19.0
6	सामाजिक सेवा	100.6
7	इतर	2.4
		429.0

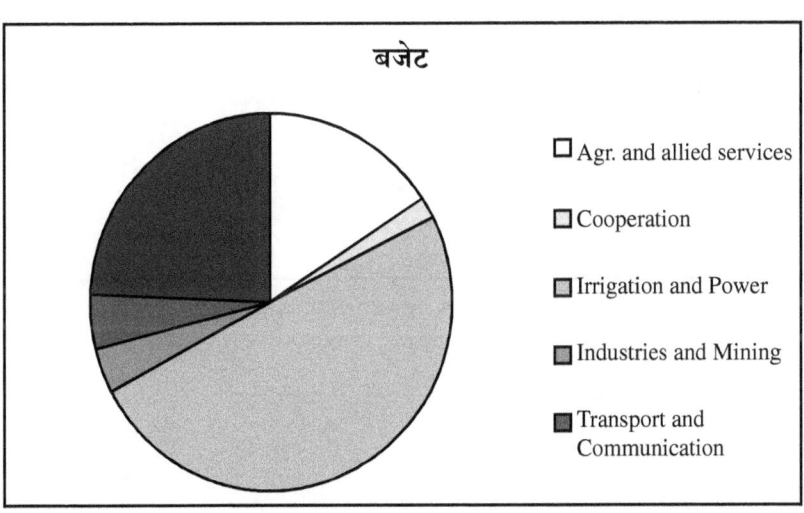

बजेट

☐ Agr. and allied services

☐ Cooperation

▨ Irrigation and Power

▨ Industries and Mining

▨ Transport and Communication

(19) 1997–98 मधील राज्य सरकारच्या खर्चाचा अंदाज पुढे दिला आहे, त्यावरून वृत्तालेख काढा.

तपशील	ग्राम व कृषी विकास	शहर व उद्योग विकास	शिक्षण व आरोग्य	इतर
₹ कोटीमधे	4200	1500	1000	500

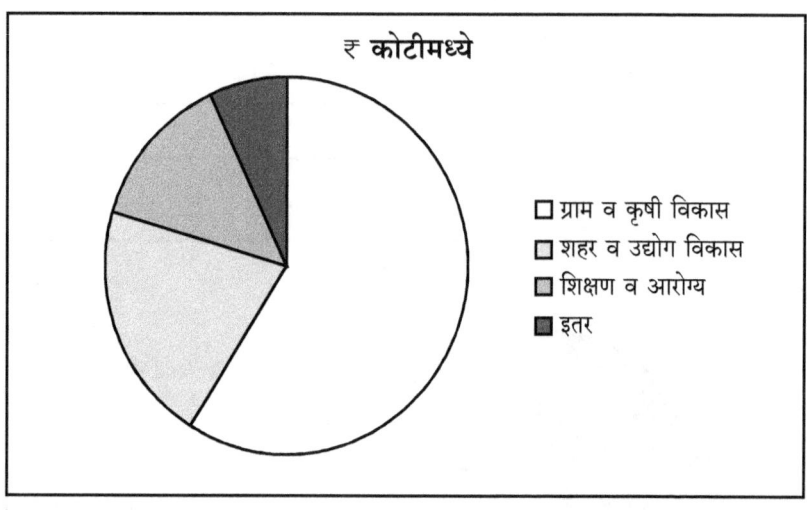

₹ कोटीमध्ये

☐ ग्राम व कृषी विकास
☐ शहर व उद्योग विकास
☐ शिक्षण व आरोग्य
◼ इतर

३ केंद्रीय प्रवृत्तीची मोजमापे

Measures of Central Tendency

3.1 अंकगणिती सरासरी अर्थ, व्याख्या, गुण व दोष **(Arithmetic Mean: Meaning, Merits and Demerits)**

3.2 अंकगणिती सरासरीचे मोजमाप वैयक्तिक, खंडित व अखंडित **(Computation of -rithmetic Mean - Individual, Discrete and Continuous series)**

3.3 मध्यका – अर्थ, व्याख्या, गुण व दोष **(Median: Mea ning, Merits and Demerits)**

3.4 मध्यकेचे मोजमाप – वैयक्तिक, खंडित व अखंडित **(Calculation of Median - Individu al, Discrete and Continuous series.)**

3.5 बहुलक – अर्थ, व्याख्या, गुण व दोष **(Mode: Meaning, Merits and Demerits)**

3.6 बहुलकाचे मोजमाप – खंडित व अखंडित **(Calculation of Mode - Discrete and Continuous series)**

3.7 विचलनाचे मोजमाप – अर्थ **(Dispersion: Meaning)**

3.8 चलन – गुण–दोष **(Variation: Merits - Demerits)**

3.9 सरासरी विचलन **(Mean Deviation)**

3.10 प्रमाणित विचलन **(Standard Deviation)**

3.11 सहगुणक **(Co-efficient)**

सोडवण्यासाठी उदाहरणे

1) एका व्यवसायसंस्थेतील कामगारांना मिळालेले आठवड्याचे वेतन खाली दिले आहे, त्यावरून सरासरी वेतन काढा.
789, 678, 567, 965, 876, 768, 670, 656, 650, 680, 760, 580, 650, 650, 650.

2) एका वर्गातील विद्यार्थ्यांची उंची (इंचामध्ये) पुढे दिली आहे, त्यावरून वर्गातील मुलांची सरासरी उंची काढा.
65, 62, 61, 60, 56, 59, 67, 64, 63, 62, 56, 59, 58, 64, 65, 62, 61, 61, 60, 64.

3) अर्थशास्त्रामध्ये मिळालेले गुण खाली दिले आहेत. त्यावरून गुणांची सरासरी काढा.
34, 45, 54, 65, 57, 42, 46, 47, 57, 62, 61, 18, 24, 35, 46.

4) एका दवाखान्यात प्राथमिक आरोग्य तपासणीसाठी आलेल्या अधिकाऱ्यांना गावातील लोकांचे वजन (कि. ग्रॅ.) पुढीलप्रमाणे आढळले. तर लोकांचे सरासरी वजन काढा.

वजन (कि. ग्रॅ.) –	50	54	62	65	72
संख्या	15	20	25	30	10

5) खाली दिलेल्या माहितीच्या आधारे सरासरी काढा.

मिळालेले गुण	0-10	10-20	20-30	30-40	40-50	50-60	60-70
मुलांची संख्या	6	5	8	15	7	6	3

6) पुढील संख्यांची मध्यका काढा. 12, 17, 14, 13, 11, 18. 19. 15. 16

7) प्रथम वर्गातील विद्यार्थ्यांची उंची (इंचामध्ये) पुढे दिली आहे, त्यावरून वर्गातील मुलांच्या उंचीचा बहुलक काढा.
60, 62, 61, 60, 56, 59, 60, 60, 60, 62, 50, 59, 58, 64, 65, 62, 61, 61, 60, 60, 60, 62, 58, 60, 56, 60, 60, 53, 57, 58, 60, 60, 62, 61, 60.

8) पुढे दिलेल्या माहितीवरून मध्यका काढा.

उंची (से.मी.)	100-110	110-120	120-130	130-140	140-150
विद्यार्थिसंख्या	05	08	20	10	07

9) आठ नाणी एकाचवेळी हवेत उडवली, असे 256 वेळा केल्यावर किती वेळा छापा पडला ते खाली दिले आहे, त्यावरून मध्यका काढा.

छापा	0	1	2	3	4	5	6	7	8
संख्या	1	9	26	59	72	52	29	7	1

उत्तरे – (1) 705.93 (2) 61.45 इंच (3) 46.2 (4) 60.5 (कि. ग्रॅ.) (5) 33.4 (6) 15
(7) 60 (8) 126.25 (से.मी.), (9) 4
प्रत्येक गणिताला 2 गुण घेऊन किती गुण मिळतात ते पहा.

3.1 केंद्रीय प्रवृत्ती म्हणजे काय?

मागील प्रकरणात आपण आकडेवारी गोळा कशी करतात, त्या आकडेवारीचे विभाजन कसे करतात ते शिकलो. सगळी आकडेवारी एकदम अभ्यासता येत नाही, ती अभ्यासण्यासाठी काही तंत्रे वापरावी लागतात.

साधारणपणे जी आकडेवारी जमा होते ती एखाद्याच संख्येभोवती एकवटलेली आढळते. काही थोड्या संख्या तिच्या आजूबाजूला जरा बाहेर असतात. अशा एकाच संख्येभोवती बऱ्याच संख्या एकवटण्याला साधारण केंद्रीय प्रवृत्ती म्हणतात. आकडेवारीचा अभ्यास करण्यासाठी आपल्याला ही केंद्रिभूत होणारी संख्या समजावी लागते. ही संख्या सर्व आकडेवारीचे प्रतिनिधित्व करते. ती कोणती हे पाहण्यासाठी काही तंत्रे विकसित केलेली आहेत. या तंत्रांच्या साहाय्याने अशी केंद्रस्थानी असलेली संख्या शोधता येते. त्याला त्या आकडेवारीची सरासरी काढणे किंवा मध्यका शोधणे किंवा बहुलक काढणे असे म्हणतात. यांपैकी सरासरी अनेक प्रकारची असते.

ज्याप्रमाणे आकडेवारी विविध माध्यमांतून आणि विविध प्रकारे समोर येते त्याप्रमाणे हे केंद्रीय प्रवृत्ती मोजण्याचे प्रकारदेखील बदलतात. सरासरी, मध्यका आणि बहुलक काढताना कधी नुसतीच आकडेवारी म्हणजे संख्यामाला असते, तर कधी ती खंडित तर कधी संतत श्रेणीमध्ये असते. (खंडित आणि संतत श्रेणी हे प्रकार मागील प्रकरणात आपण पाहिले आहेत). कधी फार लहान प्रमाणात असते तर कधी हजारोंच्या संख्येने आणि शिवाय वारंवारितेसह असते.

आता जसे गणिते सोडवायला आपण कॅल्क्युलेटर वापरतो तशीच ही आकडेवारीची प्रवृत्ती शोधायला आता संगणक वापरतात. संगणकाच्या विशिष्ट प्रणालीमध्ये आकडेवारी भरली की सर्व उत्तरे तयार मिळतात. परंतु त्यासाठी सुद्धा मुळात आपल्याला काय करायचे आहे, ते माहीत होण्यासाठी हे सर्व प्रकार आपण शिकायचे. सरसकट कॅल्क्युलेटर वापरला जात असला तरी शाळेत बेरजा वजाबाक्या किंवा इतर गणित शिकणे जसे आवश्यक असते, तसेच अगदी पायाभूत अभ्यास म्हणून सरासरी, मध्यका आणि बहुलक काढायला आपण शिकणार आहोत. सर्वप्रथम सरासरीपासून सुरुवात करू.

3.1.2 सरासरी

सरासरी म्हणजे मध्यमान किंवा माध्य. आपण व्यवहारात फार सहजपणे आणि ढोबळपणे सरासरी हा शब्द वापरतो. वर्गातील मुलांची सरासरी उंची, मिळालेले गुण, उत्पन्न इ. आपण सरासरीतच सांगतो. एखादा विद्यार्थी फार हुशार नसेल तर त्याच्या बद्दल बोलताना आपण तो average आहे असेही सांगतो. परंतु सांख्यिकीमध्ये मात्र सरासरीचा अर्थ वेगळा आहे.

गटातील सर्व संख्यांचे प्रतिनिधित्व करणारी एक संख्या म्हणजे सरासरी – अशी सरासरीची थोडक्यात व्याख्या आपण करू शकतो. गोळा केलेल्या आकडेवारीची बेरीज (एकूण मूल्य) भागिले एकूण नगसंख्या (एकूण घटक) यांचा भागाकार म्हणजे सरासरी. ही संख्या त्या गटाच्या आवाक्यातील किंवा गटाच्या मर्यादेतीलच असते. गटातील सर्व संख्यांचे गुणधर्म त्यात प्रतिबिंबित होतील अशा पद्धतीने ती निवडलेली असते. या व्याख्येवरून आपल्याला दोन गोष्टी कळतात **एक** – सरासरी म्हणजे एक संख्या असते. आणि **दोन** – ती आपल्या सर्व गटाचे प्रतिनिधित्व करते. साधारणपणे सरासरी ही दोन टोकांच्या संख्यांमधली संख्या असते. अति मोठी किंवा अति लहान अशी ती नसते. मध्यममान, मध्यमान किंवा माध्य सरासरीचीच नाव हाच अर्थ दर्शवतात. या एका सरासरी वरून आपल्याला सर्व गटाचा अंदाज येऊ शकतो. याचे अगदी उत्तम उदाहरण म्हणजे आपण जे दरडोई उत्पन्न काढतो त्याचे सूत्र पाहा.

$\dfrac{\text{राष्ट्रीय उत्पन्न}}{\text{लोकसंख्या}}$ = दरडोई उत्पन्न. राष्ट्रातील प्रत्येक माणसाचे उत्पन्न काढून लक्षात ठेवत बसण्यापेक्षा सरसकट राष्ट्रीय उत्पन्नाला लोकसंख्येने भागले की सरासरी मिळते आणि सरासरीच्या या एका संख्येवरून लोकांचे सर्वसाधारण उत्पन्न आपल्याला समजते.

अशा प्रकारे सरासरीवरून दोन बाबींची तुलना करणेदेखील सोपे जाते. भरपूर मोठ्या आकडेवारी चे एका संख्येमध्ये रूपांतर करून त्या दोन संख्यांची तुलना करता येते. उदाहरणार्थ, दोन महाविद्यालयांच्या तृतीय वर्ष कला शाखेतील निकालांच्या सरासरीवरून त्या दोन महविद्यालयांची तुलना करता येईल. अशा तुलना करून कोणते महाविद्यालय चांगले असेही ठरवता येईल. अगदी देशपातळीवरदेखील आपण अशा तुलना काही ठिकाणी करतो. दोन देशांतील दरडोई उत्पन्न, राष्ट्रीय उत्पन्न, यांची तुलना देशांची सांपत्तिक स्थिती ठरविण्यासाठी करतोच. सलग काही वर्षांच्या अशा तुलना करून आपल्याला त्या देशांच्या प्रगतीच्या वाटचालीचा अंदाज करता येतो.

3.1.3 सरासरीचे प्रकार

1. अंकगणिती सरासरी – वर ज्या सरासरीचे स्पष्टीकरण दिले आहे तिलाच आपण अंकगणिती सरासरी असे म्हणतो. सर्व सामान्य माणसे ज्याला सरासरी म्हणतात

ती ही अंकगणिती सरासरी. दिलेल्या सर्व अंकांच्या बेरजेला दिलेल्या अंकांच्या संख्येने भागले असता ही सरासरी मिळते. ही सरासरी काढायला आपण शाळेत शिकलो आहोत. दिलेल्या उदाहरणांपैकी पहिली काही गणिते पाहा.

1) एका व्यवसायसंस्थेतील कामगारांना मिळालेले आठवड्याचे वेतन (₹) खाली दिले आहे, त्यावरून सरासरी वेतन काढा.

x = 789, 678, 567, 965, 876, 768, 670, 656, 650, 680, 760, 580, 650, 650, 650.

या गणितामध्ये दिलेल्या सर्व वेतनाची बरीज करायची. त्या बेरजेला कामगारांच्या संख्येने भागले असता आपल्याला वेतनाची सरासरी मिळेल. पाहा कशी ते.

$\sum x$ = 789 + 678 + 567 + 965 + 876 + 768 + 670 + 656 + 650 + 680 + 760+ 580 + 650 + 650 + 650 = 10589.

आता 10589 ÷ 15 = 705.93

2) एका वर्गातील विद्यार्थ्यांची उंची (इंचामध्ये) पुढे दिली आहे, त्यावरून वर्गातील मुलांची सरासरी उंची काढा.

$\sum x$ = 65 + 62 + 61 + 60 + 56 + 59 + 67 + 64 + 63 + 62 + 56 + 59 + 58 + 64 + 65 + 62 + 61 + 61 + 60 + 64 = 1229.

आता 1229 ÷ 2= 61.45

3) अर्थशास्त्रामध्ये मिळालेले गुण खाली दिले आहेत. त्यावरून गुणांची सरासरी काढा.

= 34, 45, 54, 65, 57, 42, 46, 47, 57, 62, 61, 18, 24, 35, 46. हे गणित वरील प्रमाणेच सोडवा. सरासरी काढताना (x) या चलाच्या मूल्यांची बेरीज करा. आणि त्याला एकूण अवलोकनांच्या संख्येने भागा. म्हणजे सरासरी मिळेल.

अंकगणिती सरासरी मध्ये ही झाली नुसत्या दिलेल्या संख्यांची सरासरी. आता जेव्हा वारंवारिता दिलेली असते तेव्हा अंकगणिती सरासरी कशी काढतात, ते पाहू. हे गणित पाहा.

1) एका दवाखान्यात प्राथमिक आरोग्य तपासणीसाठी आलेल्या अधिकाऱ्यांना गावातील लोकांचे वजन (कि. ग्रॅ.) पुढीलप्रमाणे आढळले. तर लोकांचे सरासरी वजन काढा.

वजन (कि. ग्रॅ.) –	50	54	62	65	72
वारंवारिता संख्या	15	20	25	30	10

या गणितामध्ये लोकांचे वजन दिलेले आहे आणि तेवढे वजन असलेल्या

लोकांची संख्या वारंवारिता संख्या म्हणून दिलेली आहे. (वजन म्हणजे (xi) मानू आणि वारंवारिता म्हणजे (fi) मानू.) दिलेल्या रकान्यांवरून असे कळते की 50 किलो वजन असलेली 15 माणसे आहेत. 54 किलो वजन असलेली 20 माणसे आहेत. आता एकूण वजन काढायचे तर प्रत्येक माणसाचे वजन घेऊन त्याची बेरीज केली पाहिजे, 50 किलोची 15 माणसे म्हणजे 50 x 15 = 750 किलो वजन + 54 किलो वजन असलेली 20 माणसे म्हणजे एकूण वजन झाले 54 x 20 = 1080 किलो. अशी प्रत्येक वारंवारिता आणि त्याच्यासमोरील गटात दर्शवलेली संख्या यांचा गुणाकार करायचा. त्या सर्व गुणाकारांची बेरीज करायची ($\sum fixi$, $\sum$ ग्रीकअक्षरह्वसिग्मा या नावाने ओळखले जाते व त्याचा अर्थ म्हणजे 'बेरीज' किंवा एकूण म्हणून याला समेशन असे ही म्हणतात). म्हणजे आपल्याला गावातील लोकांचे एकूण वजन कळेल. त्या एकूण वजनाला गावातील लोकांच्या संख्येने ($\sum f$) गावातील. एकूण लोकसंख्या म्हणजे दिलेल्या वारंवारितेची बेरीज. ती आहे (15+20+25+130+10= 100.) आलेल्या एकूण वजनाला 100 ने भागले की सरासरी समजेल पाहा कसे ते.

वजन (xi)	वारंवारिता (fi)	एकूण वजन (fixi)
50	15	750
54	20	1080
62	25	1550
65	30	1950
72	10	720
-------------	------------	------------
	$\sum fi$ =100	$\sum fixi$ = 6050

सरासरी वजन $= \overline{X} = \frac{\sum fixi}{\sum fi} = \frac{6050}{100}$ (उच्चार एक्स बार x असा करायचा.)

याचा अर्थ $\overline{x}$ किंवा मध्यमान, माध्य. आता दुसरे तसेच उदाहरण पाहा. खाली दिलेल्या माहितीच्या आधारे सरासरी काढा.

मिळालेले गुण	0 -10	10 -20	20-30	30-40	40-50	50-60	60-70
मुलांची संख्या	6	5	8	15	7	6	3

या ठिकाणी मिळालेल्या गुणांचे गट (वर्ग) दिलेले आहेत. त्या गटात गुण

मिळवणाऱ्या मुलांची संख्या वारंवारिता संख्या म्हणून दिलेली आहे. आपण मागील पाठात पाहिले की जेव्हा गट दिलेला असतो, तेव्हा दिलेली वारंवारिता ही साधारण गटमध्याभोवती एकवटलेली असते असे मानावे. त्याप्रमाणे आपण आता आधी गटमध्य काढून घेऊ आणि नंतर मग पहिल्या उदाहरणाप्रमाणे प्रथम गटमध्याचा आणि वारंवरितेचा गुणाकार करू, त्यांची बरीज करू.

मिळालेले गुण (xi)	मुलांची संख्या (fi)	गटमध्य (xi)	fixi
0-10	6	5	30
10-20	5	15	75
20-30	8	25	200
30-40	15	35	525
40-50	7	45	315
50-60	6	55	330
60-70	3	65	195
	$N = \sum fi = 50$		$\sum fix = 1670$

अंकगणिती सरासरी $= \dfrac{\sum fixi}{\sum fi} = \dfrac{1670}{50} = 33.4$

सरासरी काढायची ही एक पद्धत आहे. या उदाहरणात आपली आकडेवारी लहान आहे. त्यामुळे आपल्याला गणिती क्रिया करायला सोपे गेले. परंतु बऱ्याच वेळेला फार मोठी आकडेवारी असते आणि संख्याही बऱ्याच असतात. तेव्हा सरासरी काढण्याची एक लघुत्तरी पद्धत वापरतात. ती पाहू या. खालील उदाहरण पाहा.

मिळालेले गुण (xi)	मुलांची संख्या (fi)	Fixi
20	8	160
30	12	360
40	20	800
50	10	500
60	6	360
70	4	280
	$N = 60$	$\sum fixi = 2640$

प्रथम पहिल्याच पद्धतीने उत्तर किती येते ते पाहू.

अंकगणिती सरासरी $= \dfrac{\sum fixi}{\sum fi} = \dfrac{2640}{60} = 41$

- आता याच गणितावर लघुत्तरी क्रिया करून पाहू. लघुत्तरी पद्धतीमध्ये एक सर्वसाधारण संख्या गृहीत धरायची (A), ही संख्या दिलेल्या आकडेवारीतून वजा करायची आणि नवीन मालिका तयार करायची त्याला (di) असे नाव द्यायचे. आता या di ला f ने म्हणजे वारंवारितेने गुणायचे. त्यांची बेरीज करायची ($\sum$fi) आणि एकूण अवलोकन संख्येने (N) भागायचे. येणाऱ्या उत्तरात वजा केलेली संख्या मिळवायची आणि सरासरी काढायची. वर. घेतलेलेच उदाहरण घेऊन पाहू. ($\sum$fi=N)

उदाहरण :1

मिळालेले गुण (x)	मुलांची संख्या (f)	di = (xi - A)	fidi
20	8	20-40 = -20	-160
30	12	30-40 = -10	-120
40	20	40-40 = 00	00
50	10	50-40 = 10	100
60	6	60-40 = 20	120
70	4	79-40 = 30	120
	N = 60		$\sum fidi = 60$

A= 40 मानू.

लघुत्तरी अंकगणिती सरासरी काढण्याचे सूत्र पुढीलप्रमाणे आहे.

$\bar{x} = A + \dfrac{\sum fixi}{N} = 41 = 41$

∴ A −= गृहीत धरलेली

संख्या di = (xi - A), N = एकूण अवलोकन केलेली संख्या या उदाहरणात मिळालेल्या गुणांचे गट संतत श्रेणीत आहेत. समजा श्रेणी खंडित असेल तर ती श्रेणी संतत करून घ्यावी. उदाहरणार्थ, समजा 1 -9, 10 -19, 20-29 असे गट असतील तर 0.5 - 9.5, 9.5 - 19.5, 19.5 - 29.5 असे गट संतत श्रेणीतील करून घ्यावे. त्यांचा गटमध्य काढावा आणि वर दिल्याप्रमाणेच सर्व गणिती क्रिया कराव्यात.

3.3 चांगल्या सरासरीचे गुण (वैशिष्ट्ये)

(1) समजण्यास सोपी असते.

(2) सरासरी काढण्यासही सोपी असते.

(3) गटातील सर्व संख्यांवर अवलंबून असते.

(4) गटातील प्रत्येक संख्येचा परिणाम सरासरीवर होतो. पण कोणत्याही एका (अति जास्त किंवा अति कमी) संख्येचा) परिणाम ज्यावर होत नाही तिलाच चांगली सरासरी म्हणावे.

(5) पुरेशी स्पष्ट असते. एका सरासरीतून दोन तीन अर्थ निघाले असे होत नाही.

(6) पुरेशी स्पष्ट असल्यानेच विविध बाबींची तुलना करण्यासाठी ती वापरता येते.

3.3.1 सरासरीतील दोष किंवा मर्यादा

(1) सरासरी दिलेल्या सर्व आकडेवारीतील सर्व संख्यावर अवलंबून असते, त्यामुळे एखादी जरी संख्या अती लहान किंवा अतिमोठी असेल तर त्यामुळे सरासरी च्या संख्येवर परिणाम होतो. उदाहरणार्थ, एखाद्या क्रिकेटपटूच्या सामन्यामधील धावांची सरासरी काढताना त्याच्या सर्व सामन्यातील सर्व धावा मोजायच्या असतात, त्याने समजा 10 सामने खेळले आणि 9 सामन्यांत 100, 99, 97, 96, 95, 90, 90, 97, 97 (861) अशा धावा काढून 9 तो दहाव्या सामन्याला जर 0 वर बाद झाला तर त्याची सरासरी किती येईल ती पाहा सामन्यांतही त्याने 95 धावा काढल्या असत्या तर त्याच्या धावांची सरासरी $\frac{956}{10}$ = 95.6 आली ती आता एकदम $\frac{871}{10}$ = 87.1 वर आली.

(2) खुल्या वर्गाची आकडेवारी दिलेली असताना अंकगणिती सरासरी अंदाजानेच काढावी लागते. पहिला वर्ग आणि अंतिम वर्ग खुला असेल तर त्याची काही एक मर्यादा कल्पून सरासरी काढली जाते, जर ते वर्ग त्या कल्पनेच्या जास्त बाहेर जात असतील तर सरासरी चुकण्याची शक्यता असते.

(3) सरासरीचा अंक हा दिलेल्या आकडेवारीच्या मध्यभागाशी जास्त एकवटलेल्या संख्यांचे विश्लेषण करतो. त्यामुळे जेव्हा सर्वसाधारण वितरण (normal distribution) असेल तेथे सरासरी उपयोगी पडते. परंतु जेथे वितरण इंग्रजी U आकाराचे असते, तेव्हा सरासरी फारशी उपयोगी पडत नाही.

(4) प्रमाण व शेकडेवारी दिलेली असेल तर सरासरी काढणे अवघड होऊन बसते.

(5) आकडेवारीतील एखादा अंक जर मिळाला नाही तर सरासरी काढता येत नाही.

(6) सरासरीचा आलेला अंक कधी कधी आकडेवारीत दिलेल्या अंकांपेक्षा वेगळा असू शकतो.

(7) आलेखाच्या स्वरूपात दाखवता येत नाही

(8) जी आकडेवारी अंकांच्या स्वरूपात (संख्यात्मक) मिळू शकते तिचीच सरासरी काढता येते. गुणात्मक माहितीची सरासरी काढता येत नाही.

(9) नुसत्या परीक्षणाने सरासरी काढता येत नाही.

(10) कधी कधी फारच हास्यास्पद सरासरी मिळते. उदाहरणार्थ, तीन वर्गांमध्ये 60,50 आणि 42 मुले असतील तर 60+50+ 42= 152 /3 = 50.67 मुले असे उत्तर मिळते. मुलांची कधी विभागणी होत नाही.

सरासरीची ही काही उदाहरणे सोडवून दाखवलेली आहेत ती अभ्यासा.

I) साधी अंकगणिती सरासरी : सरळ पद्धत (Direct method)

उदाहरण 1: रोजंदारीवर काम करणाऱ्या कामगारांची दिवसाची मिळकत खाली दिली आहे.

11.6	8.22	12.56	12.14	29.23	18.23	11.49	11.30
17.00	9.16	8.64	27.56	8.23	19.17	12.81	

त्यांचे दर दिवसाची सरासरी मिळकत काढा.

उत्तर: x = 11.6 + 8.22 + 12.56 + 12.14 + 9.23 + 18.23 + 11.49 + 11.30 + 17.00 + 9.16 + 8.64 + 27.56 + 8.23 + 19.17 + 12.81 = 217.34

N = 10

$$\frac{\Sigma x}{n} = \frac{217.34}{15} = ₹ \ 14.48$$

उदाहरण 2 : एका कारखान्यात काम करणाऱ्या 10 जणांचे महिन्याचे वेतन पुढे दिले आहे. त्यावरून त्यांचे दरमहा सरासरी वेतन काढा.

उत्पन्न 1780, 1760, 1690, 1750, 1840, 1920, 1100, 1810, 1050, 1950

उत्तर : N =10

$\Sigma x = 16650$

$\dfrac{\Sigma x}{n} = 1665$

लघुत्तरी पद्धतीने–

A = 1800

X	1780	1760	1690	1750	1840	1920	1100	1810	1050	1950
X-A=d X-1800=d	-20	-40	-110	-50	40	120	-700	10	-750	150

$\sum d = -1350$

$$\frac{-1350}{10} + 1800 = \bar{x} = 1665$$

उदाहरण 3 : 130 पुरुषांचे लग्नाचे वय व त्याची वारंवारिता विभागणी खाली दिली आहे. त्यावरून लग्नाच्या वयाची सरासरी काढा.

उत्तर

वय:(x)	18	19	20	21	22	23	24	25	26	27	28	29
संख्या (f)	02	01	04	08	10	12	17	19	18	14	13	12
Fx=	36	19	80	168	220	276	408	475	468	378	364	348

वय = x, संख्या = f

समीकरण $\bar{x} = \frac{\sum fx}{n} = \frac{3240}{130} = 24.92$

उदाहरण 4 : एकेका मिनिटाच्या अंतराने 245 वेळा फोन कॉल्स आले त्याची आकडेवारी व वारंवारिता विभागणी खाली दिली आहे, त्यावरून सरासरी काढा. आलेल्या कॉल्सना वारंवारितेने गुणा.

कॉल्सची संख्या (x)	0	1	2	3	4	5	6	7	
वारंवारिता (f)	14	21	25	43	51	40	39	12	
Fx	0	21	50	129	204	200	234	84	$\sum fx$=922

N = 245

$\sum fx = 922$

$\bar{x} = \frac{\sum fx}{n} = \frac{922}{245} = 3.763$

उदाहरण 5 : महाविद्यालयातील गणिताच्या परीक्षेत मिळालेल्या गुणांची वारंवारिता खाली दिलेली आहे, त्यावरून सरासरी काढा.

गुण (x)	20	30	40	50	60	70
वारंवारिता (f)	8	12	20	10	6	4
fx	160	360	800	500	360	280

उत्तर–

$\Sigma fx = 2460, N = 60$

$\bar{x} = \dfrac{\Sigma fx}{n} = \dfrac{2446}{60} = 41$

आता खंडित आकडेवारी दिलेली असताना लघुत्तरी पद्धत कशी वापरायची ते पाहू.

पुढील समीकरण वापरा- : $\bar{x} = A + \dfrac{\Sigma fd}{N}$

गृहीत धरलेली सरासरी = −A

d = (X−A); N = एकूण वारंवारिता = Σfi

कोणतीही संख्या गृहीत सरासरी म्हणून घेऊ शकता. तो तुमचा A असेल.

आता d = (X−A) काढा. या प्रत्येक 'a' ने प्रत्येक अनुक्रमाने येणाऱ्या वारंवारितेला गुणा म्हणजे तुम्हाला fd मिळेल. त्याची बेरीज करा, म्हणजे Σfd मिळेल. आता $\dfrac{\Sigma fd}{N}$ काढा आणि वजा केलेला 'A' मिळवा. म्हणजे सरासरी मिळेल. आता या लघुत्तरी पद्धतीने वरील उदाहरण सोडवून पाहू या. A = 40 गृहीत धरू.

गुण (x)	20	30	40	50	60	70	
वारंवारिता (f)	8	12	20	10	6	4	= 60
x-40 = d	-20	-10	0	10	20	30	
fd	-160	-120	0	100	120	120	$\Sigma fd = 60$

उत्तर

$\bar{x} = A + \dfrac{\Sigma fx}{n} = 40 + \dfrac{2446}{60} = 41$

II) संतत किंवा सलग वर्ग दिलेले असताना सरासरी काढणे

अशा प्रकारे सरासरी काढण्याच्या तीन पद्धती आहेत: 1. प्रत्यक्ष किंवा सरळ 2- लघुत्तरी पद्धत किंवा शॉर्ट कट पद्धत 3) स्टेप डेव्हिएशन पद्धत

१) सरळ पद्धत:

M = मध्यबिंदू; f = वारंवारिता; N = एकूण संख्या

पायरी 1 – सर्वप्रथम दिलेल्या सलग मालिकेचे वर्गमध्य काढून घ्या. त्याला 'm' म्हणा.

पायरी 2 – प्रत्येक वर्गमध्याच्या समोर जी वारंवारिता दिलेली असेल त्यांचा गुणाकार करा. म्हणजेच वर्ग मध्याने त्याच्या वारंवारितेला गुणा व त्या स्तंभाची एकत्रित बेरीज करा. (Σfm)

या आलेल्या एकत्रित बेरजेला (Σfm) एकूण संख्येने (N) भागा म्हणजे सरासरी मिळेल.

उदाहरण – खाली दिलेल्या तक्त्यामध्ये जमीनधारणा क्षेत्र व त्यांची वारंवारिता दिलेली आहे. त्यावरून सरासरी जमीनधारणा काढा.

कृती

जमीनधारणा क्षेत्र	मध्यबिंदू = (m)	वारंवारिता = (f)	fm
0-2	1	48	48
2-4	3	19	57
4-6	5	10	50
6-8	7	14	98
8-10	9	11	99
10-20	15	09	135
20-40	30	02	60
40-60	50	01	50
		N= 114	$\Sigma fm = 597$

$$\bar{x} = \frac{\Sigma fm}{N} = \frac{597}{114} = 5.23$$

२) लघुत्तरी पद्धत

पुढील समीकरण वापरा. $\bar{x} = A + \dfrac{\Sigma fd}{N}$

दिलेल्या सलग वर्गांचे मध्यबिंदू काढून घ्या. त्याला (M) म्हणू. एक अंक गृहीत धरलेली सरासरी= –A म्हणून गृहीत (काल्पनिक) धरा. प्रत्येक पाहणीतून (आता M) मधून गृहीत धरलेली सरासरी= –A वजा करा म्हणजे d मिळेल. d = (M–A)

N = एकूण संख्या. = Σf

कोणताही एक अंक आपण सरासरी म्हणून गृहीत धरू शकतो. = A.
आता (M – A) करून d काढा. आलेल्या d च्या स्तंभाला त्याच्या अनुक्रमे वारंवारितेने गुणून *fd* चा स्तंभ मिळवा. त्या स्तंभाची बेरीज करा. $\sum fd.$
ता वरील उदाहरणच पुन्हा घेऊ.

कृती : शॉर्टकट किंवा लघुत्तरी पद्धत A –= 15 असे गृहीत धरू.

जमीनधारणा	मध्यबिंदू (M)	(M–A)=d	वारंवारिता	fd
0-2	1	-14	48	-672
2-4	3	-12	19	-228
4-6	5	-10	10	-100
6-8	7	-8	14	-112
8-10	9	-6	11	-66
10-20	15	0	09	0
20-40	30	15	02	30
40-60	50	35	01	35
		$\sum d = 8$	N= 114	$\sum fd$=–1113

$$\bar{x} = A + \frac{\sum fd}{N} = 15 + \frac{-1113}{114} = 15 - 9.76 = 5.23$$

उदाहरण : दिलेल्या वारंवारिता तक्त्यावरून दोन्ही पद्धतीने सरासरी काढा:

गुण	0-10	10-20	20-30	30-40	40-50	50-60	60-70	
वारंवारिता	6	5	8	15	7	6	3	50

कृती :

गुण	0-10	10-20	20-30	30-40	40-50	50-60	60-70	
मध्यबिंदू m	5	15	25	35	45	55	65	
वारंवारिता	6	5	8	15	7	6	3	50
fm	30	75	200	525	315	330	195	fx=1670
$d = \frac{x-A}{h}$	-3	-2	-1	0	1	2	3	
fd	-18	-10	-1	0	7	12	9	fd = -8

सरळ पद्धत: $\bar{x} = \frac{\sum fx}{\sum f} = \frac{1670}{50} = 33.4$

शॉर्टकट किंवा लघुत्तरी पद्धत : $\bar{x} = A + \frac{\sum fd}{N}$

आता आणखी एक तिसरी पद्धत पाहू. याला पायरी विचलन किंवा स्टेप डेव्हिएशन पद्धत असे म्हणतात.

स्टेप डेव्हिएशन पद्धत : $\bar{x} = A + \frac{\sum fd}{N} X\ i$

यामध्ये एक गृहीत धरलेली सरासरी म्हणजे A वजा करायचीच, परंतु शिवाय त्या येणाऱ्या संख्येला एका काल्पनिक अंकाने "i' भागायचे. हा अंक 10 किंवा 5 असा असला तर सोपे जाते. येणारे उत्तर अगदी लहान होते. आता त्या त्या उत्तरावर सरासरी काढण्यासाठी आवश्यक असलेल्या सर्व क्रिया करायच्या आणि शेवटी वजा केलेला - आणि भागाकार केलेल्या i ने गुणायचे. म्हणजे आपले उत्तर मिळेल. आता आपण उदाहरण पाहू.

उदाहरण : दिलेल्या आकडेवारीवरून तीनही प्रकारे सरासरी काढा.

गुण	0-10	10-20	20-30	30-40	40-50	50-60	Total
मध्यबिंदू (m)	5	15	25	35	45	55	
वारंवारिता (f)	5	10	25	30	20	10	100
fm	25	150	625	1050	900	550	3300

1) सरळ पद्धत

$$\bar{x} = \frac{\sum fm}{N} = \frac{3300}{100} = 33$$

2) शॉर्टकट पद्धत Short Cut method-

$$\bar{x} = A + \frac{\sum fd}{N}$$

A = काल्पनिक सरासरी ; d = मध्यबिंदू काल्पनिक सरासरी (M–A); N = एकूण संख्या;

कृती

काल्पनिक सरासरी घ्या = −A

प्रत्येक मध्यबिंदूमधून काल्पनिक सरासरी वजा करा. d

स्तंभाची बेरीज करा. Σfd

समीकरण वापरा. $\bar{x} = A + \dfrac{\Sigma fd}{N}$

A = 35 ₹.

गुण	0-10	10-20	20-30	30-40	40-50	50-60	Total
मध्यबिंदू = m	5	15	25	35	45	55	
वारंवारिता = f	5	10	25	30	20	10	100
(m–35) = d	-30	-20	-10	0	10	20	
fd	-150	-200	-250	0	200	200	-200

$$\bar{x} = A + \frac{\Sigma fd}{N} = 35 + \frac{-200}{100} = 35 - 2 = 33$$

3) Step Deviation methods स्टेप डेव्हिएशन पद्धत

काल्पनिक सरासरी 35 धरून i चे मूल्य 10 धरा. आता $\dfrac{x-A}{i}$ = d काढा.

आता वारंवारितेने गुणा 'fd' मिळेल. त्या स्तंभाची बेरीज करा.

पुढील समीकरण वापरा. : $\bar{x} = A + \dfrac{\Sigma fd}{N}$ x i

गुण	0-10	10-20	20-30	30-40	40-50	50-60	Total
मध्यबिंदू = m	5	15	25	35	45	55	
वारंवारिता = f	5	10	25	30	20	10	100
(m- 35)	-30	-20	-10	0	10	20	
(m- 35)/10 = d	-3	-2	-1	0	1	2	
fd	-15	-20	-25-	0	20	20	-20

A = 35   i = 10

$$\bar{x} = A + \frac{i\Sigma fd}{N} = 35 + \frac{-20}{100} X 10 = 35 - 2 = 33$$

उदाहरण : 80 हवाबंद डब्यातील पदार्थांचे आयुष्य तपासणाऱ्या संस्थेकडून पुढील आकडेवारी मिळाली आहे. त्यावरून सरासरी काढा. दिलेली वारंवारिता ही पेक्षा लहान वारंवारिता आहे हे लक्षात घ्या.

कृती :

हवाबंद डब्यातील पदार्थांचे आयुष्य (X)	मध्यबिंदू m	संचयित वारंवारिता	f	fm
0 - 1	0.5	3	3	1.5
1 - 2	1.5	12	9	13.5
2 - 3	2.5	14	2	5
3 - 4	3.5	22	8	28
4 - 5	4.5	33	11	49.5
5 - 6	5.5	46	13	71.5
6 - 7	6.5	58	12	78
7 - 8	7.5	66	8	60
8 - 9	8.5	75	9	76.5
9 - 10	9.5	80	5	47.5
	Total	409		431

$$\bar{x} = \frac{\sum fm}{n} = \frac{431}{409} = 1.05$$

उदाहरण : खाली दिलेल्या गटवार आकडेवारीमध्ये 'X' म्हणजे मध्यबिंदू आहेत आणि 'C' म्हणजे काल्पनिक सरासरी आहे. जर सरासरी 35.84 असेल तर वर्गांतर काढा आणि वर्ग तयार करा.

X-c	-21	-14	-7	0	7	14	21	total
वारंवारिता	2	12	19	29	20	13	5	100

कृती

X-c	-21	-14	-7	0	7	14	21	total
वारंवारिता	2	12	19	29	20	13	5	100
f(X-c)	-42	-168	-133	0	140	182	105	$\sum f(x-c) = 84$

$$\bar{x} = A + \frac{\Sigma fd}{N}$$

$$35.84 = A + \frac{84}{100} \quad \therefore \ A = 35$$

$$\bar{x} = 35.84 \ \text{(given)}$$

'A' ची किंमत मिळाली. आता X–c या स्तंभाकडे पाहू. या स्तंभातील X हा मध्यबिंदू आहे. आणि c म्हणजे –A आहे. आता आपणास –A चे मूल्य माहीत असताना मध्यबिंदू काढता येतील. हे मध्यबिंदू अनुक्रमे 14, 21, 28 आणि 35 असे येतील. ही मूल्ये ही 7 च्या फरकाने आहेत. याचा अर्थ वर्गांतर 7 आहे. म्हणजेच 7 हा मध्यबिंदू मानला तर अलीकडे व पलीकडे 3.5 चे अंतर आहे. म्हणजे पहिला अंक 14 हा मध्यबिंदू असेल तर 10.5 आणि 17.5 असा वर्ग मिळेल. आता आपले उत्तर पुढीलप्रमाणे असेल.

X-c	-21	-14	-7	0	7	14	21	total
वारंवारिता	2	12	19	29	20	13	5	100
f(X-c)	-42	-168	-133	0	140	182	105	$\Sigma f(x\text{-}c) = 84$
X	14	21	28	35	42	49	56	
वर्ग	10.5 17.5	17.5 24.5	24.5 - 31.5	31.5 -38.5	38.5 - 45.5	45.5 - 52.5	52.5 - 59.5	

लघुत्तरी पद्धतीने अंकगणिती सरासरी काढा.

गुण	20	30	40	50	60	70	
वारंवारिता	8	12	20	10	6	4	60

कृती

गुण	10-20	20-30	30-40	40-50	50-60	60-70	
मध्य बिंदू	15	25	35	45	55	65	
(M–A) = d	-20	-10	0	10	20	30	
वारंवारिता	8	12	20	10	6	4	60
fd	-160	-120	0	100	180	120	120

Use : $\bar{x} = A + \dfrac{\Sigma fd}{N}$: $\bar{x} = 35 + \dfrac{120}{60}$ ∴ $\bar{x} = 37$

उदाहरण : एका व्यवसाय संस्थेमध्ये कमीत कमी ₹ 8000 व जास्तीतजास्त ₹ 40000 एवढे वेतन दिले जाते. त्यासंबंधीची वारंवारिता खालील तक्त्यात दिली आहे त्यावरून सरासरी काढा. (सूचना–मध्यबिंदू काढून घ्या.)

आता हे गणित सूचनेनुसार तुम्ही सोडवा. उत्तर दिलेले आहे.

मासिक वेतन (₹)	कामगारांची संख्या	मासिक वेतन (₹)	कामगारांची संख्या
8000-12000	400	24000-28000	200
12000-16000	350	28000-32000	150
16000-20000	325	32000-36000	75
20000-24000	250	36000-40000	25

N = 1775

$\bar{x} = \dfrac{\Sigma fm}{N} = \dfrac{33450000}{17.75} = 18845.07$

सोडवा :

1: परीक्षेमध्ये 50 विद्यार्थ्यांनी मिळवलेले गुण पुढे दिले आहेत त्यावरून सरासरी काढा.

गुण	10-19	20-29	30-39	40-49	50-59	
वारंवारिता	8	8	15	11	8	50

कृती : मध्यबिंदू काढा. संतत श्रेणी करून घ्या.

गुण	10-19	20-29	30-39	40-49	50-59	
संतत वर्ग	9.5-19.5	19.5-29.5	29.5-39.5	39.5-49.5	49.5-59.5	
मध्यबिंदू (X)	15	25	35	45	55	
वारंवारिता (f)	8	8	15	11	8	50
fx	120	200	525	495	440	1780

$\bar{x} = \dfrac{\Sigma fx}{n} = \dfrac{1780}{50} = 35.6$

2 : कामगारांना मिळणाऱ्या दरमहा वेतनाचा तक्ता पुढे दिला आहे. कंसातील आकडे वारंवारिता दर्शवतात. त्यावरून सरासरी काढा.

वेतन (₹) . (कामगारांच्या संख्येची वारंवारिता कंसात दिलेली आहे.)

10-20 (05) 20-30 (14) 30-40 (21)

40-50 (25) 50-60 (20) 60-70 (10)

70-80 (05)

कृती : मध्यबिंदू काढून घ्या.

वेतन	10-20	20-30	30-40	40-50	50-60	60-70	70-80	
मध्यबिंदू (X)	15	25	35	45	55	65	75	
वारंवारिता (f)	5	14	21	25	20	10	05	100
fx	75	350	735	1125	1100	650	375	4410

$$\bar{x} = \frac{\sum fx}{n} = \frac{4410}{100} = 44.10$$

3.3 मध्यका (Median: Mea ning, Merits and Demerits)

हा केंद्रीय प्रवृत्तीचा दुसरा प्रकार मानला जातो. अगदी सुरुवातीला सांगितल्याप्रमाणे दिलेल्या आकडेवारीची केंद्रीय प्रवृत्ती मध्यकेनेदेखील काढता येते. मध्यकेचा अर्थ किंवा व्याख्या पाहू. मध्यका म्हणजे ज्या संख्येने दिलेल्या आकडेवारीचे बरोबर दोन समान भाग मधोमध पडतात आणि एक भाग त्या संख्येपेक्षा मोठा असतो आणि दुसरा त्या संख्येपेक्षा लहान असतो. म्हणजेच दिलेली आकडेवारी चढत्या क्रमाने लावून घेतली आणि बरोबर मधली संख्या पाहिली तर ती म्हणजे मध्यका. जसे सरासरी काढण्याचे वेगवेगळे प्रकार पाहिले तशाच मध्यकेच्यापण पद्धती आहेत.

1) आकडेवारी दिलेली असताना मध्यका काढणे

1. मध्यका ही गोळा केलेल्या आकडेवारीच्या मधले स्थान दर्शवते, म्हणजे मध्यका ही स्थानिक असते. उदाहरणार्थ, विद्यार्थ्यांची उंची (इंचामध्ये) पुढीलप्रमाणे दिलेली असेल, 60, 67, 65, 63, 62, 64, 61 तर प्रथम सर्व संख्या चढत्या क्रमाने लावून घेऊन मधल्या स्थानी असलेली संख्या म्हणजे मध्यका होय.

पाहा – प्रथम दिलेली आकडेवारी ओळीने लावून घेऊ –

60, 61, 62, 63, 64, 65, 67.

आता मधली संख्या पाहा, ती आहे 63, म्हणून 63 ही मध्यका आहे.

2. जेव्हा वारंवारितेशिवाय नुसती आकडेवारी किंवा अवलोकने दिलेली असतील तेव्हा ही पद्धत सोपी असते. त्यातही जेव्हा विषम अवलोकने असतील तेव्हा ही पद्धत वापरणे शक्य असते जर सम अवलोकने असतील तर मध्यस्थानी दोन संख्या येतील. अशा वेळी त्या दोन संख्यांच्या बेरजेला दोनने भागून मधली संख्या मिळवावी. उदाहरणार्थ, विद्यार्थ्यांची उंची (इंचामध्ये) पुढीलप्रमाणे दिलेली असेल. 60, 67, 65, 63, 62, 64, 61, 66 तर प्रथम सर्व संख्या चढत्या क्रमाने लावून घेऊ. 60, 61, 62, 63, 64, 65, 66, 67. आता मध्यस्थानी दोन संख्या आहेत. 63 आणि 64. आता मध्यका मिळवण्यासाठी $\frac{63+64}{2} = \frac{127}{2} = 63.5$ अशी मध्यका मिळेल.

वरील दोन्ही उदाहरणांमध्ये दिलेली अवलोकने कमी होती त्यामुळे आपण सहजपणे त्याचा मध्य काढू शकलो, परंतु बऱ्याच वेळा अवलोकने अर्धी करणे शक्य नसते, अशा वेळेस मधले अवलोकन काढण्यासाठी पुढील सूत्र वापरतात. $m = \frac{N+1}{2}$. या ठिकाणी N म्हणजे एकूण अवलोकने होत. वरील उदाहरणात 7 अवलोकने आहेत सूत्रानुसार $m = \frac{7+1}{2} = 4$. चौथे पद म्हणजे मध्यका आहे. पुढील उदाहरणात $m = \frac{8+1}{2} = 4.5$ म्हणजेच चौथे आणि पाचवे यांच्यामधील पद म्हणजे मध्यका आहे, असा त्याचा अर्थ आहे.

2) जेव्हा वारंवारिता (खंडित गट मालिका) दिलेली असते तेव्हा मध्यका काढणे.

• **उदाहरण**

एका वर्गातील विद्यार्थ्यांची उंची व त्यांची संख्या पुढे दिलेली आहे. तर उंचीची मध्यका काढा.

उंची (इंचामध्ये)	50	70	60	80	100	90
विद्यार्थिसंख्या	4	10	5	8	2	1

उंची (इंचामध्ये)	विद्यार्थिसंख्या	संचित वारंवारिता
50	4	4
60	5	9
_70_	_10_	_19_
80	8	27
90	1	28
100	2	30

आपल्या सूत्रानुसार $m = \frac{N+1}{2} = \frac{30+1}{2} = 15.5$

15.5 हे उत्तर आले. ते संचित वारंवारितेच्या ज्या गटात बसत असेल त्या गटाची अवलोकने म्हणजे मध्यका होय. 15.5 ही संख्या 19 या संचित वारंवारितेमधील आहे. तो गट म्हणजे 70 इंच उंची असलेला गट आहे. म्हणून मध्यका 70. या पद्धतीने मध्यका काढताना पुढील कृती ओळीने कराव्यात.

1. दिलेली मूल्ये चढत्या क्रमाने लावून घ्या, त्यांची वारंवारिता त्या त्या अवलोकनासमोर मांडा.
2. संचित वारंवारिता काढून घ्या. (पेक्षा लहान प्रकारची संचित वारंवारिता काढावी.)
3. $m = \frac{N+1}{2}$ सूत्राच्या आधारे m ची किंमत काढा.
4. आलेले मूल्य संचित वारंवारितेच्या कोणत्या गटात बसते ते पाहा व तो गट अधोरखित करा.
5. त्या गटाचे x मधील मूल्य म्हणजे मध्यका.

3) संतत मालिकेची मध्यका काढणे.

संतत मालिकेची मध्यका काढताना पुढील सूत्र वापरतात.

पहिले सूत्र - $\mathbf{m = \frac{N+1}{2}}$

दुसरे सूत्र - $\mathbf{M = L1 + \frac{L2-L1}{f1}\,(m - c)}$

यामध्ये,

M = मध्यका

L1 = मध्यका गटाचे कमीतकमी मूल्य

L2 = मध्यका गटाचे जास्तीतजास्त मूल्य

$f1$ = मध्यका गटाची वारंवारिता

c = मध्यका गटाच्या आधीच्या गटाची संचित वारंवारिता

$m = \frac{N+1}{2}$ चे मूल्य

उदाहरण

xi	fi	c.f.
0-10	10	10
10-20	8	18
20-30	12	30
<u>30-40</u>	<u>20</u>	<u>50</u>
40-50	5	55
50-60	10	65

पहिले सूत्र - $m = \frac{N+1}{2} = \frac{65+1}{2} = 33$

यावरून आपणास मध्यकेचा गट समजेल. तो गट आहे 30–40. आता दुसरे सूत्र वापरून मध्यका काढू.

$M = L1 + \frac{L2\text{-}L1}{f1}(m - c)$

$M = 30 + \frac{40\text{-}30}{20}(33–30)$

$M = 30 + \frac{10}{20} x\ 3$

$M = 30 + 1.5$

$M = 31.5$

5.3.1 मध्यकेचे गुण

(1) मध्यका अतिशय स्पष्ट असते.

(2) दिलेल्या आकडेवारीतीलच एखादा अंक म्हणजे मध्यका असते.

(3) समजायला सोपी आणि गणित फारसे न जाणणाऱ्या व्यक्तीलाही काढता येईल अशी सूत्रबद्ध मांडणी.

(4) मध्यका ही स्थानाशी संबंधित असल्याने खुला वर्ग असो किंवा ती लहान आणि अती मोठी संख्या असो मध्यकेचे मूल्य प्रभावित होत नाही.

(5) आकडेवारी अपूर्ण असली तरी मध्यका काढता येते. मध्य स्थानावरील संख्या आणि तिची वारंवारिता माहीत असली की मध्यका समजते.

(6) पहिला व शेवटचा वर्ग जरी खुला असला तरी मध्यकेचे मूल्य काढण्यात अडचण येत नाही.

(7) बऱ्याचदा नुसत्या पाहणीनेदेखील मध्यका काढता येते.

(8) आलेखाच्या आधारेदेखील मध्यका काढता येते. दोन्ही संचित वारंवारितेचे आलेख काढल्यास त्यांचा छेदनबिंदू म्हणजे मध्यका असते.

5.3.2 मध्यकेचे दोष

(1) सम संख्यांची अवलोकने असताना दोन मध्य मिळतात, नंतर त्यांची सरासरी काढावी लागते.

(2) मध्यका काढताना स्थान महत्त्वाचे असल्याने बीजगणिती क्रियांना महत्त्व उरत नाही.

(3) मध्यका काढताना स्थान महत्त्वाचे असल्याने त्याच्या आधी व नंतर कितीही मोठ्या अगर लहान संख्या असल्या तरी त्याचा परिणाम मध्यकेवर होत नाही.

(4) पदमालेची मांडणी चढत्या किंवा उतरत्या क्रमाने करावी लागते.

(5) सर्व संख्यावर अवलंबून नसल्याने मध्यका सर्व आकडेवारीची प्रातिनिधिक समजली जात नाही.

(6) दोन मध्यांच्या मध्ये जेव्हा मध्यका असते तेव्हा मात्र आकडेवारी न दिलेली संख्या मध्यका म्हणून मांडावी लागते, तेव्हा ती एक स्पष्ट संख्या नसते.

(7) गुणात्मक बाबींचीदेखील मध्यका काढता येते.

मध्यकेची उदाहरणे पाहू

1) खंडित आकडेवारी दिलेली असताना मध्यका काढणे

उदाहरण 1: विविध कौशल्ये अंगात असणाऱ्या लोकांना पहिली नोकरी मिळवण्यासाठी कराव्या लागणाऱ्या प्रतीक्षेची आकडेवारी पुढे दिली आहे, त्याची मध्यका काढा.

11.6, 11.3,10.7, 18.0, 3.3,9.2, 8.3,3.8, 6.8

कृती : 1. दिलेली आकडेवारी चढत्या क्रमाने लावा.

3.3, 3.8, 6.8, 8.3, 9.2, 10.7, 11.3,11.6,18.0

2. $\frac{N+1}{2}$, मधला अंक मिळेल. N म्हणजे एकूण संख्या. इथे एकूण संख्या 9 आहे

$\frac{9+1}{2} = 5$. म्हणजे पाचव्या स्थानावरचा अंक म्हणजे मध्यका होय. वरील उदाहरणात पाचव्या स्थानावर 9.2 हा अंक आहे म्हणून 9.2 हा मध्यका होय.

2. कृषिक्षेत्रातील निर्यातीची आकडेवारी पुढीलप्रमाणे आहे. आकडेवारी ₹ कोटी मधील आहे, तर मध्यका काढा.

29.7 16.6 2.3 14.1, 36.6, 18.7, 3.5, 21.3

कृती – 1. दिलेली आकडेवारी चढत्या क्रमाने लावा, इथे मधला अंक काढण्यासाठी $(n+1)/2$ हे समीकरण उपयोगी पडणार नाही, तर मध्यभागी दोन संख्या येतात, म्हणून त्या मधल्या दोन संख्यांची सरासरी काढायची.

2.3, 3.5, 14.1, 16.6, 18.7, 21.3, 29.7, 36.6

2. मधल्या दोन संख्यांची सरासरी = $\dfrac{16.6+18.7}{2}$ = 35.3 ही मध्यका होय.

3- पुढील संख्यांची मध्यका काढा. 12, 17, 14, 13, 11, 18. 19. 15. 16

सर्वप्रथम सर्व संख्या चढत्या क्रमाने लावून घेऊ.

11, 12, 13, 14, <u>15</u>, 16, 17, 18, 19.

$N = 9.$ ∴ $\dfrac{N+1}{2} = \dfrac{9+1}{2} = 5$ ∴ 5 व्या स्थानावरील संख्या म्हणजे 15 ही मध्यका होय.

II) गटाने दिलेल्या आणि वारंवारिता असलेल्या खंडित आकडेवारीची मध्यका काढणे.

(1) दिलेली आकडेवारी चढत्या क्रमाने लावा.

(2) पेक्षा कमी संचित वारंवारिता स्तंभ काढणे.

(3) $\dfrac{N+1}{2}$ काढा, त्या अंकापेक्षा जास्त संचित वारंवारिता असलेला गट निवडा.

(4) त्या गटाची जी आकडेवारी असेल ती मध्यका होय.

4 : 8 नाणी एकाच वेळेस हवेत उडवली आणि किती वेळा छापा आला ते मोजले त्याची आकडेवारी खाली दिली आहे. असे 256 वेळा केले. तर मध्यका काढा.

छापा पडला	0	1	2	3	4	5	6	7	8
वारंवारिता	1	9	26	59	72	52	29	7	1
पेक्षा कमी संचित वारंवारिता	1	10	36	95	167	219	248	255	256

संचित वारंवारिता काढून घ्या.

$N = 256 = \Sigma f$

$\dfrac{N+1}{2} = 128$

128 या अंकापेक्षा जास्त संचित वारंवारिता असलेला गट निवडा. हा गट आहे 167 चा. म्हणून त्या गटाची आकडेवारी म्हणजे 4 हा अंक मध्यका होय.

5: दिलेल्या आकडेवारीवरून मध्यका काढा.

उत्पन्न (₹)	4000	4500	5800	5060	6600	5380
व्यक्तींची संख्या	24	26	16	20	6	30

कृती

आधी आकडेवारी क्रमाने लावून घ्या आणि नंतर संचित वारंवारिता (cf) तयार करा.

उत्पन्न (₹)	4000	4500	5060	5380	5800	6600
व्यक्तींची संख्या	24	26	20	30	16	6
संचित वारंवारिता cf	24	50	70	100	116	122

मध्यका = $\frac{N+1}{2}$ वा अंक = $\frac{122+1}{2} = 61.5$

61.5 ही संख्या संचित वारंवारितेच्या 70 या गटात बसते. त्याचे मूल्य म्हणजे 5060. म्हणून मध्यका 5060.

III) संतत गटाची मध्यका काढणे:

(1) सर्वप्रथम मध्यका असणारा गट शोधून घ्यावयाचा आहे.

(2) त्याकरता $\frac{N}{2}$ हे सूत्र वापरायचे. ($\frac{N+1}{2}$ हे सूत्र वापरायचे नाही.)

(3) पुढील समीकरण वापरावे.

$$\text{मध्यका} = L + \frac{\frac{n}{2} - c.f.}{f} \times i$$

L = मध्यका असणाऱ्या गटाचे कमीतकमी असलेले मूल्य

c.f. = मध्यका असणाऱ्या गटाच्या आधीच्या गटाची संचित वारंवारिता

F= मध्याकेच्या गटाची साधी वारंवारिता.

I = मध्यकेच्या गटाचे वर्गांतर

6: खाली दिलेल्या वारंवारिता विभागणीवरून मध्यका काढा.

गुण	वारंवारिता f	संचित वारंवारिता c.f.
5-10	7	7
10-15	15	22
15-20	24	46
20-25	31	77
25-30	**42**	**119**
30-35	30	149
35-40	26	175
40-45	15	190
45-50	10	200

$\frac{n}{2} = \frac{200}{2} = 100$ ही संख्या 119 या गटात येते.त्यागटाचे कमीतकमी मूल्य व आधीच्या गटाची संचित वारंवारिता म्हणजे L= 25, c.f. = 77, f = 42, i= 5

मध्यका $= L + \frac{\frac{n}{2} - c.f.}{f} \times i = 25 + \frac{100-77}{42} \times 5 = 25+2.74 = 27.74$

7 : पुढे दिलेल्या माहितीवरून मध्यका काढा.

उंची (से.मी.)	100-110	110-120	120-130	130-140	140-150
विद्यार्थि-संख्या	05	08	20	10	07

x	f	c.f.
100-110	5	5
110-120	8	13
120-130	20	33
130-140	10	43
140-150	7	50
	50	

पहिले सूत्र – m $= \frac{N+1}{2} = \frac{50+1}{2} = 25.5$

यावरून आपणास मध्यकेचा गट समजेल. तो गट आहे -120-130. आता दुसरे सूत्र वापरून मध्यका काढू.

$$M = L1 + \frac{L2\text{-}L1}{f1}(m - c)$$

$$M = 120 + \frac{10}{20}(25.5\text{-}13) = 126.25$$

7 : पुढे दिलेल्या माहितीवरून मध्यका काढा.

वजन (ग्रॅ)	सफरचंदे
410-419	14
420-429	20
430-439	42
440-449	54
450-459	45
460-469	18
470-479	7

कृती

वजन (ग्रॅ)	सफरचंदे	संचित वारंवारिता
419.5-419.5	14	14
419.5-429.5	20	34
429.5-439.5	42	76
439.5-449.5	**54**	**130**
449.5-459.5	45	175
459.5-469.5	18	193
469.5-479.5	7	200

मध्यका = $\frac{n}{2} = \frac{200}{2}$ =100 ही संख्या 130 या गटात येते. त्यागटाचे कमीतकमी मूल्य व आधीच्या गटाची संचित वारंवारिता म्हणजे, L= 439.5, c.f. =76, f = 54, i= 10

$$\text{मध्यका} = L + \frac{\frac{n}{2} - c.f.}{f} x\ i = 439.5 + \frac{100\text{-}76}{54} 10 = 439.5 + 4.44 = 443.94$$

सोडवा

उदाहरण : 150 विद्यार्थ्यांच्या वजनाची वारंवारिता पुढे दिलेली आहे. त्यावरून मध्यका काढा.

वजन (कि.ग्रॅ). :	30-40	40-50	50-60	60-70	70-80	80-90
संख्या:	18	37	45	27	15	08

3.5 बहुलक (Mode)

दिलेल्या आकडेवारीमध्ये जी संख्या सर्वांत जास्त वेळेला आलेली आहे ती म्हणजे बहुलक. एका अर्थाने बहुलक काढणे फार सोपे आहे. बहुल म्हणजे पुष्कळ. दिलेल्या संख्यामालेमध्ये ज्या संख्येची वारंवारिता सगळ्यात जास्त असते ती संख्या म्हणजे बहुलक. बहुलक म्हणजे इंग्रजीतील मोड (Mode). बहुलकाचे प्रमुख गुण म्हणजे

(1) ते काढण्यासाठी गणिती क्रिया कराव्या लागत नाहीत आणि

(2) संख्यात्मक तसेच गुणात्मक आकडेवारीसाठीदेखील बहुलक काढता येतो. एखाद्या दिलेल्या आकडेवारीमध्ये दोन बहुलक असू शकतात त्याला द्विबहुलक असे म्हणतात, एखाद्या आकडेवारीत तीन बहुलकदेखील असू शकतात. त्याला त्रीबहुलक असे म्हणतात आणि चारदेखील असू शकतात त्याला बहु बहुलक असे म्हणतात.

बहुलक = ज्या संख्येची वारंवारिता सर्वांत जास्त आहे ती संख्या

बहुलक म्हणजे मधलीच संख्या असेल असे नाही किंवा मधल्याच्या जवळपास असेल असेही नाही. जर तुमची आकडेवारी सर्वसाधारण वितरित असेल तर बहुलक हा सरासरीच्या जवळपास असू शकतो. जर आकडेवारी एकाच बहुलकाची असेल आणि आकडेवारी सर्वसाधारण समान वितरित असेल तरच बहुलक, सरासरी आणि मध्यका समान असतील.

खंडित पदमालेसाठी पदमाला कोणत्याही क्रमाने लावून घ्यायची गरज नाही. नुसत्या एका दृष्टिक्षेपाने बहुलक समजू शकतो.

• **उदाहरण :** एका क्रिकेट खेळणाऱ्या खेळाडूची 20 सामन्यातील धावांची आकडेवारी पुढे दिली आहे तर बहुलक काढा.

68, 70, 73, 71, 78, 70, 69, 70, 72, 74, 72, 69, 67, 70, 70, 71, 69, 74, 71, 72 ही खंडित आकडेवारी आहे या आकडेवारीची पाहणी केल्यास जास्त वेळेला आलेली संख्या 70 आहे, म्हणून बहुलक 70.

- **उदाहरण** : हॉकीच्या 10 मॅचेसमध्ये एका टीमचे गुण पुढीलप्रमाणे झाले, 7, 5, 0, 7, 8, 5, 5, 4, 1, आणि 5. या आकडेवारीचे परीक्षण केल्यास 5 हा आकडा पुन्हा पुन्हा आलेला दिसतो. म्हणून 5 हा बहुलक आहे.

एखाद्या आकडेवारीमध्ये दोन संख्या समान जास्त वेळेला आल्या आहेत असे पण दृष्टीस येऊ शकते. अशा वेळेस दोन बहुलक आहेत असे आपण म्हणतो.

- **उदाहरण** : एका हॉकी टीम चे गोल्स पुढीलप्रमाणे झाले आहेत. त्यावरून बहुलक काढा.

0, 1, 3, 0, 4, 3, 1, 2, 0, 3

यामध्ये आकडेवारीची नीट पाहणी केल्यास असे आढळते, की 2 आणि 4 या संख्या एकदाच आल्या आहेत. 1 ही संख्या दोनदा आली आहे आणि 0 व 3 या दोन संख्या तीनदा आल्या आहेत. तेव्हा या उदाहरणात दोन बहुलके आहेत. 0 आणि 3.

एखाद्या आकडेवारीमध्ये दोन बहुलके असणे म्हणजे दिलेली आकडेवारी ही एकजिनसी (homogeneous) नाही.

- **उदाहरण** : बास्केट बॉलच्या खेळात किशोरच्या टीमला मिळालेले गुण पुढीलप्रमाणे आहेत. 14, 14, 15, 16, 14, 16, 16, 18, 14, 16, 16 आणि 14. यात दोन बहुलके आढळतात. 14 आणि 16.

- **उदाहरण** : खाली दिलेल्या आकडेवारीची सरासरी, मध्यका आणि बहुलक काढा.

आकडेवारी

(अ) 2,1,2,1,1,5,9,4

(आ) 2, 5, 1, 4, 9, 8, 7

(इ) 8, 2, 6, 8, 3, 3, 1, 5, 1, 8, 3

आधी सर्व आकडेवारी चढत्या क्रमाने लावून घ्या आणि सोडवा. उत्तरे पुढीलप्रमाणे येतात का पहा.

	बहुलक	मध्यका	सरासरी
(अ)	1	2	2.89
(आ)	नाही	5	5.14
(इ)	3, 8	3	4.36

- **उदाहरण :** प्रथम वर्गातील विद्यार्थ्यांची उंची (इंचामध्ये) पुढे दिली आहे, त्यावरून वर्गातील मुलांच्या उंचीचा बहुलक काढा.

60, 62, 61, 60, 56, 59, 60, 60, 60, 62, 50, 59, 58, 64, 65, 62, 61, 61, 60, 60, 60, 62, 58, 60,56, 60, 60, 53, 57, 58, 60, 60, 62, 61, 60.

60 ही संख्या 14 वेळा आली आहे.

61 ही संख्या 4 वेळा आली आहे ∴ बहुलक 14. हा नुसत्या पाहणीवरून काढता आला.

आता सतत आणि खंडित आकडेवारी जर वारंवारितेसह दिलेली असेल तर बहुलक कसा काढतात ते पाहू. जेव्हा आकडेवारी वर्ग करून दिलेली असते तेव्हा ज्या वर्गाची वारंवारिता सर्वांत जास्त आहे तो वर्ग बहुलकाचा वर्ग म्हणून ओळखला जाईल. आता त्या वर्गातील नेमका बहुलक काढायचा आहे. तो वर्ग म्हणजे बहुलक असलेला वर्ग होय. बहुलकाच्या आधीचे आणि नंतरचे वर्ग व त्यांची वारंवारिता येथे महत्त्वाची असते. तसेच पेक्षा जास्त वारंवारिता काढून घ्यावी लागते.

- **उदाहरण :** दिलेल्या आकडेवारीवरून बहुलक किंवा मोड काढा. (ही संतत श्रेणी मालिका आहे.)

x	वारंवारिता
10-20	4
20-30	6
30-40	5
40-50	10
50-60	20
60-70	24
70-80	22
80-90	6
90-100	2
100-110	1

नुसत्या पाहणीवरून असे लक्षात येईल की जास्त वारंवारिता असलेले तसे तीन गट आहेत. परंतु सर्वांत जास्त वारंवारिता असेलेल गट आहे, 60-70 . .

$$\text{बहुलक} = l + \frac{h(f_1 - f_0)}{2f_1 - f_0 - f_2}$$

$$= 60 + \frac{10(24-20)}{2 \times 24-20-22} \qquad = 60 + \frac{40}{6} = 66.666$$

उदाहरण : विद्यार्थ्यांच्या गुणांची वारंवारिता खाली दिलेली आहे, त्यावरून बहुलक काढा.

गुण (x)	वारंवारिता
0-10	3
10-20	5
20-30	7
30-40	10
40-50	12
50-60	15
60-70	12
70-80	6
80-90	2
90-100	8

उत्तर: $\text{Mode} = l + \dfrac{h(f_1 - f_0)}{2f_1 - f_0 - f_2}$

$$= 50 + \frac{10\,(15-12)}{(2 \times 15) - 12 - 12}$$

$$= 50 + \frac{30}{6} = 55$$

h = वर्गांतर

f_1 = बहुलक असलेल्या वर्गाची वारंवारिता

f_0 = बहुलक असलेल्या गटाच्या आधीची वारंवारिता

f_2 = बहुलक असलेल्या गटाच्या नंतरची वारंवारिता

l = वर्गाची किमान सीमा

3.5.1 बहुलकाचे गुण

(1) बहुलक काढायला सोपा आहे. त्यामुळे तो बऱ्याचदा वापरला जातो. नुसत्या निरीक्षणाने बहुलक समजू शकतो.

(2) थोड्या-फार फरकाच्या आकडेवारीचा काही संबंध येत नाही. बहुलक ठरवताना फक्त वारंवारिता पाहिली जाते.

(3) आलेखाच्या स्वरूपात बहुलक दाखवता येतो.

(4) वारंवारिता जास्त असल्याने आकडेवारीचे चांगले प्रतिनिधित्व करतो.

(5) सर्व आकडेवारीची वारंवारिता माहीत असावी लागते असे नाही. फक्त बहुलकाच्या वर्गाची व त्याच्या आधीच्या व नंतरच्या वर्गाची वारंवारिता माहीत असली की बहुलक काढणे सोपे असते.

बहुलकाचे दोष

(1) अनिश्चित आणि अस्पष्ट असतो.

(2) सरासरी व मध्यकेप्रमाणे पुढील बीजगणिती प्रक्रिया करू शकत नाही.

(3) सर्व वर्गांची आकडेवारी सारखीच असेल तर बहुलक काढता येणार नाही.

(4) बहुलक वर्गाच्या आधीचा वर्ग, नंतरचा वर्ग, त्याची कमीतकमी पातळी इ. जरा कटकटीची मूल्ये बहुलक काढण्यासाठी वापरावी लागतात.

(5) अगदी टोकाची (परंतु महत्त्वाची) आकडेवारी लक्षात घेतली जात नाही. त्यामुळे बहुलक म्हणजे आकडेवारीचे चांगले प्रतिनिधित्व करतो असे होत नाही.

सोडवा

(1) आठ शेअर्सची किंमत व उत्पन्न प्रमाण (Price - Earnings ratio) पुढे दिलेला आहे, त्यावरून सरासरी, मध्यका आणि बहुलक काढा.

5.3, 12.9, 10.1, 8.4, 18.7, 16.2, 35.5, 10.1

(2) पेट्रोल प्रत्येक राज्यातील कराचा दर पुढे दिले आहेत त्यावरून सरासरी, मध्यका आणि बहुलक काढा.

राज्य	कर
महाराष्ट्र	29%
केरळ	28%
गुजरात	25%
आंध्र प्रदेश	24%
ओडिशा	24%
मध्य प्रदेश	23%
बिहार	23%

(3) भारतीय शेअर बाजारातील किंमत उत्पन्न प्रमाणावरून काही शेअर्सची निवड केली आहे. त्यावरून सरासरी, मध्यका काढा.

प्रमाण	वारंवारिता
-0.5-4.5	5
4.5-9.5	54
9.5-14.5	25
14.5-19.5	9
19.5-24.5	4
24.5-29.5	1
29.5-34.5	2

(4) 50 विजेच्या दिव्यांचा जळण्याचा कालावधीआयुष्य पुढे दिले आहे. त्यावरून सरासरी, मध्यका काढा.

कालावधी	वारंवारिता
799.5-899.5	3
899.5-999.5	10
999.5-1099.5	24
1099.5-1199.5	12
1199.5-1299.5	1

(5) प्रत्येक वर्षातील घरांची संख्या पुढे दिली आहे. त्यावरून सरासरी, मध्यका आणि बहुलक काढा.

वर्ष	संख्या
1999	1, 600, 000
2000	1,490, 000
2001	1,380, 000
2002	1, 200, 000
2003	1,100, 000
2004	1,200, 000

(6) केंद्र शासनाचा माध्यमिक शिक्षणावर राज्यवार प्रत्येक विद्यार्थ्यावर होणारा खर्च पुढे दिला आहे, त्यावरून सरासरी, मध्यका आणि बहुलक काढा.

राज्य	प्रत्येक विद्यार्थ्यावर होणारा खर्च
महाराष्ट्र	4030
केरळ	3960
गुजरात	4770
आंध्र प्रदेश	4840
ओडिशा	4840
मध्य प्रदेश	4440
बिहार	6450

(7) खाली दिलेल्या संख्यामालेसाठी मध्यका काढा.

(अ) 38, 34, 39, 35, 32, 31, 37, 30, 41

(आ) 30, 31, 36, 33, 29, 28, 35, 36

(8) खाली विद्यार्थ्यांचे गुण दिलेले आहेत. त्यावरून सरासरी व मध्यका काढा.

गुण –	0-10	10-20	20-30	30-40	40-50	50-60
संख्या	12	18	27	20	17	6

(9) खाली विद्यार्थ्यांचे दोन विषयांतील गुण दिलेले आहेत. त्यावरून कोणत्या विषयात विद्यार्थ्यांनी चांगले गुण मिळवले आहेत ते काढा. (दोन्ही विषयांच्या मध्यका काढा.व मोठी मध्यका ज्या विषयाची असेल त्या विषयामध्ये विद्यार्थ्यांनी चांगले गुण मिळवले आहेत)

अनुक्रमांक	1	2	3	4	5	6	7	8	9	10
x	63	64	62	32	30	60	47	46	35	28
y	68	66	35	42	26	85	44	80	33	72

(10) सरासरी, मध्यका आणि बहुलक यांच्यातील गुण-दोषांची तुलना करा.

उत्तरे- सरासरी	मध्यका	बहुलक
(1) 14.7	11.5	10.1
(2) 25.14	24	23, 24
(3) 10.20	8.71	
(4) 1045.5	1049	
(5) 1,328, 000	1, 290, 000	1,200, 000

(6) 4761.42   4840   4840
(7) मध्यका(अ) 35   (आ) 32
(8) सरासरी 27,   मध्यका 27.41
(9) $\bar{x} = 46.5$, $\bar{y} = 55$

3.7 विचलनाची मोजमापे (Measures of Dispersion)

आपल्या हाती आलेल्या आकडेवारीचे वर्गीकरण करताना ही आकडेवारी अगदी एकाच रेषेत बसेल असे होणार नाही. आकडेवारी विखुरलेली असते. त्यालाच आपण विचलन असे म्हणतो. हे एक प्रकारचे विकेंद्रीकरणही आहे. हे विखुरलेपण विकेंद्रीकरण किंवा विचलन मोजणे म्हणजे विचलनाचे मोजमाप करणे. जर सर्व आकडेवारी अगदी सरळ – कोठेही वाकडी न जाता एका वक्रात बसली तर विचलन शून्य आहे असे म्हणतात. जसजशी आकडेवारी विखरत जाईल तस तसे हे विकेंद्रीकरणाचे मोजमाप वाढत जाते. जेवढा विचलनाचा अंक जेवढा मोठा तेवढे विखुरलेपण जास्त.

ज्या एककामध्ये आकडेवारी मोजली गेलेली आहे. त्याच एककात विचलनही मोजले जाते. उदाहरणार्थ, जर आकडेवारी सेकंदात असेल तर विखुरलेपणाचे मोजमापही सेकंदातच असेल. ही मोजमापे पुढीलप्रमाणे आहेत

1) प्रामाणित विचलन – Standard Deviation
2) आवाका – Range
3) सरासरी विचलन – Mean Deviation
4) विचरण – Variance

हे सर्व प्रकार मोजण्यासाठी विविध सूत्रे दिलेली आहेत. दिलेल्या सूत्रांमध्ये अंक किंवा संख्या घातल्या की उत्तर मिळते. महत्त्वाचे असते ते म्हणजे त्याचा अर्थ लावणे. अशी उत्तरे आर्थिक, सामजिक संशोधनामध्ये विश्लेषणासाठी वापरताना विश्लेषण काळजीपूर्वक केले पाहिजे.

विविध प्रकारच्या सरासरी, मध्यका, बहुलक यांतून आपल्याला आकडेवारीचा साधारण झुकाव कळतो. परंतु जी आकडेवारी या सरासरीहून लांब असते, वेगळ्या जागांवर असते त्यांचा अभ्यास केला जात नाही. केंद्रीय प्रवृत्ती समजते, परंतु त्या प्रवृत्तीपासून वेगळ्याच जागांवर असलेल्या आकडेवारीचा संबंध विचलनाच्य माध्यमातून लावता येतो.

आता अगदी साधे उदाहरण पाहा. पुढे काही आकडेवारी दिलेली आहे.

										एकूण	सरासरी
A	15	15	15	15	15	15	15	15	15	135	15
B	11	12	13	14	15	16	17	18	19	135	15
C	03	06	09	12	15	18	21	24	27	135	15

वरील उदाहरणात A, B, C यांची संख्या 9 व सरासरी 15 सारखीच आहे.

- परंतु आपण जर फक्त संख्या आणि सरासरीच्या माध्यमातून या तीनही केसेसचे विश्लेषण केले तर कोणत्या क्रमिकेबाबत बोलतो आहोत हे समजणार नाही. पहिली क्रमिका सर्वच संख्या समान असलेली आहे. त्या क्रमिकेत अजिबात विचलन नाही. दुसरी क्रमिका थोड्या-फार प्रमाणात विचलित झालेली दिसते आणि तिसऱ्यात तर खूप प्रमाणात विचलन आहे. ही आकडेवारी लहान प्रमाणात आहे म्हणून ती डोळ्यांनी पाहून आपला अंदाज सांगू शकतो. परंतु असे नेहमीच घडेल असे नाही. जेव्हा खूप मोठ्या प्रमाणात आकडेवारी हाताळायची असते तेव्हा अशी सूत्रे मांडून विचलन शोधणे सोपे जाते. पुन्हा एकदा सरासरी वापरण्याचे तोटे लक्षात येतात. उदाहरणार्थ,

- सरासरी आपल्याला एका जागी एकवटलेली माहिती पुरवते. त्यामुळे सर्व पाहण्यांचा एकत्रित अभ्यास होत नाही. वर सांगितल्याप्रमाणे नुसतीच सरासरी दिलेली असेल तर विश्लेषण करताना चुकीचे अर्थ लावले जातील.

- सरासरी बरोबरीने आणखीनही काही निकष लावले गेले पाहिजेत. म्हणून विचलनाचा अभ्यास महत्त्वाचा ठरतो.

विचलनाची व्याख्या

1) विचलन म्हणजे आकडेवारीच्या विखुरलेपणाचे मोजमाप आहे.
2) ही आकडेवारी सरासरीपेक्षा किती प्रमाणात विखुरलेली आहे हे काढणे म्हणजे विचलन काढणे होय.
3) आपल्याकडील आकडेवारी ही किती प्रमाणात एकजिनसी आहे आणि किती प्रमाणात विविध प्रकारची आहे हे विचलनावरून समजते. हे एकजिनसीपण आणि वैविध्य मोजण्यासाठी विचलनच्या मोजमापाचा वापर करतात. आपल्या वरील उदाहरणातील क्रमिका A ही एकजिनसी आहे, त्यात अजिबातच विचलन नाही, परंतु B मध्ये मात्र थोडे विचलन आढळते आणि तुलनेने C क्रमिका मात्र जास्त विचलित आहे म्हणजेच क्रमिका C मध्ये वैविध्य आहे.

म्हणून केवळ सरासरी किंवा मध्यका किंवा बहुलक काढून आकडेवारीबाबत

विश्लेषण करणे पुरेसे ठरत नाही. पूर्ण माहितीचे आकलन सरासरीतून होत नसल्याने विचलनाचा अभ्यास करणे महत्त्वाचे ठरते.

विचलनाचे महत्त्व : पुढीलप्रमाणे सांगता येईल.

1) सरासरीची सत्यता व विश्वसनीयता तपासून पाहण्यासाठी विचलनाचा वापर महत्त्वाचा आहे. दिलेली आकडेवारी सरासरीपासून किती जवळ व किती लांब आहे हे त्यातील फरक काढला की समजते. हा फरक जेवढा जास्त तेवढे विचलन जास्त आणि हा फरक जेवढा कमी तेवढे विचलन कमी.

2) दिलेल्या क्रमिकेची रचना समजते.

3) दोन किंवा अधिक क्रमिकांची तुलना करता येते.

4) काढलेली सरासरी किती फरकाची आहे हे समजते.

5) विचलने नियंत्रित करायची असतील तर विचलनाची नेमकी माहिती असावी लागते.

चांगल्या विचलनाची लक्षणे

1) समजण्यास साधे व सोपे असले पाहिजे.

2) काढण्यासही सोपे असावे.

3) पुरेसे स्पष्ट असावे.

4) दिलेल्या आकडेवारीला सर्वस्पर्शी असावे.

5) पुढील बीजगणिती क्रिया करण्यास सुलभता असावी.

6) अति टोकाच्या आकडेवारीने प्रभावित होता कामा नये.

चांगल्या विचलनाची वैशिष्ट्ये

1) पुरेसे स्पष्ट असते.

2) काढण्यास सोपे असते.

3) सर्व पाहणीवर अवलंबून असते

4) अति टोकाच्या आकडेवारीने प्रभावित होत नाही.

विचलनाचे प्रकार पुढीलप्रमाणे

1) आवाका (Range)

2) सरासरी विचलन (Mean Deviation)

3) विचरण (Variance)

4) प्रमाणित विचलन (Standard Deviation)

5) विचरणाचा सहगुणक (Coefficient of Variance)

3.5.1 आवाका Range:

आवाका = R = H–L

H = जास्तीतजास्त मूल्याची संख्या

L= कमीतकमी मूल्याची संख्या

$$\text{सहगुणक} = \frac{H-L}{H+L}$$

उदाहरण – : 18 पंचायत समित्यांची लोकसंख्या पुढे दिली हे, त्याचा आवाका काढा. लोकसंख्या हजारांत आहे.

77 76 83 68 57 107 80 75 95 100 113

119 121 83 87 46 74 121

आवाका - Range = H – L = 121 – 46 = 75

$$\text{सहगुणक} = \frac{H-L}{H+L} = \frac{121-46}{121+46} = \frac{75}{167} = 0.44$$

उदाहरण :–A च्या दरमहा उत्पन्नाची आकडेवारी दिली आहे, त्यावरून त्याचा आवाका व सहगुणक काढा. (उत्पन्न ₹ शेकड्यामध्ये)

महिना	1	2	3	4	5	6	7	8	9	10	11	12
उत्पन्न	139	150	151	151	157	158	160	161	162	162	173	175

कृती H = 17500

L = 13900

आवाका = H – L = 17500 – 13900 = 3600

$$\text{सहगुणक} = \frac{L-S}{L+S} = \frac{17500-13900}{17500+13900} = \frac{3600}{31400} = 0.115$$

3.9 सरासरी विचलन (Mean Deviation) आवाक्यापेक्षा जास्त चांगले साधन.

क्रमिकेतील सर्व संख्यांना विचारात घेतले जाते. प्रत्यक्ष सरासरी पासूनची विचलने यात काढली जातात. म्हणून याला सरासरी विचलन असे म्हणतात.

1) सर्वप्रथम सरासरी, किंवा मध्यका किंवा बहुलक काढून घेणे. यांपैकी कुठले वापरायचे ते आधी ठरवावे लागेल.त्यापासूनचे अंतर काढून घेणे. यात विशेष म्हणजे चिन्हांचा वापर करायचा नाही. सर्वच पदे धन म्हणजे (+) मानायची. बीजगणितीय चिन्हे वापरली जात नाहीत. सरासरी विचलन जेवढे जास्त तेवढे वैविध्य किंवा विखुरणे जास्त आहे असे मानले जाते.

2) सरासरी विचलन काढताना अधिक (+) किंवा उणे (–) कोणतीच चिन्हे विचारात घेऊ नयेत. जिथे उणे असेल तिथे अधिक मानावे सरासरी जर बरोबर असेल तर अधिकची बेरीज आणि वजा चिन्हांची बेरीज एकच येऊन उत्तर शून्य मिळेल म्हणून गणितातील चिन्हे विचारात घेतली जात नाहीत.
3) विचलनांची बेरीज करून त्याला संख्येने भागले तर उत्तर मिळते.
4) सरासरी विचलन म्हणजे ग्रीक अक्षर डेल्टा δ होय.
5) सरासरी विचलनाचा सहगुणक काढण्यासाठी पुढील सूत्र वापरतात. $\frac{\delta a}{a}$

उदाहरण : दिलेल्या आकडेवारी वरून सरासरी विचलन व त्याचा सहगुणक काढा.

क्रम	1	2	3	4	5	6	7	8	9	10
उत्पन्न	150	200	325	355	370	400	400	400	420	450

कृती

1) नेहेमीच्या पद्धतीने सरासरी काढा.. 'A' एक काल्पनिक सरासरी धरा.
2) सरासरीपासूनची विचलने काढा. $d = X - A$
3) चिन्हे विचारात घेऊ नका. सर्व अंक धन आहेत असे माना. $|d| = |Xi - Ai|$
4) बेरीज करा. $\sum |d|$
5) आलेल्या बेरजेला एकूण संख्येने भागा. . = $\frac{1}{n} \sum |d|$
6) आलेले उत्तर म्हणजे सरासरी विचलन होय..

सरासरी विचलन = $\frac{1}{n}\sum i\,|Xi - Ai|$ = $\frac{1}{n}\sum |d|$ i = 1, 2, 3. N, A म्हणजे एक काल्पनिक अंक.

$|d| = |Xi - Ai|$ हे पद वाचताना मॉड (X – A) असे वाचावे. त्याचा अर्थ सर्व गणिती चिन्हे बाजूला ठेऊन बेरीज केली आहे हे लक्षात येते. (modulus value or absolute value).

क्रम	1	2	3	4	5	6	7	8	9	10	एकूण
उत्पन्न (x)	150	200	325	355	370	400	400	400	420	450	3570
सरासरीपासून विचलन = d	207	157	32	2	13	43	43	43	63	93	596

सरासरी $= A = \overline{X} = 357$, $N = 10$, $\sum x = 3570$, $\sum d = 596$

सूत्र $= \dfrac{1}{n}\sum |d| = \dfrac{596}{10} = 59.6$

सहगुणक $= \dfrac{\delta a}{a} = \dfrac{59.6}{357} = 0.16$

जेव्हा आकडेवारी वारंवारिता विभागणीकरून दिलेली असेल आणि गटवार रचना असेल तर सरासरी विचलन पुढीलप्रमाणे काढतात.

सूत्र : सरासरी विचलन M.D. $= \dfrac{1}{n}\sum i f i |Xi - \overline{X}| = \dfrac{1}{n}\sum f |d|$

i = 1, 2, 3.... N, A– म्हणजे सरासरी.

$\sum i\, fi = N$ for i = 1, 2, ...k

$|Xi - \overline{X}| = d$

आता

सरासरी विचलन $= \dfrac{1}{n}\sum f |d|$

उदाहरण : दिलेल्या आकडेवारीवरून सरासरी विचलन काढा.

वर्ग	2-4	4-6	6-8	8-10
वारंवारिता	3	4	2	1

कृती

वर्ग	2-4	4-6	6-8	8-10	
मध्यबिंदू	3	5	7	9	
f	3	4	2	1	$\sum f = 10$
d= X–5.	-2	0	2	4	
fd	-6	0	4	4	$\sum fd = 2$
X– $\overline{X}$	2.2	0.2	1.8	3.8	
f (X – $\overline{X}$)	6.6	0.8	3.6	3.8	$\sum f |X - \overline{X}| = 14.8$
f |d|	6	0	4	4	$\sum f |d| = 14$

$$\overline{X} = A + \frac{\sum fd}{N} = 5 + \frac{2}{10} = 5.2$$

सरासरी विचलन $= M.D. = \frac{1}{n}\sum fi \mid Xi - \overline{X} \mid = \frac{14.8}{10} = 1.48$

सोडवा

- **उदाहरण :** 1971 ते 1978 या वर्षांतील भारतातील कृषिउत्पादनाची आकडेवारी खाली दिलेली आहे, त्यावरून सरासरी विचलन काढा.

  111.5 111.2 102.3 112.4 108.8 125.3 116.5 132.7

- **उदाहरण :** 15 ते 39 या वयात लग्न झालेल्या वधू व वरांची आकडेवारी खाली दिलेली आहे. त्यावरून सरासरी विचलन काढा.

वयोगट	15-19	19-23	23-27	27-31	31-35	35-39
वरांची संख्या	08	59	47	23	06	04

सरासरी विचलनाचे गुण

1) मोजण्याची क्रिया अतिशय सोपी आहे.
2) साधारणपणे सरासरीचा वापर करतात.
3) टोकांच्या संख्यांचा प्रभाव कमी पडतो.
4) सर्व पदांचा विचार करूनच काढले जाते.
5) क्रमिकेतील सर्व पदांना सापेक्ष महत्त्व मिळते.

सरासरी विचलनाचे दोष

1) गणितीय दृष्टिकोनातून चिन्हांकडे दुर्लक्ष करणे हे योग्य होत नाही.
2) सरासरी, मध्यका आणि बहुलक या तीनही प्रमाणित विचलनमाध्यंपासून विचलन काढता येते, परंतु ते वेगवेगळे येते त्यामुळे तुलना करता येत नाही.
3) बहुलकाद्वारे काढलेले विचलन असमाधानकारक येते त्यमुळे त्या आधारे विश्लेषण केले तर विश्वसनीयता राहत नाही.

3.10 प्रमाणित विचलन (Standard Deviation - SD)

विचलनाच्या मोजमापासाठी प्रमाणित विचलन हे एक आदर्श मापन आहे. संख्याशास्त्रात याचा वापर जास्त वेळ केला जाते. सरासरी विचलनातील दोष काढून टाकायचा प्रयत्न येथे यशस्वीपणे केल्याने हे मापन उपयुक्त झाले आहे. **प्रमाणित विचलन म्हणजे दिलेल्या आकडेवारीच्या सरासरीपासूनच्या विचलनाच्या वर्गाचे धन (+) स्वरूपातील वर्गमूळ होय.**

प्रमाणित विचलन म्हणजे $= = \sqrt{\dfrac{1}{N} \Sigma f(X - \overline{X})^2}$

$\overline{X} = \dfrac{\Sigma x}{N}$

पायऱ्या

1) सरासरी काढा . $\overline{X}$
2) दिलेल्या क्रमिकेतील प्रत्येक अंकाची सरासरीपासूनची विचलने काढा. $(X - \overline{X})$
3) या विचलनांचा वर्ग करा.
4) त्याची बेरीज करा.
5) त्याला 'N' ने भागा
6) त्याचे वर्गमूळ काढून त्यांपैकी धन वर्गमूळ निवडा. .
7) हे धन वर्गमूळ म्हणजे प्रमाणित विचलन होय.
8) हे σ या चिन्हाने दर्शवतात.

जेव्हा आकडेवारी गटाने व वारंवारिता विभागणीसह दिलेली असेल तेव्हा पुढील सूत्र वापरतात.

प्रमाणित विचलन $= = \sqrt{\dfrac{1}{N} \Sigma f(X - \overline{X})^2}$

पायऱ्या

1) सरासरी काढा . X
2) दिलेल्या क्रमिकेतील प्रत्येक अंकाची सरासरीपासूनची विचलने काढा. $(\overline{X} - X)$
3) वर्ग करा $(X - \overline{X})^2$.
4) त्याला वारंवारितेने गुणा $= f(X - \overline{X})^2$
5) त्याची बेरीज करा $= \Sigma f(\overline{X} - X)^2$
6) एकूण संख्येने भागा $N = \Sigma f$
7) त्याचे वर्गमूळ काढा, त्यांपैकी धन वर्गमूळ म्हणजे प्रमाणित विचलन.
8) दिलेल्या आकडेवारीच्या मूल्यांवर प्रमाणित विचलन अवलंबून असते. त्यामुळे जर प्रमाणित विचलनाचे मूल्य जास्त आले तर विचलन जास्त आहे आणि दिलेली आकडेवारी एकसंध नाही हे समजते.

❖ प्रमाणित विचलन कमी असेल तर आकडेवारी एकसंध, एकजिनसी असते.

❖ प्रमाणित विचलनाचे मूल्य जास्त असेल तर आकडेवारी बहुजिनसी असते.

❖ जर S.D. = 0 तर विचलन 0 आहे जेव्हा $(X_1 - \overline{X}) = 0$, $(X_2 - \overline{X}) = 0$, $(Xn - \overline{X}) = 0$ असेल. म्हणजेच,

$$X_1 = X_2 = X_{3...} = X_n = K$$

उदाहरण :

X	6	6	6	6	6
X- x = X -6	0	0	0	0	0

$$\text{प्रमाणित विचलन} = \sigma = \sqrt{\frac{1}{N}\Sigma(X - \overline{X})^2}$$

$$\text{प्रमाणित विचलन} = \sigma = \sqrt{\frac{1}{N}\Sigma(0)\,)} = 0$$

विचरण म्हणजे प्रमाणित विचलनाचा वर्ग $= \sigma^2$

म्हणून प्रमाणित विचलन $= \sqrt{\sigma^2} = \sigma$

उदाहरण : दिलेल्या आकडेवारवरून प्रमाणित विचलन काढा.

X
240.12
240.13
240.15
240.12
240.17
240.15
240.17
240.16
240.22
240.21
$\Sigma X = 2401.60$

कृती

प्रथम सरासरी काढून घ्या.

दिलेल्या प्रत्येक अंकातून सरासरी वजा करा. त्याचा वर्ग करा, त्या स्तंभाची बेरीज घ्या.

X	$X - \overline{X}$	$(X - \overline{X})^2$
240.12	-0.04	0.0016
240.13	-0.03	0.0009
240.15	-0.01	0.0001
240.12	-0.04	0.0016
240.17	0.01	0.0001
240.15	-0.01	0.0001
240.17	0.01	0.0001
240.16	0.00	0
240.22	0.06	0.0036
240.21	0.05	0.0025
$\sum X = 2401.60$	$\sum(x-\overline{x}) = 0$	$\sum(X - X)^2 =$ 0.0106

$$\overline{X} = \frac{\sum x}{10} = \frac{2401.60}{10} = 240.16$$

$$\sigma^2 = \frac{1}{N} \sum f(X - \overline{X})^2$$

$$\sigma^2 = (0.00106)$$

$$\sigma = \sqrt{0.00106}$$
$$= 0.03256$$

उदाहरण : दिलेल्या आकडेवारीचे प्रमाणित विचलन आणि सरासरी काढा.

X = 1, 2, 4, 6, 8, 9

कृती

X	X^2
1	1
2	4
4	16
6	36
8	64
9	81
$\sum x=30$	$\sum x^2 = 202$

N = 6

$$\bar{x} = \frac{\sum x}{N} = \frac{30}{6} = 5$$

$$\sigma^2 = \frac{1}{N} \sum x^2 (\bar{x})^2 = \frac{1}{6} 202 - 5^2$$

$$\sigma^2 = 33.67 - 25 = 8.67$$

$$\sigma = \sqrt{(8.67)} = 2.944$$

उदाहरण : दिलेल्या आकडेवारीचे सरासरी आणि प्रमाणित विचलन काढा.

वर्ग	90-99	80-89	70-79	60-69	50-59	40-49	30-39	Total
f	2	12	22	20	14	4	1	75

कृती

वर्ग	90-99	80-89	70-79	60-69	50-59	40-49	30-39	Total
मध्यबिंदू	94.5	84.5	74.5	64.5	54.5	44.5	34.5	
f	2	12	22	20	14	4	1	75
$d = \frac{x - 64.5}{10}$	3	2	1	0	-1	-2	-3	
fd	6	24	22	0	-14	-8	-3	27
fd^2 =fd.d	18	48	22	0	14	16	9	

सरासरी $= A_1 + \frac{\sum fd2}{N} = 64.5 + \frac{10 \times 27}{75} = 64.5 + 3.6 = 68.1$

$$S.D. = h \times \sqrt{\frac{\sum fd^2}{N} - \left(\frac{\sum fd}{N}\right)^2} \text{ (Step Deviation Method)}$$

$$S.D. = 10 \sqrt{\frac{127}{75} - \left(\frac{27}{75}\right)^2}$$

$$S.D. = 10 \sqrt{1.6933 - 0.1296}$$

$$= 10 \sqrt{1.5637}$$

$$= 10.\ 1.2505$$

$$= 12.505$$

3.11 विचलणाचा सहगुणक (Coefficient of Variance or C.V.)

प्रमाणित विचलनाचा सहगुणक = $\frac{S.D.}{Mean} = \frac{\sigma}{\bar{X}}$

दोन किंवा जास्त क्रमिकांची तुलना करायची असते तेव्हा विचलनाचा सहगुणक वापरतात. हे एक सापेक्ष मोजमाप आहे.

ज्या क्रमिकेचा सहगुणक जास्त आहे ती क्रमिका जास्त विस्कळीत किंवा एकजिनसी नसलेली असते. ती अस्थिर असते, कमी सुसंगत, कमी एकरूप असते.

त्याचप्रमाणे ज्या क्रमिकेचा सहगुणक कमी असतो ती क्रमिका जास्त एकजिनसी, सुसंगत, एकरूप आणि स्थिर असते.

विचलणाचा सहगुणक (C.V. / Coefficient of Variance) : म्हणजे प्रमाणित विचलनाचे सरासरीशी असलेले शेकडा प्रमाण.

सूत्र : $C.V. = \frac{\sigma}{\bar{X}} \times 100 = \frac{S.D.}{Mean} \times 100$

उदाहरण : विद्यापीठात राहणाऱ्या 80 विद्यार्थ्यांचा दरमहा सकाळच्या नाश्त्यावर होणारा खर्च खालील तक्त्यात दिला आहे. त्यावरून सरासरी, प्रमाणित विचलन आणि विचलणाचा सहगुणक काढा.

खर्च	विद्यार्थ्यांची संख्या
78-82	2
73-77	6
68-72	7
63-67	12
58-62	18
53-57	13
48-52	9
43-47	7
38-42	4
33-37	2
	N = 80

कृती

खर्चाच्या क्रमिकेचे मध्यबिंदू काढून घ्या
पुढीलप्रमाणे पद विचलन पद्धत वापरून सरासरी काढा.
$(m-60)/5 = d$ स्तंभ मिळवा.
d ने प्रत्येक वारंवारितेला गुणा
आता fd^2 काढा. तो $(fd \times d)$ या पद्धतीने काढायचा आहे.

खर्च	मध्यबिंदू	विद्यार्थी	$(m-60)/5$ $= d$	fd	$fd^2(fd \times d)$
78-82	80	2	+4	8	32
73-77	75	6	+3	18	54
68-72	70	7	+2	14	28
63-67	65	12	+1	12	12
58-62	60	18	00	00	00
53-57	55	13	-1	-13	13
48-52	50	9	-2	-18	36
43-47	45	7	-3	-21	63
38-42	40	4	-4	-16	64
33-37	35	2	-5	-10	50
		N = 80		$\sum fd =$ -26	$\sum fd2=$ 352

सरासरी = $\bar{x} = A + \frac{\sum fd}{N} \times I = 60 + \frac{-26}{80} \times 5 = 58.375$

प्रमाणित विचलन. = $\sigma = \sqrt{\frac{\sum fd^2}{N} - \left(\frac{\sum fd}{N}\right)^2} \times I \sqrt{\frac{352}{80} - \left(\frac{-26}{80}\right)^2} \times 5$

$= \sqrt{(4.4 - 0.106)} \times 5 = 10.36$

विचरणाचा सहगुणक C.V. = $\frac{\sigma}{X} \times 100 = \frac{10.36}{58.375} \times 100 = 17.75\%$

उदाहरण : X आणि Y या शेअर्सच्या किमती खाली दिल्या आहेत. त्यांपैकी कोणता शेअर जास्त स्थिर आहे हे सांगा.

X	Y
35	108
54	107
52	105
53	105
56	106
58	107
52	104
50	103
51	104
49	101
$\sum X = 510$	$\sum Y = 1050$

कृती

1) सरासरी काढून घ्या. त्यातून $(x-\bar{x})$ मिळवा, तसेच $(y-\bar{y})$ मिळवा.
2) त्यांचा वर्ग करा.
3) त्या स्तंभांची बेरीज करा.

X	X- $\overline{X}$ = x	x^2	Y	Y - $\overline{Y}$ = y	y^2
35	-16	256	108	3	9
54	3	9	107	2	4
52	1	1	105	0	0
53	2	4	105	0	0
56	5	25	106	1	1
58	7	49	107	2	4
52	1	1	104	-1	1
50	-1	1	103	-2	4
51	0	0	104	-1	1
49	-2	4	101	-4	16
$\sum X$= 510	$\sum x$ = 0	$\sum x^2$= 350	$\sum Y$ = 1050	$\sum y$ = 0	$\sum y^2$= 40

आता पुढील सूत्रे वापरा.

X करता

$$CV = \frac{\sigma}{\overline{X}} X\ 100$$

$$\overline{X} = \frac{\sum x}{N} = \frac{510}{10} = 51$$

$$\sigma = \sqrt{\frac{\sum x^2}{N}} = \sqrt{\frac{350^2}{10}} = 5.916$$

$$CV = = \frac{5.916}{51}\ X\ 100 = 11.6$$

Y करता

$$CV = \frac{\sigma}{\overline{X}}\ X\ 100$$

$$\overline{Y} = \frac{\sum Y}{N} = \frac{5101050}{10} = 105$$

$$\sigma = \sqrt{\frac{\sum Y^2}{N}} = \sqrt{\frac{40}{10}} = 2$$

$$CV = \frac{2}{105}\ X\ 100 = 1.905$$

Y चा विचलणाचा सहगुणक X पेक्षा खूपच कमी असल्याने Y च्या किमती स्थिर असतील.

- **उदाहरण** : 9 वस्तूंच्या एका गटाची सरासरी आणि प्रमाणत विचलन अनक्रमे 43 आणि 5 आहे. जर 63 हे मूल्य असलेली दहावी वस्तू त्यात मिळवली तर सरासरी आणि प्रमाणित विचलन काढा.

आपल्याला n = 9, सरासरी X = 43 आणि W = 5 इ. दिलेले आहे.

आपल्याला माहीत असलेल्या सरासरी आणि प्रमाणित विचलनाच्या सूत्रांमध्ये ही मूल्ये घालून पाहू.

$$\overline{X} = \frac{\sum x^2}{N} = \therefore \sum x n\overline{X} = 9 \times 43 = 387$$

$$\sigma^2 = \frac{\sum x2}{N} - (\overline{X})^2$$

$$\sum x^2 = n(\sigma^2 + (\overline{X})^2$$

$$\sum x^2 = 9(25 + 43^2) = 9(25 + 1874) = 16866$$

जर दहावी वस्तू 63 हे मूल्य घेऊन अधिक केली तर एकूण वस्तू होतील 10.

आता नवीन सरासरी पुढीलप्रमाणे येईल.

$$\sum x = \sum x + 63 = 387 + 63 = 450$$

$$\text{नवीन सरासरी} = \frac{450}{10} = 45$$

$$\text{नवे } \sum x^2 = n(\sigma^2 + (\overline{X})^2 = 16866 + 3969 = 20835$$

$$\text{नवे S.D.} = \sqrt{\frac{\text{New} \sum x2}{N} - \text{new } (\overline{X})^2}$$

$$\text{नवे S.D.} = \sqrt{\frac{20835}{10} - (45)^2} = \sqrt{2083.5 - 2025} = \sqrt{58.5} = 7.65$$

- **उदाहरण** : दिलेल्या माहितीवर भाष्य करा:

10 च्या एका गटाच्या पाहणीची सरासरी = 5, S.D. = 2, C.V. = 60% असे दिलेले आहे, तर हे बरोबर आहे का ?

कृती

N = 10, $\sigma = 2$, $\overline{X} = 5$ दिले आहे.

$$\text{C.V.} = \frac{\sigma}{\overline{X}} \times 100 = \frac{2}{5} \times 100 = 40\%$$

आपल्या उत्तरानुसार C.V. = 40% आला आणि दिलेला आहे 60% म्हणजे चूक आहे.

उदाहरण : जर N =10, $\overline{X}$ = 12, $\sum x^2 = 1530$, तर विचलणाचा सहगुणक काढा.
कृती :

सूत्र $\sigma^2 = \frac{1}{N} \sum X^2 - (\overline{X})^2$

$\sigma^2 = \frac{1}{10} 1530 - (12)^2 = 153 - 144 = 9$

$\sigma = 3$

प्रमाणित विचलन हे कायम धन असते, त्यामुळे 9 चे वर्गमूळ ∓3. असले तरी आपण इथे अधिक 3 हेच उत्तर घ्यायचे आहे.

- **उदाहरण :** दोन क्रमिकांचे विचलणाचे सहगुणक अनुक्रमे 75% आणि 90% आहेत. आणि त्यांची प्रमाणित विचलने 15 आणि 18 आहेत. तर सरासरी काढा.

कृती : आपल्याला $\sigma^1 = 15$ आणि $\sigma^2 = 18$

C.V. of I series = 75% = $\frac{75}{100}$

C.V. of II series = 90% = $\frac{90}{100}$

C.V. of I series = $\frac{\sigma}{\text{Mean}}$ $\therefore$ Mean = $\frac{\sigma}{\text{C.V.}}$

$\therefore$ Mean of I series = $\frac{\sigma}{\text{C.V.}}$

$\therefore$ Mean of I series = $\frac{15 \text{ x } 100}{75} = 20$

C.V. of II series = 90% = $\frac{90}{100}$

C.V. of II series = $\frac{\sigma}{\text{Mean}}$ $\therefore$ Mean = $\frac{\sigma}{\text{C.V.}}$

$\therefore$ Mean of II series = $\frac{\sigma}{\text{C.V.}}$

$\therefore$ Mean of II series = $\frac{18 \text{ x } 100}{90} = 20$

उदाहरण : दिलेल्या आकडेवारीवरून सरासरी व S.D. काढा..

X	f
3.5	3
4.5	7
5.5	22
6.5	60
7.5	85
8.5	32
9.5	8
	n = 217

कृती

X	f	(X- A) = d	fd	d^2
3.5	3	-3	-9	27
4.5	7	-2	-14	28
5.5	22	-1	-22	22
6.5	60	0	0	0
7.5	85	1	85	85
8.5	32	2	64	128
9.5	8	3	24	72
	n = 217		$\sum fd$=128	$\sum fd^2$= 362

A = 6.5

$$S.D. = \sqrt{\frac{\sum fd^2}{N} - \left(\frac{\sum fd}{N}\right)^2}$$

$$S.D. = \sqrt{\frac{362}{217} - \left(\frac{128}{217}\right)^2}$$

$$S.D. = \sqrt{(1.668 - 0.348)} = 1.149$$

उदाहरण : एका कारखान्यातील कामगारांच्या वेतनाची आकडेवारी पुढे दिलेली आहे. त्यावरून सरासरी व प्रमाणित विचलन काढा.

X	f	(X- A)/i= d	fd	d²
45	3	-3	-9	27
50	5	-2	-10	20
55	8	-1	-8	8
60	7	0	0	0
65	9	1	9	9
70	7	2	14	28
75	4	3	12	36
80	7	4	28	112
	N = 50		∑fd=36	∑fd2= 240

A = 60, i = 5

$$S.D. = \sqrt{\frac{\sum fd^2}{N} - \left(\frac{\sum fd}{N}\right)^2} \cdot x\ i$$

$$S.D. = \sqrt{\frac{240}{50} - \left(\frac{36}{50}\right)^2}\ x\ 5$$

$$S.D. = \sqrt{(4.8 - 0.5184)}\ x\ 5 = 10.35$$

- **उदाहरण :** खाली दिलेल्या गुणांच्या आकडेवारीवरून सरासरी आणि प्रमाणित विचलन काढा.

X	f
0-10	5
10-20	12
20-30	30
30-40	45
40-50	50
50-60	37
60-70	21
	N = 200

कृती

X	Mid point = m	f	(m- A)/i= d	fd	d^2
0-10	5	5	-3	-15	45
10-20	15	12	-2	-24	48
20-30	25	30	-1	-30	30
30-40	35	45	0	0	0
40-50	45	50	1	50	50
50-60	55	37	2	74	148
60-70	65	21	3	63	189
		N = 200		$\sum fd=118$	$\sum fd^2= 510$

$$\overline{X} = A + \frac{\sum fd}{N} \bullet x\ i$$

$$\overline{X} = 35 + \frac{118}{200} x\ 10 = 40.9$$

$$S.D. = \sqrt{\frac{\sum fd^2}{N} - \left(\frac{\sum fd}{N}\right)^2}\ x\ i$$

$$S.D. = 35 + \sqrt{\frac{510}{200} - \left(\frac{118}{200}\right)^2}\ x\ 10$$

$$S.D = \sqrt{(2.55\text{-}0.3481)}\ x\ 10 = 1.4839\ x\ 10 = 14.839$$

उदाहरण : प्रमाणित विचलन काढा. (S.D.)

X	f
0-10	15
10-20	15
20-30	23
30-40	22
40-50	25
50-60	10
60-70	5
70-80	10
	N = 125

कृती : A = 35 मानू.

X	Mid point = m	f	(m- A)/i= d	fd	d²
0-10	5	15	-3	-45	135
10-20	15	15	-2	-30	60
20-30	25	23	-1	-23	23
30-40	35	22	0	0	0
40-50	45	25	1	125	25
50-60	55	10	2	20	40
60-70	65	5	3	15	45
70-80	75	10	4	40	160
		N = 125		$\sum fd = 2$	$\sum fd^2 = 488$

$$\overline{X} = A + \frac{\sum fd}{N} \times i$$

$$S.D. = \sqrt{\frac{\sum fd^2}{N} - \left(\frac{\sum fd}{N}\right)^2} \times i$$

$$S.D. = 35 + \sqrt{\frac{488}{125} - \left(\frac{2}{125}\right)^2} \times 10$$

$$S.D = \sqrt{(3.904 - 0.003)} \times 10 = 1.976 \times 10 = 19.76$$

- **उदाहरण :** दिलेल्या माहितीवरून सरासरी, प्रमाणित विचलन आणि त्याचा सहगुणक काढा.

वय (वर्षे)	10	20	30	40	50	60	70	80
मृत्यू पावणाऱ्या व्यक्ती	15	30	53	75	100	110	115	125

कृती

$$S.D. = \sqrt{\frac{\sum fd^2}{N} - \left(\frac{\sum fd}{N}\right)^2} \times i$$

$$S.D. = \sqrt{\frac{609}{125} - \left(\frac{-123}{125}\right)^2} \times 10 = 19.75 \text{ or } 10 \times \sqrt{3.904}$$

$$C.V. = \frac{\sigma}{\overline{X}} \times 100 = 56.19$$

$$\text{Coeff of S.D..} = \frac{19.75}{35.16} = 0.5619$$

सोडवा

उदाहरण

एका कंपनीच्या समभागाच्या किमतीची वारंवारिता खालील तक्त्यात दिलेली आहे. त्यावरून सरासरी आणि प्रमाणित विचलन काढा.

Share price (Rs)	50-60	60-70	70-80	80-90	90-100
No of Sessions	20	30	45	55	50

उदाहरण : 1968 ते 1980 मधील स्वित्झर्लंडच्या स्थूल जनन दराची आकडेवारी दिलेली आहे, त्यावरून सरासरी, S.D. आणि C.V काढा.

17.1 16.5 15.8 15.2 14.3 13.6 12.9 12.3 11.7 11.5 11.3 11.3 11.6

कृती : $\sum x = 175.1$

$$\overline{X} = \frac{\sum x}{N} = \frac{175.1}{13} = 13.47$$

$$S.D. = \sigma = \sqrt{\frac{1}{N} \sum(X-\overline{X})^2}$$

कृती

X	$X - \overline{X}$	$(x - \overline{X})^2$
17.1		
16.5		
15.8		
15.2		
14.3		
13.6		
12.9		
12.3		
11.7		
11.5		
11.3		
11.3		
11.6		
175.1		$\sum (x - \overline{X})^2$

Variance = σ^2

$$C.V. = \frac{\sigma}{\overline{X}} \times 100$$

- **उदाहरण :** 10 विभागांतील 6 जणांच्या एका कुटुंबाचा दर महिन्याचा घरखर्च पुढे दिला आहे, त्यावरून विचलण काढा.

1	2	3	4	5	6	7	8	9	10
1090	1270	1260	1200	1170	1080	1000	1310	1210	1130

- **उदाहरण :** दिलेल्या आकडेवारीवरून सरासरी व S.D. काढा..

Class	10-12	13-15	16-18	19-21	22-24	25-27	28-30	31-33	34-36
f	24	44	65	27	19	14	8	5	4

४ सहसंबंध

Correlation

4.1 सहसंबंधाचा अर्थ (Meaning of correlation)

4.2 महत्त्व (Significance of Correlation)

4.3 प्रकार (Types of correlation)

4.1 सहसंबंधाचा अर्थ (Meaning of correlation)

संख्याशास्त्राच्या परिभाषेतून आपण आतापर्यंत आकडेवारी गोळा करणे, तिची मांडणी करणे, त्यावरून आलेख तयार करणे याबरोबरच आकडेवारीच्या विश्लेषणाकरिता आवश्यक असणारी केंद्रीय प्रवृत्तीची मोजमापे आणि विचलनाची मोजमापे पाहिली. आकडेवारी एखाद्या ठिकाणी एकवटते तशीच ती विखुरलेलीदेखील असू शकते. या दोन्ही ठिकाणचे मोजमाप कसे करायचे ते पाहिले. आता मात्र सहसंबंध या माध्यमातून आपण दोन क्रमिका किंवा पदमाला किंवा स्तंभ यांचे एकमेकांतील नाते पाहणार आहोत. दोन स्तंभांचे एकमेकांमधील नाते म्हणजे त्यांचे एकमेकांवर अवलंबून असणे होय. एक बदलला की दुसरा बदलतो किंवा नाही हे पाहणे. अशा दोन चलांमध्ये काही परस्परसंबंध आहे का, हे तपासणे म्हणजे सहसंबंध तपासणे होय. त्याला द्विचल सहसंबंध म्हणतात. दोनपेक्षा जास्त चलांमधीलदेखील संबंध तपासता येतात. त्याला बहुचल सहसंबंध असे म्हणतात. वस्तूच्या किमतीत बदल झाला की मागणीत बदल होतो. उत्पन्नात बदल झाला की उपभोग बदलतो. अशा बदलांना दोन चलांतील सहसंबंध म्हणतात. हा संबंध किती प्रमाणात आहे हेदेखील मोजता येते. सहसंबंध गुणांक काढता येतो. त्यामुळे सहसंबंध किती प्रमाणात आहे हे समजते.

द्विचल सहसंबंधांमध्ये चलांची जोडी दिलेली असते. प्रत्येक चलाची एक क्रमिका किंवा पदमाला असते. पदमालेतील एकेका अंकाचा दुसऱ्या पदमालेतील एकेका अंकाशी असलेला संबंध पाहता येतो.

व्याख्या : चलांमधील परस्परसंबंध मोजण्यासाठी अत्यंत योग्य असलेले सांख्यिकी साधन म्हणजे सहसंबंध होय.

सहसंबंध दोन किंवा अधिक चलांतील सहसंबंधांचे विश्लेषण करते, पण त्यांच्यातील कारणांचे विवेचन करत नाही. सहसंबंध विश्लेषणाच्या मदतीने सहसंबंधाचे प्रमाण एका संख्येत सांगितले जाते, त्या संख्येला सहसंबंध गुणांक किंवा सहसंबंध गुणक म्हणतात.

4.2 सहसंबंधाचे महत्त्व (Significance of Correlation)

आपण जो अंदाज वर्तवतो त्यातील अनिश्चितता सहसंबंधामुळे कमी होते. आपल्या केवळ पाहणीच्या आधारे वर्तवल्या गेलेल्या अंदाजाला प्रत्यक्ष गणिती बैठक मिळते आणि सिद्ध करता येत असल्याने आपल्या अंदाज वर्तवण्याला एक ठामपणा येतो.

एका चलाच्या किमतीत झालेल्या फरकामुळे जर दुसऱ्या चलात फरक पडत असेल तर त्या चलांमध्ये सहसंबंध आहे असे म्हणतात.

फरक पडणे हा शब्दप्रयोग खूप सापेक्ष आहे. हा फरक किती प्रकारे पडू शकतो पाहा. एकाच दिशेने, उलट दिशेने हे दोन प्रकार दिशादर्शक फरक दाखवतात. तसेच फरकाची घनता कमी जास्त असू शकते, म्हणजे खूप जास्त फरक पडत असेल आणि तोही एकाच दिशेने तर एक प्रकार होईल आणि खूप जास्त फरक पडत असेल पण विरुद्ध दिशेने तर तोही एक प्रकार होईल.

जेव्हा चलांमध्ये सहसंबंध असतो, तेव्हा तीन प्रश्न निर्माण होतात.

1) चलातील सहसंबंधांचे प्रमाण काय ?
2) हा सहसंबंध महत्त्वाचा आहे का ?
3) त्याचे कारण व परिणाम कोणते ?
   याच आधारे आपण सहसंबंधांचे प्रकार पाहू.

4.3 सहसंबंधाचे प्रकार (Types of correlation)

1) धन व ऋण प्रकार (Positive and Negative Correlation)

धन : चलांमध्ये होणाऱ्या बदलांच्या दिशेवरून हा संबंध ठरतो. दोन वेगळ्या चलांमध्ये जेव्हा एकाच दिशेने किंवा सारखाच बदल होतो किंवा एक चल बदलला की त्याच दिशेने दुसरा चल बदलतो, त्याला धन सहसंबंध म्हणतात.

उदाहरणार्थ, उंची वाढली की वजन वाढते. उत्पन्न वाढले की खर्च वाढतो.
पाऊस पडला की धान्य उत्पादन वाढते. इ. .

उदाहरणार्थ (1)

किंमत (₹)	1	2	3	4	5	6
पुरवठा (नग)	10	12	15	18	20	22

या संबंधांचा वक्र डावीकडून उजवाकडे वर चढत जाणारा दिसतो.

आकृती 4.3.1

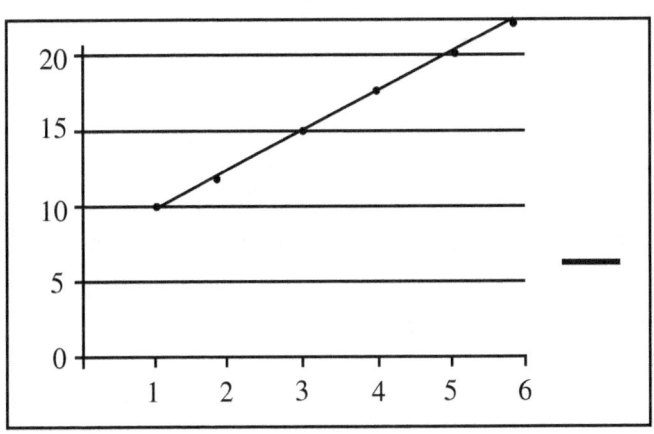

ऋण– चलांमध्ये होणाऱ्या बदलांच्या दिशेवरूनच हाही संबंध ठरतो. परंतु
धन संबंधाच्या अगदी उलट क्रिया घडते. दोन वेगळ्या चलांमध्ये जेव्हा बरोबर उलट
दिशेने किंवा विरुद्ध दिशेने बदल होतो किंवा एक चल बदलला की बरोबर उलट
दिशेने दुसरा चल बदलतो, त्याला ऋण सहसंबंध म्हणतात.

उदाहरणार्थ, (2) किंमत आणि मागणी, तपमान आणि गरम कपड्यांची विक्री,

किंमत (₹)	1	2	3	4	5	6
मागणी (नग)	10	8	6	4	2	1

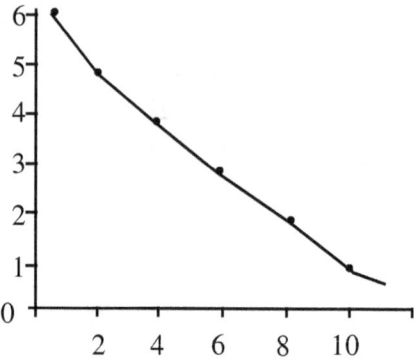

आकृती 4.3.2

हा वक्र डावीकडून उजवीकडे उतरत जाणारा दिसतो.

2) रेषीय आणि अरेषीय (Linear and Non linear)

रेषीय फलन : एका चलामध्ये एका एककाने फरक पडला तर संपूर्ण पदमालेत दुसऱ्या चलातही त्याच प्रमाणात व तेवढाच फरक पडणे म्हणजे रेषीय सहसंबंध होय. दोन चलांमध्ये होणारा बदल स्थिर असतो.

उदाहरण : (3)

X =	1	2	3	4	5	6	7	8	9
Y =	2	4	6	8	10	12	14	16	18

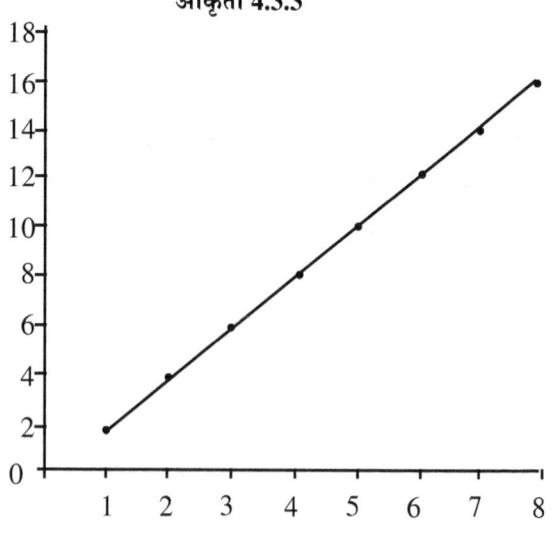

आकृती 4.3.3

अरेषीय फलन : एका चलामध्ये एका एककाने फरक पडला तर संपूर्ण पदमालेत दुसऱ्यातही चलात नुसताच फरक पडणे म्हणजे अरेषीय सहसंबंध होय. हा फरक किती असेल सांगता येत नाही तसेच तो स्थिर नसतो. वेगवेगळा असतो. दोन चलांमध्ये होणारा बदल स्थिर नसतो.

उदाहरण (4)

X	10	20	30	40	50	60	70	80	90	100
Y	25	32	25	40	32	30	36	54	56	65

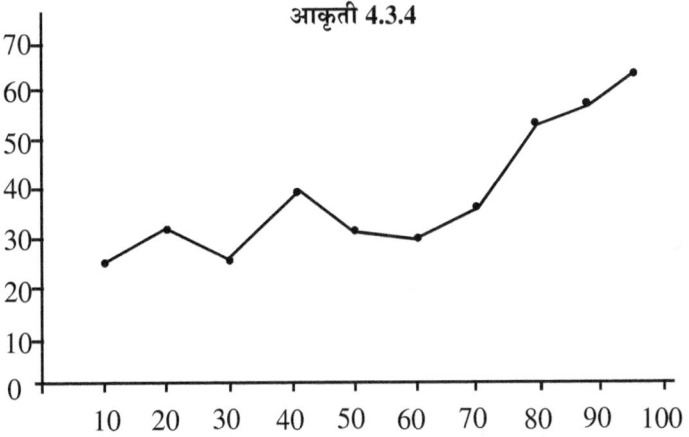

आकृती 4.3.4

वरील फलन अरेषीय आहे.

उदाहरण (5) – पुढील आलेख काढून फलनसंबंध दाखवा

X =	1	2	3	4	5	6	7	8	9
Y =	16	14	12	10	8	6	4	2	1

आकृती 4.3.5

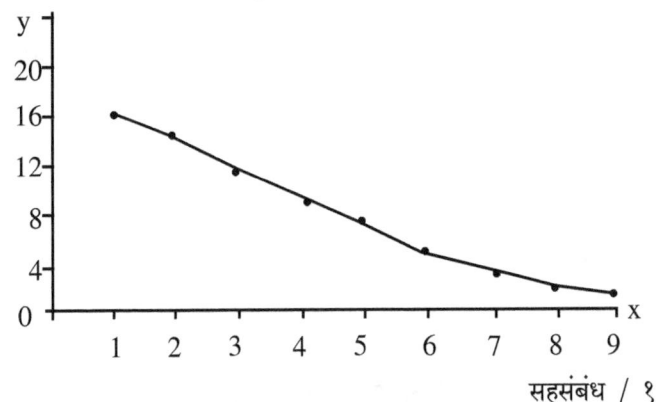

वरील फलन रेषीय आहे, परंतु ते ऋणसंबंध दर्शवते.

उदाहरण (6) – बी.कॉम. ला असलेल्या 10 मुलांचे वजन व उंची दिलेली आहे, त्यावरून सहसंबंध आलेख काढा व विश्लेषण करा.

Heights (Inches) X :	62	72	68	58	65	70	66	63	60	72
Weights (kgs) Y :	50	65	63	50	54	60	61	55	54	65

आकृती 4.3.6

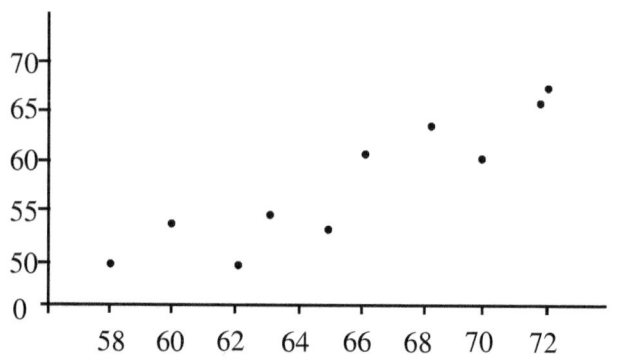

वरील आलेख हा रेषीय नाही आणि यात कोणत्याच प्रकारचा सहसंबंध आढळून येत नाही. याचा अर्थ याचा सहसंबंध सहगुणक 0 आहे.

उदाहरण (7) : दिलेल्या माहितीच्या आधारे आलेख काढा व विश्लेषण करा. :

X:	10	20	30	40	50	60	70	80
Y:	32	20	24	36	40	28	38	44

आकृती 4.3.7

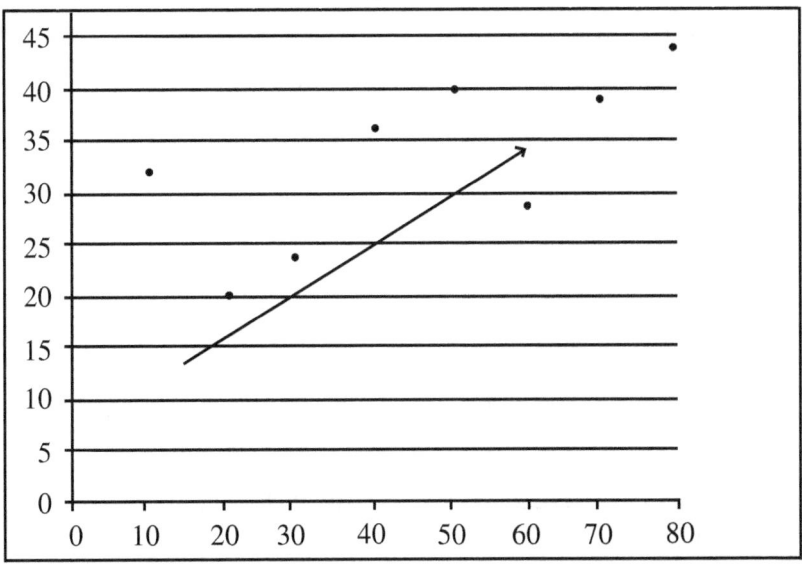

वरील आलेख हा धन स्वरूपाचा व अरेषीय आलेख सहसंबंध दर्शवतो.

उदाहरण (8) : दिलेल्या माहितीच्या आधारे आलेख काढा व विश्लेषण करा.:

X	62	72	70	60	67	70	64	65	60	70
Y	50	65	63	52	56	60	59	58	54	65

आकृती 4.3.8

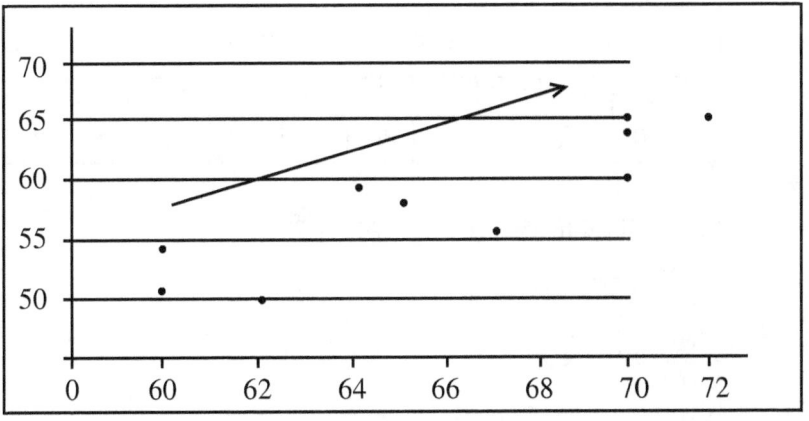

वरील आलेख हा धन स्वरूपाचा व अरेषीय आलेख सहसंबंध दर्शवतो.

4.4 कार्ल पिअर्सनचा सहसंबंध सहगुणक (Karl Pearson's Coefficient of Correlation) (Simple)

दोन चलांच्या पदमालेतील सहसंबंध काढण्याचे सूत्र कार्ल पिअर्सनने दिले आहे. हा सहसंबंध r किंवा r_{xy} या अक्षरांनी दाखवतात.

सूत्ररूपाने

$$r = \frac{Cov\,(xy)}{\sigma x \sigma y}$$

सहसंबंध सहगुणक $r = \dfrac{\frac{1}{n}\Sigma(x-\overline{x})(y-\overline{y})}{\sqrt{\frac{1}{n}\Sigma(x-\overline{x})^2} \text{ x } \sqrt{\frac{1}{n}\Sigma(y-\overline{y})^2}}$

$r = \dfrac{\Sigma(x-\overline{x})(y-\overline{y})}{\sqrt{\Sigma(x-\overline{x})^2\ \Sigma(y-\overline{y})^2}}$ जर $(x-x) = dx$ आणि $(y-y) = dy$ असेल तर,

$r = \dfrac{\Sigma\, dxdy}{\sqrt{dx^2 \text{ x } dy^2}} = \dfrac{\text{विचरणांचा सहगुणक}}{\sigma x \text{ x } \sigma y}$ किंवा $\dfrac{\Sigma\, dxdy}{n \text{ x } \sigma x \text{ x } \sigma y}$

'**r**' हा एक शुद्ध अंक आहे. त्याचे मूल्य –1 आणि +1 याच्या मध्ये कुठेतरी असते. जेवढे –1 च्या जवळ जाईल तेवढा सहसंबंध कमी आणि जेवढे +1 च्या जवळ जाईल तेवढा सहसंबंध जास्त असतो.

$$-1 \leq r \leq +1$$

उदाहरण (9) : दिलेल्या X आणि Y पदमालेवरून सहसबंध सहगुणक काढा.

X	100	102	103	105	107	109	110	112	115	117
Y	60	62	63	65	66	70	71	72	75	76

कृती

1) प्रथम दोन्ही पदमालांची सरासरी काढून घ्यावी.

$\dfrac{\Sigma mx}{nx}$ आणि $\dfrac{\Sigma my}{ny}$

$$\frac{\Sigma mx}{nx} = 108 = ax$$

$$\frac{\Sigma my}{ny} = 68 = ay$$

2) दोन्ही पदमालांचे माध्यापासून अंतर काढून घ्या. एकाला dx तर दुसऱ्याला dy म्हणावे
3) त्यांचा वर्ग करावा व त्यांची बेरीज करावी.
4) दोन्ही पदमालांच्या विचलनांचा गुणाकार करावा dxdy. त्यांची बेरीज करावी. ∑dxdy.

X	100	102	103	105	107	109	110	112	115	117	∑ 1080
dx = (X-ax)	−8	−6	−5	−3	−1	1	2	4	7	9	∑ 0
dx^2=	64	36	25	09	1	1	4	16	49	81	∑ 286
Y	60	62	63	65	66	70	71	72	75	76	∑ 680
dy = (Y-ay)	−8	−6	−5	−3	−2	2	3	4	7	8	∑ 0
dy^2 =	64	36	25	09	4	4	9	16	49	64	∑ 281

प्रमाणित विचलन $x = \sigma x = \sqrt{\frac{\sum d^2 x}{n}} = \sqrt{\frac{286}{10}} = \sqrt{28.6} = 5.35$

प्रमाणित विचलन $y = \sigma y = \sqrt{\frac{\sum d^2 y}{n}} = \sqrt{\frac{281}{10}} = \sqrt{28.1} = 5.29$

$$\frac{\sum dxdy}{n \text{ x } \sigma x \text{ x } \sigma y} = \frac{281}{10 \text{ x } 5.35 \text{ x } 5.29} = \frac{281}{283} = 0.99$$

आता दुसरी पद्धत पाहू.

$$r = \frac{\text{Cov }(x, y)}{\sigma x\ \sigma y}$$

$$\frac{\text{विचरणांचा सहगुणक}}{\sigma x\ \sigma y} = \frac{\text{विचरणांचा सहगुणक}}{\text{विचरण } x \text{ x विचरण } y} = \frac{281}{286 \text{ x } 280} = 0.99$$

आता तिसरी पद्धत पाहू

$$r = \frac{\sum dxdy}{\sqrt{dx^2 \text{ x } dy^2}} = \frac{281}{\sqrt{286 \text{ x } 281}} = \frac{281}{\sqrt{80080}} = \frac{281}{282.93} = 0.99$$

आता चौथी पद्धत पाहू

$$r = \frac{\frac{1}{n}\Sigma(x-\bar{x})(y-\bar{y})}{\sqrt{\frac{1}{n}\Sigma(x-\bar{x})^2} \ x \ \sqrt{\frac{1}{n}\Sigma(y-\bar{y})^2}} \quad = \frac{1}{n} \ \frac{281}{\sqrt{\frac{286}{10}} \ x \ \sqrt{\frac{281}{10}}}$$

$$= \frac{281}{10 \ x \ 5.35 \ x \ 5.29} \quad = \frac{281}{283} = 0.99$$

कोणत्याही एका पद्धतीने उत्तर काढता येते.

उदाहरण (2) : जाहिरातीवर होणारा खर्च आणि प्रत्यक्ष होणारी विक्री यांच्यातील सहसंबंध दिलेल्या आकडेवारीवरून काढा.

खर्च ('000)	39	65	62	90	82	75	25	98	36	78
विक्री (लाख, ₹)	47	53	58	86	62	68	60	91	51	84

कृती

दिलेल्या बाबी

खर्च ('000)	39	65	62	90	82	75	25	98	36	78
विक्री (लाख, ₹)	47	53	58	86	62	68	60	91	51	84

प्रथम dx आणि dy काढून घ्या dx = (x - $\bar{x}$) आणि dy = (y - $\bar{y}$) त्यानंतर सरासरी काढा.

(x) = 65 आणि (y) = 66

dx आणि dy ची बेरीज करा. $\Sigma dx = 0$ आणि $\Sigma dy = 0$

आता त्याचा वर्ग करा. dx^2 आणि dy^2

$dx^2 = \Sigma dx^2 = 5398$, $dy^2 = dy^2 = 2224$

$\Sigma dxdy$ मिळवा. $\Sigma dxdy = 2704$

आलेल्या सर्व किमती खाली दिलेल्या सूत्रात घाला.

$$r = \frac{\Sigma \ dxdy}{\sqrt{dx^2 \ x \ dy^2}} \quad = \frac{\Sigma \ 2704}{\sqrt{5398 \ x \ 2224}} \quad = \frac{2704}{\sqrt{12005152}} = 0.7804$$

r = 0.7804

याचा अर्थ सहसंबंध धन स्वरूपाचा आहे, म्हणजेच जाहिरातीवरील खर्चाचा विक्रीवर थेट परिणाम होतो हे सिद्ध होते.

उदाहरण (3) : खाली दिलेल्या पदमालावरून सहसंबंध काढा.

x	6	2	10	4	8	30
y	9	11	5	8	7	40

कृती

x-x = dx	Y-y = dy	dx2	dy^2	dxdy
0	1	0	1	0
-4	3	16	9	-12
4	-3	16	9	-12
-2	0	4	0	0
2	-1	4	1	-2
0	0	40	20	-26

$$r = \frac{\sum dxdy}{\sqrt{dx^2 \text{ x } dy^2}} = \frac{\sum -26}{\sqrt{40 \text{ x } 20}} = \frac{-26}{\sqrt{800}} = 0.9192$$

उदाहरण (4) : 14 जोडप्यांची वये खाली दिलेली आहेत, त्यावरून सहसंबंध काढा.:

पती (X)	21	25	26	24	22	30	19	24	28	32	31	29	21	18
पत्नी (Y)	19	20	24	21	21	24	18	22	19	30	27	26	19	18

सहसंबंध काढण्याची कृती

खाली दिल्याप्रमाणे किमती काढून घ्याव्यात आणि दिलेल्या सूत्रामध्ये किमती घालून दिलेले उत्तर येते का पहा.

x	y	$x - \bar{x}$	$y - \bar{y}$	$(x - \bar{x})^2$	$(y - \bar{y})^2$	$(x - \bar{x})(y - \bar{y})$

$$r = \frac{\sum dxdy}{\sqrt{dx^2 \text{ x } dy^2}} \quad (\text{ans } r = 0.85)$$

उदाहरण (5) : 1968 ते 1980 या कालखंडातील जन्मदर आणि मृत्युदराची आकडेवारी खाली दिली आहे, त्यावरून त्यातील सहसंबंध काढा.

जनन दर (X)	मृत्युदर (Y)
17.1	9.3
16.5	9.3
15.8	9.1
15.2	8.2
14.3	8.9
13.6	8.9
12.9	8.5
12.3	9.7
11.7	9.0
11.5	8.7
11.3	9.1
11.3	9.0
11.6	9.2
Σ175.1	Σ116.9

कृती

Birth rate (X)	Death rate (Y)	dx	dy	dx^2	dy^2	dx2*dy^2	dx dy
17.1	9.3	3.94	0.31	15.5236	0.0961	1.491818	1.2214
16.5	9.3	3.34	0.31	11.1556	0.0961	1.072053	1.0354
15.8	9.1	2.64	0.11	6.9696	0.0121	0.084332	0.2904
15.2	8.2	2.04	-0.79	4.1616	0.6241	2.597255	-1.6116
14.3	8.9	1.14	-0.09	1.2996	0.0081	0.010527	-0.1026
13.6	8.9	0.44	-0.09	0.1936	0.0081	0.001568	-0.0396
12.9	8.5	-0.26	-0.49	0.0676	0.2401	0.016231	0.1274
12.3	9.7	-0.86	0.71	0.7396	0.5041	0.372832	-0.6106
11.7	9	-1.46	0.01	2.1316	1E-04	0.000213	-0.0146
11.5	8.7	-1.66	-0.29	2.7556	0.0841	0.231746	0.4814
11.3	9.1	-1.86	0.11	3.4596	0.0121	0.041861	-0.2046
11.3	9	-1.86	0.01	3.4596	1E-04	0.000346	-0.0186
11.6	9.2	-1.56	0.21	2.4336	0.0441	0.107322	-0.3276
Σ175.1	Σ116.9	Σ4.02	Σ0.03	Σ54.3508	Σ0.0441	Σ6.028104	Σ0.2262

$$r = \frac{\sum dxdy}{\sqrt{dx^2 \text{ x } dy^2}} = \frac{0.2262}{\sqrt{6.028}} = \frac{0.2262}{2.45} = 0.09$$

उदाहरण (6) : X आणि Y पदमालेतील सहसंबंध काढा.

	series	
	X	Y
पदमालेताली जोड्या	15	15
सरासरी	25	18
प्रमाणित विचलन	3.01	3.03
सरासरीपासूनच्या विचलनाच्या वर्गांची बेरीज.	136	138

$\sum dxdy = 122$

कृती

दिलेल्या बाबी पुढीलप्रमाणे

n =15,

$\overline{x} = 25$, $\overline{y} = 18$, S.Dx. = 3.01, S.Dy 3. = 03

$$r = \frac{\sum (x-\overline{x})(y-\overline{y})}{n\,\sigma x \sigma y} = \frac{122}{15 \times 3.01 \times 3.03} = 0.8917$$

उदाहरण (7) : वेतन आणि राहाणीमान यांच्यातील सहसंबंध दाखवा आणि मत मांडा.

Wages:	100	101	103	102	100	99	97	98	96	95
Cost	98	99	99	97	95	92	95	94	90	91

(Ans : r = 0.8472)

उदाहरण (8) : दिलेल्या आकडेवारीवरून सहसंबंध सहगुणक काढा.

क्रम	अकाउंटन्सी मधील गुण (x)	dx	dx^2	संख्याशास्त्रातील गुण (y)	dy	dy^2	dxdy
1	48	14	196	45	10	100	140
2	35	1	1	20	-15	225	-15
3	17	-17	289	40	5	25	-85
4	23	-11	121	25	-10	100	110
5	47	13	169	45	10	100	130
	∑170	∑0	∑776	∑175	∑0	∑550	∑280

ans: $r = \dfrac{\sum dxdy}{\sqrt{dx^2 \times dy^2}} = \dfrac{280}{\sqrt{776 \times 550}} = 0.429$

उदाहरण (9) : दिलेल्या अकडेवारीवरून सहसंबंध सहगुणक काढा.

Case	X	dx	dx^2	Y	dy	dy^2	dxdy
A	10	0	0	9	1	1	0
B	6	-4	16	4	-4	16	16
C	9	-1	1	6	-2	4	2
D	10	0	0	9	1	1	0
E	12	2	4	11	3	9	16
F	13	3	9	13	5	25	15
G	11	1	1	8	0	0	0
H	9	-1	1	4	-4	16	4
N = 8	$\sum$ 80	$\sum$ 0	$\sum$ 32	$\sum$ 64	$\sum$ 0	$\sum$ 72	$\sum$43

ans: $r = \dfrac{\sum dxdy}{\sqrt{dx^2 \times dy^2}} = \dfrac{43}{\sqrt{32 \times 72}} = 0.896$

उदाहरण (10) : दिलेल्या आकडेवारीवरून सहसंबंध सहगुणक काढा.

Case	X	dx	dx^2	Y	dy	dy^2	dxdy
	100	−4	16	15	0	0	0
	102	−2	4	12	−3	9	6
	104	0	0	13	−2	4	0
	107	3	9	11	−4	16	−12
	105	1	1	12	−3	9	−3
	112	8	64	12	−3	9	−24
	103	−1	1	19	4	16	−4
	99	−5	25	26	11	121	−55
N = 8	$\sum$ 832	$\sum$ 0	$\sum$ 120	$\sum$ 120	$\sum$ 0	$\sum$ 184	$\sum$-92

$$\bar{x} = \frac{\Sigma x}{N} = \frac{832}{8} = 104$$

$$\bar{Y} = \frac{\Sigma Y}{N} = \frac{120}{8} = 15$$

$$\text{ans: } r = \frac{\Sigma\, dxdy}{\sqrt{dx^2 \text{ x } dy^2}} = \frac{-92}{\sqrt{120 \text{ x } 184}} = 0.619$$

५ आर्थिक उपयुक्तता

Economics Application

5.1 व्याजदराचे मोजमाप (Calculations of rate of interest)
5.2 सरळ व चक्रवाढ व्याजदर (Simple compound rate of interest)
5.4 वक्राच्या चढ-उताराची संकल्पना (Concepts of slope)
5.5 उपभोक्त्याचे आधिक्याशी जोडलेली समतोलाची संकल्पना (Concept of equilibrium application to consdumer surplus)

5.1 व्याजदराचे मोजमाप (Calculations of rate of interest)

अर्थशास्त्राच्या अभ्यासाला गणिताची जोड मिळाली तर तो अभ्यास परिपूर्ण होतो. अर्थशास्त्रातील अनेक महत्त्वाच्या संकल्पना गणित व संख्याशास्त्राशी जोडलेल्या असतात. अगदी मागणी व पुरवठ्याचा मूलभूत नियम असेल किंवा त्यांच्यातील समतोल असेल तिथे गणिताचा उपयोग होतो. गणितातील काही क्रिया माहीत असतील तर हे आंतरप्रवाह समजणे सोपे जाते.

सुरूवातीला आपण अगदी सोपे प्रकार पाहणार आहोत. प्रत्येक शिक्षित व्यक्ती बँकेशी संबंधित असतेच. त्यामुळे बँकेत ठेवलेले पैसे त्यावर मिळणारे व्याज, बँकेकडून घेतलेली कर्जे त्यावर आकारले जाणारे व्याज याचा आपण अभ्यास करू.

5.2 सरळव्याज आणि चक्रवाढ व्याज (Simple compound rate of interest)

शाळेत आपण शिकलो आहोतच. खालील उदाहरणे सोडवून पाहा.

उदाहरणे सोडवा.

1   $16\frac{2}{3}$% दराने ₹ 68000 मुद्दलावरील 9 महिन्यांचे सरळव्याज काढा.

2   14% दराने 6250 मुद्दलावरील 146 दिवसांचे सरळव्याज काढा.

3   18% दराने ₹ 3000 मुद्दलावरील 4 फेब्रुवारी, 1995 ते 18 एप्रिल, 1995 या कालावधीतील दिवसांचे सरळव्याज काढा.

4   $13\frac{1}{2}$% दराने एका मुद्दलाची रास 4 वर्षांनी ₹ 2502.50 होते, तर मुद्दल काढा.

5   एका मुद्दलाची रास 2 वर्षांनी ₹ 1008 होते आणि 6 वर्षांनी 1424 होते तर मुद्दल आणि सरळव्याजाचा दर काढा.

उत्तरे

(1) ₹ 8500, (2) ₹ 350, (3) ₹ 108 (4 फेब्रु. हा दिवस धरू नका आणि 18 एप्रिल धरा.), (4) ₹ 1625, (5) मुद्दल ₹ 800, व्याजदर 13%

जेव्हा कमी काळासाठी (साधारण 1 वर्ष किंवा त्यापेक्षा कमी) जेव्हा कर्ज दिले जाते तेव्हा सरळव्याज ही संकल्पना वापरली जाते; आपण सरळ व्याज 7 वी किंवा 8 वीतच शिकला असाल. व्याज म्हणजे घेतलेल्या कर्जाची मोजलेली किंमत. देणाऱ्याच्या भूमिकेतून असेही म्हणता येईल की व्याज म्हणजे देऊ केलेल्या पैशांची आकारलेली किंवा स्वीकारलेली किंमत. आपण बँकेत बचतखात्यात पैसे ठेवतो आणि बँक आपल्याला व्याज देते. आपल्याकडून घेतलेल्या पैशातून बँक कर्ज देते आणि व्याज आकारते.

आपण बचत खात्यात ठेव म्हणून ठेवलेली रक्कम किंवा आपण सावकाराकडून कर्जाऊ घेतलेली रक्कम म्हणजे मुद्दल (P), आपण बचत खात्यात ठेव ठेवतो म्हणजे एका अर्थाने बँकेला पैसे देतो. आपले पैसे बँक वापरते म्हणून ती आपल्याला काही शुल्क देते; हे शुल्क म्हणजे त्या रकमेचे ठराविक काळासाठी वापर केल्याबद्दलचे भाडे असते. त्याला आपण व्याज (Interest) असे म्हणतो. ज्या शेकडा दराने हे भाडे किंवा शुल्क दरवर्षी आकारले जाते, त्याला व्याजदर म्हणजे (R) असे म्हणतात. साधारणपणे व्याज हे एक वर्षाकरता आकारले जाते. जेव्हा कालावधीचा स्पष्ट उल्लेख नसतो, तेव्हा हा कालावधी एक वर्षाचा आहे; असे गृहीत धरण्याचा प्रघात आहे.

व्याज आकारताना दोन प्रकार आहेत. एक म्हणजे सरळव्याज आणि दुसरे म्हणजे चक्रवाढ व्याज. आता आपण सरळव्याज म्हणजे काय ते पाहू. सरळव्याजाचे समीकरण पुढीलप्रमाणे आहे

$$I = P \times r \times t$$

जिथे I= व्याज, P= मुद्दल, I= r% व्याजदर % आणि t = कालावधी व्याज शेकडेवारीत मोजले जाते. त्यामुळे आपले समीकरण

$$I = \frac{Prt}{100} \text{ असे होईल.}$$

नमुना उदाहरण : (1)

₹ 100 कर्जावरील 12% दराने 9 महिन्यांचे व्याज काढा.

$$I = Prt$$
$$I = (100)(0.12)(0.75) \text{ (कॅल्क्युलेटर वापरा.)}$$
$$I = ₹ 9$$

म्हणजे 9 महिन्यानंतर कर्ज घेणारा ₹ 109 परत करेल. तो मुद्दल आणि व्याज मिळून पैसे देईल; म्हणून मुद्दलाला वर्तमान मूल्य (Present Value) असेही म्हणतात.

मुद्दल + व्याज = रास

रास म्हणजे भविष्यात परत करायची रक्कम.

$$P + I = A$$
$$P + Prt = A \text{ म्हणजेच}$$
$$A = P(1 + rt)$$

नमुना उदाहरण : (2)

18% दराने ₹ 800 कर्जाऊ घेतले तर 4 महिन्यांनंतर येणारी रास काढा. रास इंग्रजी 'A' अक्षराने दर्शवतात.

$$A = P(1 + rt)$$
$$A = 800\left(1 + 0.18\left[\frac{1}{3}\right]\right)$$
$$A = 800(1.06)$$
$$A = ₹ 848$$

नमुना उदाहरण : (3)

12% दराने ₹ 500 कर्जाऊ घेतले तर 30 महिन्यांनंतर सरळव्याजाने होणारी रास काढा.

A = P (1 + rt)

t = 30 महिने = $\frac{30}{12}$ = 2.5

A = 500 (1 + 0.12 [2.5])

A = 500 + (500 × 0.3) कॅल्क्युलेटर वापरून काढा पाहू उत्तर. आधी 0.12 × 2.5 करून घ्या आणि येणाऱ्या उत्तराला 500 ने गुणा आणि मग त्यात 500 मिळवा. (₹ 650)

नमुना उदाहरण : (4)

'अ' ने ₹ 1000 रुक्कम 4% दराने कर्जाऊ घेतली. सरळव्याजाने 1 वर्षानंतर किती रक्कम 'अ' परत करेल?

5 वर्षांनंतर?

10 वर्षांनंतर?

10 वर्षांनंतर द्यावे लागणारे व्याज आणि 1 वर्षानंतर दिलेले व्याज यात काय आढळते? 2 वर्षे, 5 वर्षे इ. वर्षांच्या सरळव्याजात काय आढळते? सरळव्याज समान आहे; हे जाणवते. म्हणजेच सरळव्याजाचा जर आलेख काढला तर तो अगदी सरळ रेषीय, हळूहळू वर चढत जाणारा आणि प्रत्येक बिंदूपाशी समान चढ असणारा असा असेल.

आता जरा वेगळे उदाहरण घेऊ.

नमुना उदाहरण : (5)

जर 'अ' ला 10% दराने 9 महिन्यांनी ₹ 5000 मिळवायचे आहेत तर त्याने मुद्दल किती गुंतवावे?

A = P (1 + rt) या गणितात A = 5000, t = 9 महिने = $\frac{9}{12}$ = 0.75 आणि

r = 10% दिलेला आहे आणि P काढायचा आहे.

5000 = P (1 + 0.10 [0.75])

5000 = P (1.075)

P = 4651.16

नमुना उदाहरण : (6)

जर ₹ 960 गुंतवून 6 महिन्यांनी ₹ 1000 मिळतात तर व्याजदर काढा. (लक्षात ठेवा. व्याजदर शेकड्यात काढायचा आहे.)

A = P (1 + rt) A = 1000 t = 6 महिने $= \dfrac{6}{12} = 0.5$, P = 960

$\qquad$ 1000 $= 960 (1 + r (0.5))$

1000 $- 960 = 480r$

$\therefore \dfrac{40}{480} = 0.0833$

r $= 8.33\%$

नमुना उदाहरण : (7)

$16\dfrac{2}{3}\%$ दराने ₹ 68000 मुद्दलावरील 9 महिन्यांचे सरळव्याज काढा.

$P = 68000, r = \dfrac{50}{3}$ दरसाल, $t = \dfrac{9}{12}, \therefore \dfrac{3}{4}$ वर्षे

$\therefore \quad$ सरळव्याज $= \dfrac{Prt}{100} = \left[68000 \times \dfrac{50}{3} \times \dfrac{3}{4} \times \dfrac{1}{100} \right]$

$\qquad = $ ₹ 8500/

नमुना उदाहरण : (8)

14% दराने ₹ 6250 मुद्दलावरील 146 दिवसांचे सरळव्याज काढा.

$P = 6250, r = 14\%$, दरसाल $t = \dfrac{146}{365} = \dfrac{2}{5}$ वर्षे

$\therefore$ सरळव्याज ₹ $\left[6250 \times 14 \times \dfrac{2}{5} \times \dfrac{1}{100} \right]$

$\qquad = $ ₹ 350/

नमुना उदाहरण : (9)

18% दराने ₹ 3000 मुद्दलावरील 4 फेब्रुवारी, 1995 ते 18 एप्रिल, 1995 या कालावधीतील दिवसांचे सरळव्याज काढा.

कालावधीचे दिवस मोजू. 4 फेब्रुवारी, 1995 हा दिवस सोडायचा आणि 18 एप्रिल, 1995 हा दिवस धरायचा.

∴ फेब्रुवारीचे 24 दिवस + मार्च चे 31 दिवस + एप्रिलचे 18 दिवस मिळून

73 दिवस म्हणजेच $\dfrac{1}{5}$ वर्ष होते.

P = 3000/–, r = 18% दरसाल.

$$सरळव्याज = \left[3000 \times 18 \times \dfrac{1}{5} \times \dfrac{1}{100} \right] = ₹\ 108$$

नमुना उदाहरण : (10)

$13\dfrac{1}{2}\%$ दराने एका मुद्दलाची रास 4 वर्षांनी ₹ 2502.50 होते; तर मुद्दल काढा.

मुद्दल x मानू

$$सरळव्याज = \left[x \times \dfrac{27}{2} \times 4 \times \dfrac{1}{100} \right] = \dfrac{27x}{50} = 2502.50$$

$$\therefore \quad x = \dfrac{2502.50 \times 50}{77} \quad रु.\ 1625/–$$

नमुना उदाहरण : (11)

एका मुद्दलाची रास 2 वर्षांनी ₹ 1008 होते आणि $3\dfrac{1}{2}$ वर्षांनी 1164 होते तर मुद्दल आणि व्याजाचा दर काढा.

सरळ व्याजातील फरक

$= 1\dfrac{1}{2}$ वर्षांचे सरळव्याज = ₹ (1164 - 1008) = ₹ 156

दोन वर्षांचे सरळव्याज काढण्यासाठी आधी एक वर्षाचे व्याज काढू. दीड वर्षांच्या व्याजाला दीड वर्षे म्हणजे $\dfrac{3}{2}$ ने भागले की, एक वर्षाचे व्याज मिळेल. $\dfrac{3}{2}$ ने भागणे म्हणजेच $\dfrac{2}{3}$ ने गुणणे. म्हणून ₹ 156 या दीड वर्षांच्या व्याजाला $\dfrac{2}{3}$ गुणावे. येणाऱ्या उत्तराला 2 ने गुणले की 2 वर्षांचे सरळव्याज मिळेल.

दोन वर्षांचे व्याज $= \left[156 \times \dfrac{2}{3} \times 2\right] = ₹\ 208$

P = मुद्दल $= ₹\ (1008 - 208) = 800$

आता P = 800, t = 2, ∴ सरळव्याज = 208 आता व्याजदर काढू.

व्याजदर $= \dfrac{100 \times \text{सरळव्याज}}{Pt} = \dfrac{100 \times 208}{800 \times 2} = 13\%$

लक्षात ठेवा

सरळ व्याजाची समीकरणे		
(1) $P = \dfrac{A}{1 + rt}$	(2) $r = \dfrac{A - P}{Pt}$	(3) $t = \dfrac{A - P}{Pr}$
(1) $P = \dfrac{100 \times 1}{rt}$	(2) $r = \dfrac{100 \times 1}{Pt}$	(3) $t = \dfrac{100 \times 1}{Pr}$

उदाहरणे सोडवा

1   16% दराने ₹ 2500 मुद्दलाचे सरळव्याजाने 5 वर्षांत किती व्याज होईल?

2   एका माणसाने ₹ 500 कर्जाऊ घेतले. व्याजदर होता 5%. जर 4 वर्षांत व्याजासह रक्कम परत करायची असेल तर त्याला किती रक्कम भरावी लागेल?

3   'अ' ने 'ब' ला ₹ 3500, 10% दराने कर्जाऊ दिले. 'ब' ने तीच रक्कम 'क' ला 11.5% दराने 3 वर्षांकरिता कर्जाऊ दिली; तर 'ब' ला किती फायदा झाला?

4   5% सरळव्याज दराने 500 रुपयांवर 50 ₹ व्याज होण्यासाठी किती वर्षे लागतील?

5   अविनाशने 5000 रुपये संजयकडून उसने घेतले? 3 वर्षांनंतर व्याजापोटी संजयने 300 रुपये जास्त परत केले; तर सरळव्याजाचा दर काय?

6   अशोकने 5% सरळव्याजदराने 15000 रुपये कर्जाऊ घेतले. रक्कम परत करताना त्याने एकूण व्याज 2700 रुपये भरले; तर व्याजाचा दर काढा.

7   दीड वर्षांनी 784 रुपये 15% सरळ दराने मिळण्यासाठी किती रुपये आज गुंतवावे लागतील?

8   राकेशने 6 वर्षांकरिता काही रक्कम 5% सरळ व्याजाने कर्जाऊ घेतली; जर व्याजाची 6 वर्षांनंतरची रक्कम 1230 झाली असेल तर मुद्दल काढा.

9 3 वर्षांनी सरळ व्याजाने 800 रुपयांचे 920 रुपये होतात; जर व्याज दर 3%नी वाढला तर किती रक्कम झाली असती?

10 सतीशने 4 वर्षांकरिता 10% सरळ दराने काही रक्कम कर्जाऊ घेतली. 4 वर्षांनी परत करताना त्याने व्याजासह मुद्दल धरून ₹ 3500 परत केले. तर मुद्दल किती होते?

उत्तरे : (1) ₹ 750 (2) ₹ 600 (3) ₹ 157.50 (4) 2 वर्षे
(5) 2% (6) 6% (7) ₹ 640 (8) ₹ 4100
(9) ₹ 992 (10) ₹ 2500

आता आपण चक्रवाढव्याज पाहू.

चक्रवाढव्याज

चक्रवाढव्याज म्हणजे जणू व्याजावरील व्याज. पहिल्या वर्षाचे व्याज मुद्दलात जमा करून त्यावर येणाऱ्या वर्षाकरता पुन्हा व्याज आकारले जाणे म्हणजे चक्रवाढ पद्धतीने व्याज आकारणी करणे होय.

उदाहरणे सोडवा

1 दरवर्षी मोजणी केल्यास 2 वर्षांने, 16% दराने 6250 रुपयावरील चक्रवाढव्याज किती होईल?

2 दर सहा महिन्यांनी मोजणी केल्यास 5000 रुपयांचे 12% दराने एक वर्षाचे चक्रवाढव्याज किती होईल?

3 एका मुद्दलाची रास दोन वर्षांनी ₹ 7350 आणि 3 वर्षांनी ₹ 8575 होते. तर मुद्दल व व्याजदर काढा.

4 एका मुद्दलावरील चक्रवाढ व्याज 2 वर्षांनी 12% दरसाल या दराने ₹ 1590 होते. सरळव्याज किती झाले असते?

एखादी ठेव ठेवल्यानंतर ठेव देणारा व ठेव घेणारा या दोघांच्या संमतीने पहिल्या वर्षाचे व्याज ठेवीदारास परत न करता ते व्याज मुद्दलात मिळवून आलेल्या राशीचे मुद्दल बनविले जाते आणि पुढील वर्षी त्या नव्या मुद्दलावर पुन्हा व्याज आकारणी केली जाते. हीच बाब कर्ज देण्या व घेण्याच्या बाबतीत लागू होते. याला चक्रवाढ पद्धतीने केलेली व्याज आकारणी म्हणतात. त्याची समीकरणे पुढीलप्रमाणे मुद्दल = P, व्याजदर (दरसाल, दर शेकडा) = r% कालावधी = n वर्षे; चक्रवाढ व्याज = I, रास = A असे गृहीत धरून पुढील समीकरणे दिली आहेत.

(अ) दरसाल चक्रवाढ व्याजाने मोजणी होत असेल तर, $A = P\left(1 + \dfrac{r}{100}\right)^n$

(आ) दरसहा महिन्यांनी चक्रवाढ व्याजाने मोजणी होत असेल तर, $P\left(1 + \dfrac{r/2}{100}\right)^{2n}$

(इ) दर तीन महिन्यांनी चक्रवाढ व्याजाने मोजणी होत असेल तर, $P\left(1 + \dfrac{r/4}{100}\right)^{4n}$

नमुना उदाहरण : (1)

'अ' ने बँकेत 10000 रुपये द. सा. द. शे. 10 दराने 3 वर्षांकरता गुंतवले तर चक्रवाढव्याजाने किती रक्कम मिळेल ?

P = 10000, r = 10%, n = 3

सूत्र : $A = P\left(1 + \dfrac{r}{100}\right)^n$

$A = 10000\left(1 + \dfrac{10}{100}\right)^3$

$A = 10000\left(1 + \dfrac{10}{10}\right)^3$

$A = 10000\left(\dfrac{11}{10}\right)^3$

$A = 10000 \times \left(\dfrac{11}{10}\right)\left(\dfrac{11}{10}\right)\left(\dfrac{11}{10}\right)$

$A = 10 \times 1331$

$A = 13310$

₹ 10000 या मूळ मुद्दलची 13310 एवढी रास तयार झाली.

₹ 13310 – ₹ 10000 = ₹ 3310 चे चक्रवाढव्याज मिळाले.

नमुना उदाहरण : (2)

द. सा. द. शे. 10 दराने ₹ 9000 चे 2 वर्षांचे चक्रवाढ व्याज किती ?

सूत्र : $= A = P \left(1 + \dfrac{r}{100}\right)^n$

$A = 9000 \left(1 + \dfrac{10}{100}\right)^2$

$A = 9000 \left(1 + \dfrac{1}{10}\right)^2$

$A = 9000 \left(\dfrac{11}{10}\right)^2$

$A = 9000 \times \left(\dfrac{11}{10}\right)\left(\dfrac{11}{10}\right)$

$A = 90 \times 121$

$A = 10890$

₹ 9000 या मूळ मुद्दलाची 10890 एवढी रास तयार झाली. ₹ 10890 ₹ 9000 = ₹ 1890 हे चक्रवाढ व्याज मिळाले.

आता हे उदाहरण स्वत: सोडवा.

उदाहरण (3) द. सा. द. शे. 12.5 दराने ₹ 64000 चे 3 वर्षांचे चक्रवाढव्याज किती ?

आता दर सहा महिन्यांनी जेव्हा व्याजाची मोजणी होते तेव्हा चक्रवाढ व्याज कसे काढतात ते पाहू.

5.2.1 सहामाही व्याज मोजणी

• दर सहा महिन्यांनी चक्रवाढ व्याजाने मोजणी होत असेल तर, $P \left(1 + \dfrac{r/2}{100}\right)^{2n}$

व्याज म्हणजे r वर्षातून दोनदा मोजले जाईल. यासाठी n अक्षराने दाखवलेला कालावधी आता दुप्पट करावा लागेल आणि व्याजही दोनदा दिले जाईल, त्यामुळे एकावेळचे व्याज निम्मे होईल, म्हणूनच r/2

वरील एकदा सोडवलेलेच उदाहरण घेऊ.

नमुना उदाहरण : (2)

द.सा.द.शे. 10 दराने ₹ 9000 चे 2 वर्षांचे दर सहा महिन्यांनी व्याज मोजले गेल्यास चक्रवाढ व्याज किती? P = 9000, r = 10%, n = 2

आपल्या सूत्रानुसार, $A = 9000 \left(1 + \dfrac{10/2}{100}\right)^{2(2)}$

$A = 9000 \left(1 + \dfrac{5}{100}\right)^{4}$

$A = 9000 \left(\dfrac{21}{20}\right)\left(\dfrac{21}{20}\right)\left(\dfrac{21}{20}\right)\left(\dfrac{21}{20}\right)$

दर सहा महिन्यांनी व्याज आकारणी केल्यामुळे 2 वर्षांनी ₹ 10939.55 एवढी रास तयार झाली. आता हेच गणित दर तीन महिन्यांनी व्याज आकारणी केली तर कसे सोडवायचे ते पाहू.

5.2.2 तिमाही व्याज मोजणी

व्याज म्हणजे r वर्षातून चारदा मोजले जाईल. यासाठी n अक्षराने दाखवलेला कालावधी आता चौपट करावा लागेल आणि व्याजही चारदा दिले जाईल, त्यामुळे एकावेळचे व्याज पावपट होईल, म्हणून r/4

सूत्र = $A = P \left(1 + \dfrac{r/4}{100}\right)^{4n}$ आपल्या उदाहरणानुसार,

$A = 9000 \left(1 + \dfrac{10/4}{100}\right)^{4(2)}$

$A = 9000 \left(1 + \dfrac{2.5}{100}\right)^{8}$

कॅल्क्युलेटर वापरा.

$A = 9000 \times (1.025)^{8}$

$A = 9000 \times 1.2184$

$A = 10965.62$

दर तीन महिन्यांनी व्याज आकारणी केल्यामुळे 2 वर्षांनी ₹ 10965.62 एवढी रास तयार झाली; एक तक्ता तयार करू. तक्त्यामध्ये पहिले गणित सोडवले आहे, त्यानुसार बाकीची सोडवा.

उदाहरणे

नमुना उदाहरण	रक्कम ₹	व्याज दर (%)	कालावधी (वर्षे)	वार्षिक व्याज (₹)	सहामाही व्याज (₹)	तिमाही व्याज (₹)
1	9000	10	2	10890	10939.55	10965.62
2	10000	08	2			
3	20000	12	2			
4	15000	16	2			
5	5000	08	2			
6	70000	04	2			
7	60000	08	2			
8	35000	12	2			

उत्तरे :

नमुना उदाहरण	रक्कम ₹	व्याज दर (%)	कालावधी (वर्षे)	वार्षिक व्याज (₹)	सहामाही व्याज (₹)	तिमाही व्याज (₹)
1	9000	10	2	10890	10939.55	10965.62
2	10000	08	2	11664	11698.58	11716.59
3	20000	12	2	25088	25249.53	25335.40
4	15000	16	2	20184	20407.33	20528.53
5	5000	08	2	5832	5849.29	5858.29
6	70000	04	2	75712	75770.25	75799.96
7	60000	08	2	69984	70191.51	70299.56
8	35000	12	2	43904	44186.69	44336.95

5.2.3 नफा – तोट्याची संकल्पना

सरळव्याज व चक्रवाढ व्याजाप्रमाणेच वस्तूच्या खरेदी–विक्रीतून होणारा फायदा किंवा तोटा आपल्या परिचयाचा असतो आणि तो काढताही आला पाहिजे. त्यामुळे नफ्या–तोट्याची संकल्पना पाहू.

नफा–तोटा

नफ्या–तोट्याच्या गणितांकडे वळण्यापूर्वी आपण काही संकल्पना समजावून घेऊ.

(1) खरेदी किंमत (CP) = वस्तू खरेदी करताना असलेली किंमत तिला 'खरेदी किंमत' असे म्हणतात. इंग्रजी CP म्हणजे Cost Price या आद्याक्षरांनी ती दर्शवली जाते.

(2) विक्री किंमत (SP) = वस्तू विकण्याच्या वेळेस आकारलेली किंमत तिला 'विक्री किंमत' असे म्हणतात. इंग्रजी आद्याक्षरे (SP) घेऊन ती दर्शवली जाते.

(3) तोटा = CP – SP

नफा किंवा तोटा हा खरेदी किमतीवरच मोजला जातो.

काही महत्त्वाची समीकरणे

(1) नफा $= SP - CP = Profit$

(2) नफा % $= \left[\dfrac{\text{नफा} \times 100}{C.P.} \right]$

(3) तोटा $= CP - SP$

(4) तोटा % $= \left[\dfrac{\text{तोटा} \times 100}{C.P.} \right]$

(5) $S.P. = \left[\dfrac{100 - \text{तोटा} \%}{100} \times C.P. \right]$

(6) $S.P. = \left[\dfrac{100 + \text{नफा} \%}{100} \times C.P. \right]$

(7) $C.P. = \left[\dfrac{100}{100 + \text{नफा} \%} \times S.P. \right]$

(8) $C.P. = \left[\dfrac{100}{100 - \text{तोटा} \%} \times S.P. \right]$

(9) जर एखादी वस्तू 35% नफा घेऊन विकली तर S.P. = C.P. च्या 135%.

(10) जर एखादी वस्तू 35% तोटा घेऊन विकली तर S.P. = C.P. च्या 65%

नमुना उदाहरण : (1)

एका विक्रेत्याने एक वस्तू ₹ 27.50 ला खरेदी करून ₹ 28.60 ला विकली तर शेकडा नफा काढा.

C.P. = ₹ 27.50, S.P. = 28.60

नफा = SP – CP

= 28.60 – 27.50 = 1.10

नफा % = $\left[\frac{1.10}{27.50}\times 100\right] = 4\%$

नमुना उदाहरण : (2)

एक रेडिओ ₹ 490 ला विकत घेऊन 465.50 ला विकला तर शेकडा तोटा काढा.

C.P. = 490, S.P. = 465.50

तोटा = CP – SP = ₹ (490 - 465.50) = 24.50

तोटा % = $\frac{25.40}{490} \times 100 = 5\%$

नमुना उदाहरण : (3)

16% नफा घेऊन ₹ 40.60 ला एक वस्तू विकली तर खरेदी किंमत काढा.

C.P. = x मानू. $\therefore$ x च्या 116% = 40.60

$\therefore \frac{116}{100}\ x = 40.60,\ \therefore x = \left[\frac{40.60\times 100}{116}\right] = 35$

नमुना उदाहरण : (4)

12% तोटा घेऊन ₹ 51.70 ला एक वस्तू विकली तर खरेदी किंमत काढा.

C.P. = x मानू आता x च्या 88% = 51.70

$\therefore \frac{88}{100}\ x = 51.70$

$\therefore x = \left[\frac{51.70\times 100}{88}\right] = 58.75$

नमुना उदाहरण : (5)

एक पुस्तक ₹ 115.20 ला विकून 10% तोटा होतो, तर त्याने 5% नफा होण्यासाठी ते पुस्तक कितीला विकावे?

नवी S.P. = x मानू

(100 - तोटा%) : (मूळ S.P.) = 100 + नफा % : नवी S.P.

$$\therefore \frac{100-10}{115.20} = \frac{100+5}{x} \text{ किंवा } x = \left[\frac{105 \times 115.20}{90}\right] = 134.40$$

नमुना उदाहरण : (6)

एक घड्याळ ₹ 1024 ला विकून 20% तोटा होतो; जर त्याने तेच घड्याळ ₹ 1472 ला विकले तर त्याला किती टक्के फायदा किंवा तोटा होईल?

नफा x% झाला असे मानू.

$$\therefore 80 : 1024 = (100 + x) : 1472$$

$$\therefore \frac{80}{1024} = \frac{100+x}{172} \quad \therefore x = 115 \quad \therefore x = 15\%$$

नमुना उदाहरण : (7)

अशोकने एक रेडिओ विकत घेऊन तो 25% नफा घेऊन शामला विकला. शामने त्यावर 10% तोटा सोसून मोहनला विकला. मोहनने तो शामकडून ₹ 675 ला विकत घेतला तर अशोकची खरेदी किंमत काढा.

अशोकची खरेदी किंमत x मानू.

x च्या 125% च्या 90% = 675

$$\therefore \frac{90}{100} \times \frac{125}{100} \quad \text{गुणिले } x = 675$$

$$x = 675 \times \frac{100}{125} \times \frac{100}{90} = 600$$

नमुना उदाहरण : (8)

एका घरमालकाने आपली दोन घरे ₹ 675958 प्रत्येकी घेऊन विकली. एका घरावर त्याने 16% नफा कमावला आणि दुसऱ्यावर त्याला 16% तोटा झाला तर संपूर्ण व्यवहारात त्याला एकूण फायदा किंवा तोटा किती झाला? विक्री किंमत कितीही असली तरी सर्वसाधारणपणे अशा व्यवहारात तोटा होतो.

$$\text{सूत्र : तोटा} = \left[\frac{\text{सर्वसाधारण तोटा किंवा नफा}}{10}\right]^2$$

$$\therefore \quad \text{तोटा \%} = \left[\frac{16}{10}\right]^2 \% = \frac{64}{25} = 2.56\%$$

नमुना उदाहरण : (9)

एका दूरदर्शन संचाची किंमत ₹ 9000 आहे. त्याची किंमत 10% वाढवली आणि नंतर त्यावर 20% सूट दिली, आता या संचाची नवीन किंमत काय असेल?

नवी किंमत = 9000 च्या 80% च्या 110%

$$\therefore \left[\frac{110}{100} \times \frac{80}{100} \times 9000\right] ₹ = ₹ 7920/$$

नमुना उदाहरण : (10)

एक डझन आंब्यांची खरेदी किंमत ही 9 आंब्यांच्या विक्री किमतीएवढी आहे, तर नफा किती टक्के होईल?

C.P. = x मानू C.P. = 9x

S.P. = 12x

नफा = SP – CP

   = 12x – 9x = 3x

$$\text{नफा \%} = \left[\frac{3x}{9} \times 100\right] = 33\frac{1}{3}\%$$

5.3 निर्देशांकाची रचना (Construction of Index Number)

महागाई हा शब्द आपल्या सर्वांना माहीत आहे. अर्थशास्त्राच्या विद्यार्थ्यांचा महागाईचा दर आणि तो काढणे याच्याशी जवळचा संबंध आहे. महागाईचा दर काढण्यासाठी निर्देशांक ही संकल्पना वापरली जाते. हा निर्देशांक कसा काढायचा, निर्देशांक ही संकल्पना आणखी कोणत्या कोणत्या बाबतीत वापरली जाते, त्याचा अर्थ काय, त्याचे महत्त्व काय ते पाहू.

निर्देशांक म्हणजे निरनिराळ्या वस्तूंच्या समूहामध्ये जे बदल होतात ते मोजण्याचे एक सांख्यिकी परिमाण आहे. जसे प्रत्येक वस्तूच्या निर्मितीसाठी अनेक घटक

लागतात आणि त्या घटकांमुळे ती वस्तू बनत जाते. तसेच त्या वस्तूच्या बाजारपेठेतील विक्रीसाठी व तिची किंमत ठरविण्यासाठी देखील अनेक घटक आवश्यक असतात. या सर्व घटकांमध्ये सतत बदल होत असतात. त्यांचा परिणाम वस्तूच्या उत्पादनावर होत असतो, तिच्या किमतीवर होत असतो. वस्तूची किंमत घटते आहे किंवा वाढते आहे, वस्तूचे उत्पादन घटते आहे किंवा वाढते आहे, आयात-निर्यात घटते आहे किंवा वाढते आहे असे आपण पाहत असतो. हे बदल निर्देशांकाच्या मदतीने स्पष्ट केले जातात. म्हणजेच निर्देशांक म्हणजे असे चढ-उतार मोजण्याचे एक मापन आहे.

एका दिलेल्या विशिष्ट कालावधीत (साधारणपणे एक वर्ष) त्या वस्तूच्या किमतीत झालेला फरक किंवा बदल मोजणे म्हणजे निर्देशांक काढणे होय. निर्देशांक नुसता काढून उपयोग नसतो, त्याची तुलना केली तरच तो कमी किंवा जास्त असे ठरविता येते. त्यामुळे एक ठराविक वर्ष घेऊन त्या वर्षाच्या आकडेवारीशी आपण ज्या वर्षाची आकडेवारी मोजायची ठरवतो तिची तुलना करून पाहायची. उदाहरणार्थ, 2005 च्या किमतींशी तुलना करता 2010 च्या किमती वाढल्या आहेत किंवा कमी झाल्या आहेत हे दोन्ही वर्षांचे निर्देशांक काढले तरच ठरवता येईल. जर 2005 चा निर्देशांक 100 मानला आणि 2010 चा निर्देशांक 125 आला तर सरळपणे 2010 च्या किमती 25 टक्क्यांनी वाढल्या आहेत असे आपण म्हणू शकतो. 1990 मध्ये 10 रुपयांना मिळणारी वस्तू जर 2010 मध्ये 20 रुपयांना मिळू लागली असेल तर आपण तिची किंमत 100 टक्क्यांनी वाढली आहे असे म्हणतो म्हणजेच आपण निर्देशांकाचाच विचार केलेला असतो.

निर्देशांक समजण्यासाठी खालील मुद्दे पहायला हवेत.

1) निर्देशांक म्हणजे एक विशिष्ट सरासरी असते.
2) निर्देशांकाच्या मदतीने चलात झालेला निव्वळ बदल मोजला जातो.
3) निर्देशांक काल पदमालेशी जास्त संबंधित असतो. दोन भिन्न भिन्न वर्षांतील एकाच चलाची आकडेवारी मोजली जाते व त्याची तुलना केली जाते.
4) दोन देशांतील वस्तूंच्या निर्देशांकांचीदेखील तुलना करता येते.

5.3.1 निर्देशांकाचे महत्त्व किंवा उपयोग

1) देशाचे आर्थिक धोरण ठरविण्यासाठी निर्देशांक उपयोग पडतो. सरकारकडून महागाई भत्यांत होणारी वाढ निर्देशांकावर अवलंबून असते.
2) निर्देशांक त्या विशिष्ट वस्तू किंवा चलाच्या प्रवृत्तीचा अभ्यास करतो. जेव्हा सलग काही वर्षांचे निर्देशांक अभ्यासले तर त्या वस्तूंच्या किमतीचा किंवा तिच्या उत्पादनातील वाढीची किंवा घटाचा पद्धत लक्षात येते. उदाहरणार्थ,

एखाद्या देशाची निर्यात सलग काही वर्षे कमी होत आहे किंवा सलग काही वर्षे आयात वाढते आहे हे निर्देशांकावरून समजते.

3) कोणतेही बदल मोजण्यासाठी निर्देशांक उपयोगी पडतो. किमतीनुसार वेतन बदलते तो बदल किंवा वेतनानुसार राहाणीमान बदलते तो बदल इ. मोजता येतात.

4) निर्देशांक भिन्न प्रकारचे आहेत. उदा., किंमत निर्देशांक, मूल्य निर्देशांक, संख्यात्मक निर्देशांक, विशिष्ट हेतू निर्देशांक, इ.

5.3.2 निर्देशांकातील दोष किंवा त्रुटी

1) निर्देशांक तयार करण्यापूर्वीच त्याचा उद्देश ठरवता आला पाहिजे. एक निर्देशांक विविध ठिकाणी वापरता येत नाही. या निर्देशांकाच्या मदतीने काय मोजायचे आहे ते ठरवता आले पाहिजे.

2) आधार वर्षाची निवड : आधार वर्ष म्हणजे ज्या वर्षाचा निर्देशांक आपण 100 आहे असे गृहीत धरणार आहोत ते वर्ष. हे आधार वर्ष, निवडताना काळजी घेतली पाहिजे. उदाहरणार्थ, ते वर्ष सर्वसाधारण वर्ष असले पाहिजे, त्यात युद्ध, किंवा निसर्गकोप किंवा अवकाळी पाऊस किंवा अवर्षण नसावे. त्याचप्रमाणे आधारवर्ष फार जुने नसावे.

3) वस्तूंची निवड करताना काळजी घेतली पाहिजे : ती वस्तू सर्व समाजातील मागणीचे प्रतिनिधित्व करत असली तर तिच्या किमतीचा निर्देशांक आपणास काहीतरी उपयोगी पडू शकतो. ज्या वर्गाचा अभ्यास करायचा आहे त्या वर्गाचे प्रतिनिधित्व करणारी वस्तू ठरवली पाहिजे.

4) वस्तूच्या किमतीची निवड : एकदा वस्तू ठरवली की तिची किंमत कोणत्या ठिकाणची घ्यायची हे ठरवले पाहिजे. किमती स्थळानुसार बदलतात. बाजाराची जागा, दुकानाची जागा, शहर इ. चा परिणाम वस्तूंच्या किमतीवर होत असतो. तसेच घाऊक किमती वेगळ्या असतात आणि किरकोळ किमती वेगळ्या असतात. त्याचे दोन वेगळे निर्देशांक काढावे लागतात.

5) निर्देशांक म्हणजे सरासरी असते. सरासरी खूप वेगवेगळ्या प्रकारची असते, त्यांपैकी कोणती वापरायची हे ठरवावे लागते. मध्यका व बहुलकाचा उपयोग निर्देशांकासाठी केला जात नाही. मग सरासरी जे अनेक प्रकार आहेत त्यांपैकी कोणता वापरायचा चे ठरवावे लागते. सर्वसाधारणपणे भौमितिक सरासरी वापरली जाते.

6) निर्देशांक काढण्यासाठी अनेक सूत्रे आहेत त्यांपैकी कोणती उपयोगी पडणार आहे ते ठरवून त्यप्रमाणे सूत्र निवडावे लागते.

5.3.3 निर्देशांक काढण्याच्या पद्धती

1) साधा निर्देशांक – यात दोन पद्धती आहेत

अ. साधी समुच्चय पद्धत आणि

आ. सापेक्ष मूल्यांची सरासरी पद्धत

यांपैकी पहिली पद्धत पाहू. ही सर्वांत सोपी पद्धत आहे.

अ) साधी समुच्चय पद्धत

$$P0_1 = \frac{\sum P1}{\sum P0} x\ 100$$

$P0_1$= दिलेल्या वर्षाचा आधार वर्षावरील निर्देशांक

$\sum P_1$ = दिलेल्या वर्षातील वस्तूंच्या किमतीची बेरीज

$\sum P_0$ = आधार वर्षातील वस्तूंच्या किमतीची बेरीज

काढण्याची पद्धत

1) प्रथम दिलेल्या वर्षातील वस्तूंच्या किमतीची बेरीज करा म्हणजे $\sum P_1$ मिळेल.

2) आधार दिलेल्या वर्षातील वस्तूंच्या किमतीची बेरीज करा म्हणजे $\sum P_0$ मिळेल.

3) दोन्हीचा भागाकार करा. व नंतर 100 ने गुणा.

उदाहरण (1) : खालील माहितीच्या आधारे 2010 या वर्षीचा 2005 या वर्षीवर आधारित असलेला अभारित निर्देशांक काढा.

वस्तू	2005	2010
अ	200	225
ब	150	160
क	130	145
ड	120	130
ई	15	20
	615	680

$$P01 = \frac{\sum P1}{\sum P0} \times 100 = \frac{\sum 680}{\sum 615} \times 100 = 110.56\%$$

याचा अर्थ वर्ष 2010 मध्ये 2005 या वर्षापेक्षा सरासरी 10.56 % किंमतवाढ झालेली आहे.

आ) सापेक्ष मूल्यांची सरासरी पद्धत

$$P0_1 = \frac{\sum \frac{P_1}{P_0} \times 100}{N}$$

$P0_1 =$ दिलेल्या वर्षाचा आधार वर्षावरील निर्देशांक

$\sum \frac{P_1}{P_0} =$ वस्तूच्या सापेक्ष किमतीची बेरीज

काढण्याची पद्धत

1) प्रथम दिलेल्या वर्षातील वस्तूच्या सापेक्ष किमतीची बेरीज करा म्हणजे $\sum \frac{P_1}{P_0}$ मिळेल.

2) त्याला 100 ने गुणा.

3) येणाऱ्या संख्येला एकूण संख्येने भागा. म्हणजे सापेक्ष मूल्यांनी काढलेला निर्देशांक मिळेल.

वरील उदाहरणच पुन्हा घेऊ.

वस्तू	2005	2010	सापेक्ष मूल्य $\sum \frac{P_1}{P_0} \times 100$
अ	200	225	112.5
ब	150	160	106.6667
क	130	145	111.5385
ड	120	130	108.3333
ई	15	20	133.3333
	615	680	572.3718

$$P0_1 = \frac{\sum \frac{P_1}{P_0} \times 100}{N} = \frac{572.37}{5} = 136.58$$

सापेक्ष मूल्यांची सरासरी पद्धतीनुसार निर्देशांक 136.58 ला. 110.56 पेक्षा हा निर्देशांक वेगळा आहे. परंतु प्रत्येक वस्तूच्या सापेक्ष किमतीचा विचार यात केला गेलेला आहे, त्यामुळे हा सरासरी निर्देशांक अधिक बरोबर आहे.

5.3.4 साखळी किंवा शृंखला निर्देशांक

निर्देशांक काढताना ठराविक एक वर्ष आधार म्हणून घेतले. ते वर्ष स्थिर होते. उदाहरणार्थ 2010 चा निर्देशांक काढताना आपण 2005 हे आधार वर्ष धरले. कदाचित 2006, 2007 किंवा 2013, 2014 चा निर्देशांक काढतानाही 2005 हेच वर्ष आधार म्हणून धरले जाईल. त्याला स्थिर आधारवर्ष पद्धत असे म्हणतात. या पद्धतीला काही मर्यादा आहेत. काळाच्या ओघात वस्तू बदलतात. जुन्या आधार वर्षात नवी वस्तू कदाचित अस्तित्वात नसतेच. उदाहरणार्थ संगणकाचा थोडा-फार वापर 1980-81 मध्ये सुरू झाला, त्यापूर्वी संगणक नव्हतेच, त्यामुळे 1970 हे वर्ष आधार मानून 1985 चा निर्देशांक काढायचा असेल तर संगणकाच्या किमतीचा निर्देशांक काढताच येणार नाही. हीच बाब आता स्मार्ट फोन्सच्या बाबतीत लागू होऊ शकते. 2000 साली स्मार्ट फोन्स नव्हतेच. 2जी, 3जी इत्यादी संकल्पनाच आता नवीन आहेत.विविध प्रकारची सॉफ्टवेअर्स नित्य नव्याने बाजारात येत आहेत. त्यामुळे जे आधार वर्ष मानू त्यात सर्व वस्तूंचा समावेश असेलच असे नाही. म्हणून साखळी पद्धत उपयोगी ठरते.

साखळी निर्देशांकामध्ये आधार वर्ष सतत बदलते राहते. आपल्याला ज्या वर्षीचा निर्देशांक काढायचा आहे त्याच्या आदल्या वर्षीच्या किमती आधारभूत मानायच्या.

यात दुवा सापेक्ष प्रमाण (Link Relative) काढायचे आहे. ते पुढीलप्रमाणे काढावे.

त्याचे सूत्र पुढीलप्रमाणे आहे

$$\text{दुवा सापेक्ष प्रमाण} = \frac{\text{प्रस्तुत वर्षातील वस्तूची किंमत}}{\text{मागील वर्षातील वस्तूची किंमत}} \times 100$$

त्यावरून साखळी निर्देशांक पुढील प्रमाणे काढावा.

$$\text{प्रस्तुत वर्षाचा साखळी निर्देशांक} = \frac{\text{प्रस्तुत वर्षातील दुवा सापेक्ष प्रमाण}}{\text{मागील वर्षातील साखळी निर्देशांक}} \times \frac{1}{100}$$

एक उदाहरण पहा.

1) गव्हाच्या मागील सहा वर्षांच्या घाऊक किमती पुढे दिलेल्या आहेत त्यावरून
2) 2007 हे आधार वर्ष धरून निर्देशांक काढा
3) साखळी आधारपद्धतीने निर्दशांक काढा.

वर्ष	2007	2008	2009	2010	2011	2012	2013
किंमत (₹ प्रति क्विंटल)	450	550	670	750	800	850	900

कृती

1) प्रथम 2007 हे आधार वर्ष गृहीत धरून निर्देशांक काढू.

त्याकरता $P0_1 = \sum \dfrac{P_1}{P_0} \times 100$ हे साधे सूत्र वापरू.

वर्ष	2007	2008	2009	2010	2011	2012	2013
किंमत (₹ प्रति क्विंटल)	450	550	670	750	800	850	900
निर्देशांक	100	122.22	148.88	166.66	177.77	188.88	200

आता

साखळीआधार पद्धतीने निर्देशांक काढू. त्याकरता प्रथम आपणास दुवा सापेक्ष प्रमाण काढून घ्यावे सागेल. ते पुढील सूत्राच्या मदतीने काढू.

$$\text{दुवा सापेक्ष प्रमाण} = \frac{\text{प्रस्तुत वर्षातील वस्तूची किंमत}}{\text{मागील वर्षातील वस्तूची किंमत}} \times 100$$

$$= \frac{550}{450} \times 100 = 122.22$$

याप्रमाणे पुढील अंक काढून घ्यावेत.

वर्ष	2007	2008	2009	2010	2011	2012	2013
किंमत (₹ प्रति क्विंटल)	450	550	670	750	800	850	900
दुवा सापेक्ष प्रमाण	100	122.22	121.81	111.94	106.66	106.25	105.88
साखळी निर्देशांक	100	122.22	148.88	136.36	119.40	113.33	112.5

अर्थव्यवस्थेचा विचार करता स्थिर आधार निर्देशांकापेक्षा साखळी निर्देशांक अधिक उपयुक्त ठरतो. या निर्देशांकामुळे नव्या वस्तूंचा निर्देशांकात समावेश होऊ शकतो तसेच जुन्या कालबाह्य वस्तू काढून टाकता येतात. हंगामी परिणाम या निर्देशांकावर होत नाहीत.

5.4 वक्राच्या चढ–उताराची संकल्पना (Concept of slope)

वक्राच्या चढ–उताराची संकल्पना समजाऊन घेण्यापूर्वी आपल्याला वक्र म्हणजे काय ते पाहिले पाहिजे आणि वक्र समजाऊन घ्यायचा असेल तर वक्राची निर्मिती ज्यापासून होते तो आलेख ही समजाऊन घ्यावा लागेल.

5.4.1 समीकरणे आणि आलेख

आलेखाची निर्मिती समीकरणातून होते.

समीकरणे सोडवण्याचे नियम

समीकरणाच्या दोन्ही बाजूंवर एकाच क्रिया केली तर समीकरणाचा अर्थ बदलत नाही. त्यामुळे अशा क्रिया करून समीकरणाचा अर्थ न बदलता समीकरण सोडवणे सोपे जाते. उदाहरणार्थ, एकच संख्या दोन्ही बाजूंमध्ये मिळवली किंवा वजा केली, (शून्याव्यतिरिक्त) एकाच संख्येने दोन्ही बाजूंना गुणले किंवा भागले तर मूळ समीकरणाचा अर्थ बदलत नाही. उदाहरण पाहा.

$3x + 17 = x + 7$ या समीकरणात दोन्ही बाजूतून 17 वजा केले तर

$3x = x - 10$ असे समीकरण मिळते, आता दोन्ही बाजूतून x वजा केला तर

$2x = -10$ असे समीकरण मिळेल. आता दोन्ही बाजूंना 2 ने भागा.

$x = -5$ असे उत्तर मिळते.

समीकरणात बरोबर चिन्हाच्या उजव्या व डाव्या बाजूला समीकरणाची पदे मांडलेली असतात. बरोबरच्या चिन्हामुळे ही पदे समान आहेत असा अर्थ होतो. पदांमध्ये दिलेल्या चलाच्या किमती काढताना पदे बरोबर चिन्हाच्या डावीकडून उजवीकडे किंवा उजवीकडून डावीकडे न्यावी लागतात. तेव्हा त्यांची चिन्हे बदलतात. म्हणजे धनपद ऋण होते व ऋणपद धन होते. गुणाकारातील पद भागाकार करते तर भागाकारातील पद गुणाकार करते.

आता पुढे काही उदाहरणे सोडवून दाखवली आहेत.

1 $x = 4 - 7 = -3$

2 $3y = 27$

$$\therefore y = \frac{27}{3} = 9$$

3   $5y = 12$

$$\therefore y = \frac{12}{5}$$

4   $2p + 3 = 8$

$\therefore 2p = 8 - 3 = 5$

$$\therefore p = \frac{5}{3}$$

5   $2a + 3 = 5a - 2$

$\therefore 3 + 2 = 5a - 2a$

$\therefore 3a = 5$

$$\therefore a = \frac{5}{3}$$

6   $10 - 2b = b + 7$

$\therefore b + 2b = 10 - 7$

$\therefore 3b = 3$

$\therefore b = 1$

7   $3(2x - 1) = 2(2x + 3)$

$\therefore 6x - 3 = 4x + 6$

$$\therefore x = \frac{9}{2}$$

आता पुढील उदाहरणे तुम्ही सोडवून पहा.

1   $x + 8 = 5$

2   $5y = 40$

3   $2y - 7$

4   $7 + 2x = 5 - x$

5   $4 + 2b = 5b + 9$

6   $3(x - 3) = 6$

7   $3(y - 2) = 2(y - 1)$

8   $2(3a - 1) = 3(4a + 3)$

9   $3x - 1 = 2(2x - 1) + 3$

10 $2(p + 2) = 6p - 3(p - 4)$

5.4.2 अपूर्णांक असलेली समीकरणे सोडवणे.

अपूर्णांक असलेली समीकरणे सोडवताना त्यातील अपूर्णांकांचे पूर्णांकात रूपांतर केल्यास सोडवणे सोपे जाते. त्याकरिता वर सांगितल्याप्रमाणे समीकरणाच्या दोन्ही बाजूंना पूर्णांक मिळेल अशा संख्येने म्हणजेच छेदस्थानी जो अंक असेल त्याने गुणावे. उदाहरणार्थ,

1 $\quad\quad \dfrac{x}{4} = \dfrac{3}{5}$

दोन्ही बाजूंना 4 × 5 = 20 ने गुणा. म्हणजे आपोआपच काही पदे काटली जातील, आणि समीकरण पुढीलप्रमाणे मिळेल. (दोन्ही बाजूंचा तिरपा गुणाकार केला तरी असेच उत्तर मिळेल.)

$$5x = 4 \times 3$$
$$= 12$$

$$\therefore \quad x = \dfrac{12}{5}$$

2.1.9, 2.1.10 ही उदाहरणे वरील प्रमाणेच सोडवा.

आता हे उदाहरण पहा.

2 $\quad\quad 2x + \dfrac{1}{2} = \dfrac{3}{5}$

समीकरणाच्या दोन्ही बाजूंना 2 × 5 = 10 ने गुणा. समीकरण पुढीलप्रमाणे मिळेल.

$$\therefore 10\left(2x + \dfrac{1}{2}\right) = 10 \times \dfrac{3}{5}$$

$$\therefore 20x + 5 = 6$$

$$\therefore x = \dfrac{1}{20}$$

प्रत्येक पद वेगळे ओळखण्यासाठी कंसाचा वापर केला आहे.

3 $\quad\quad \dfrac{5}{y} = \dfrac{3}{7}$

समीकरणाच्या दोन्ही बाजूंना 7y ने गुणा.

$$\therefore 7 \times \frac{5}{y} = 7y \times \frac{3}{7}$$

$$\therefore 7 \times 5 = 3y$$

$$\therefore y = \frac{35}{3}$$

अंश व छेदाचा तिरपा गुणाकार केल्यासही हेच उत्तर मिळते. जी कृती छोटी असेल ती करावी; अशाच प्रकारे गणिते क्र. 2.1 (14, 15, 17, 18, 20) सोडवा.

आता जरा अवघड गणित पाहा. पुढील गणितात अपूर्णांकाची तीन पदे आहेत. हे गणित कसे सोडवाल?

• **नमुना उदाहरण : 1**

$$\frac{2x+1}{3} - \frac{3x-2}{4} = \frac{x-1}{6}$$

आता या गणितात छेदस्थानी असलेले अंक म्हणजे 3, 4 व 6 होय. यांच्या गुणाकाराने म्हणजे 3 × 4 × 6 = 72 ने गुणायचे ठरवले तर आकडेमोड मोठी होईल. कॅल्क्युलेटर असेल तर शक्य होईलही; परंतु, 3, 4 आणि 6 चा लघुत्तम साधारण विभाजक 12 आहे. 12 ने गुणल्यास फार मोठ्या मोठ्या आकड्यांशी खेळण्यापेक्षा सोपे गणित तयार होते. प्रत्येक पदाला कंस घाला म्हणजे 12 ने प्रत्येक पदाला गुणताना चुका होणार नाहीत. आता खालील प्रमाणे समीकरण तयार होईल.

$$12\left(\frac{2x+1}{3}\right) - 12\left(\frac{3x-2}{4}\right) = 12\left(\frac{x-1}{6}\right)$$

छेदांनी भागून अपूर्णांक सोडवा, आपणास पुढील समीकरण मिळेल.

$$4(2x+1) - 3(3x-2) = 2(x-1)$$

$$\therefore (8x+4) - (9x+6) = (2x-2)$$

अशा प्रकारच्या समीकरणांमध्ये कंस घालणे अत्यंत महत्त्वाचे आहे.

आता आपले समीकरण पुढीलप्रमाणे तयार होईल.

$$4 + 6 + 2 = -8x + 9x + 2x$$

म्हणून 12 = 3x, आणि x = 4 असे उत्तर मिळेल.

पडताळा घेऊन पाहा.

काही वेळेला लसाविच मोठा येतो. अशा वेळेस तेवढ्या लसाविने गुणावेच लागते. आता या पुढील उदाहरणात छेदस्थानी 5 व 2 आहेत, त्यांचा लसावि 10 पेक्षा कमी येऊच शकत नाही, त्यामुळे 10 गुणून दिलेले समीकरण 10 पट मोठे करणे भाग आहे.

$$\frac{x+4}{2} + \frac{x+3}{5} = \frac{5(x+4)}{10} + \frac{2(x+3)}{10}$$

$$\therefore \frac{5(x+4)+2(x+3)}{10} = \frac{7x+26}{10}$$

वरील उदाहरणात सर्व पायऱ्या सविस्तर सोडवून दाखवल्या आहेत, त्यांचा नीट अभ्यास करा. म्हणजे अशी समीकरणे आत्मविश्वासाने सोडवाल.

आता पुढील समीकरणे सोडवा.

1 $\dfrac{5x}{3} = 2$

2 $5 + x = \dfrac{2x}{3}$

3 $\dfrac{x}{3} - \dfrac{x}{4} = 1$

4 $\dfrac{y}{3} - \dfrac{3y-7}{5} = \dfrac{y-2}{6}$

5 $\dfrac{3m-5}{4} - \dfrac{9-2m}{3} = 0$

6 $\dfrac{x-1}{2} - \dfrac{x-2}{3} = 1$

7 $\dfrac{P+1}{P-1} = \dfrac{3}{4}$

8 $\dfrac{2}{y} = \dfrac{3}{y+1}$

9 $\dfrac{4}{2x+3} = \dfrac{3}{x-2}$

10 $\dfrac{2x}{x+2} = \dfrac{3x}{x+5} - 1$

11 $\dfrac{2x+1}{3} + \dfrac{x+5}{2} = \dfrac{3x-1}{7}$

12 $\dfrac{x+3}{4} - \dfrac{x-1}{5} = \dfrac{2x-1}{10}$

5.4.3 समीकरणे आणि फलनसंबंध

दोन किंवा अधिक चलांमधील संबंध समीकरणाने दाखवला जातो. जेव्हा एखाद्या विशिष्ट चलाचे मूल्य वेगळ्या एका किंवा अनेक चलांच्या मूल्यावर अवलंबून असते तेव्हा अशा संबंधाला 'फलन' असे म्हणतात. उदाहरणार्थ, उपभोग हे उत्पन्नाचे फलन आहे. हे आपण C = f(Y) या समीकरणाने दाखवतो. C = f(Y). उत्पन्न जसे बदलेल, तसा उपभोग बदलेल असा या फलनाचा अर्थ. उपभोग फलनामध्ये उत्पन्नाशी संबंधित नसलेला एक ठराविक खर्च कुटुंबाला करावाच लागतो. तो स्थिर खर्च आणि उत्पन्नाचा काही ठराविक भाग मिळून कुटुंबाचा उपभोग खर्च उपभोग फलनाद्वारे दाखवला जातो. समजा, एखाद्या कुटुंबाचा उत्पन्नाशी संबंधित नसलेला स्थिर खर्च 12 आहे आणि त्याशिवाय उत्पन्नाचा तीन दशांश भाग (0.3) हे कुटुंब उपभोगावर

खर्च करते तर आता त्या कुटुंबाचे उपभोग फलन पुढीलप्रमाणे सांगता येईल.

C = 12 + 0.3 Y

C = उपभोग खर्च

Y = उत्पन्न

आता Y च्या कोणत्याही दिलेल्या पातळीला C चे मूल्य आपणास काढता येईल. समजा, Y= 90 असेल, तर C = 12 + 0.3 (90)

$$= 12 + 27$$

$$= 39$$

याचा अर्थ असा की, Y च्या दिलेल्या मूल्यावर अवलंबून असलेले C चे हे विशिष्ट मूल्य आहे. हे फलनाचे उदाहरण आहे. यालाच C हे Y चे फलन आहे, असेही म्हटले जाते. जेव्हा अगदी स्पष्टपणे समीकरणाची मांडणी निश्चित झालेली नसेल तेव्हा जे समीकरण मांडले जाते, त्या मांडणीला समीकरणाची एक सर्वसमावेशक मांडणी असे म्हणतात. उदाहरणार्थ,

Qd = f(p)

ही मांडणी असे सुचवते की, वस्तूची मागणी (Qd) त्या वस्तूच्या किमतीवर (p) अवलंबून असते. या ठिकाणी f(p) म्हणजे p या चलाचे फलन आहे. p म्हणजे किमत आणि Qd म्हणजे मागणी; म्हणून मागणी हे किमतीचे फलन आहे असा

Qd = f(p) असा या सूत्राचा अर्थ होतो. इथे f गुणिले p असा अर्थ नाही, हे लक्षात घ्यायला हवे. या p ला 'स्वतंत्र चल' असे म्हणतात, कारण p चे मूल्य Qd वर अवलंबून नाही; तर ते स्वतंत्रपणे ठरते आणि त्यावर Qd चे मूल्य ठरत असते, म्हणून Qd ला 'परतंत्र चल' असेही म्हणतात.

फलन हे एक किंवा अधिक चलांचे संबंध दर्शवू शकते. म्हणजे एका फलनामध्ये दोन स्वतंत्र चले असू शकतात. उदाहरणार्थ,

Q = f (K, L)

या फलनाचा अर्थ असा की उत्पादन (Q) हे भांडवल (K) आणि श्रम (L) या दोन चलांवर अवलंबून असते.

फलनाची विशिष्ट मांडणी

जेव्हा एखाद्या फलनाची काही विशिष्ट आणि स्पष्ट समीकरणाने मांडणी केलेली असते तेव्हा परतंत्र चलाचे मूल्य स्वतंत्र चलाच्या किमतीवर अवलंबून असते. फलनाची विशिष्ट आणि स्पष्ट मांडणी म्हणजे,

Qd = 120 – 2p

p च्या दिलेल्या कोणत्याही किमतीला Qd चे मूल्य, दिलेल्या फलन-संबंधावरून काढता येते. उदाहरणार्थ,

P = 10, तर Qd = 120 – 2p कसे सोडवायचे ते पहा.

Qd = 120 – 2p

Qd = 120 – 2(10)

Qd = 120 – 20 = 100

P = 45 असेल तर,

Qd = 120 – 2p

Qd = 120 – 2(45)

Qd = 120 – 90 = 30

अर्थशास्त्रामध्ये फलनाच्या मूल्यांच्या संख्यांचे एकूण संख्यांमधील एक ठराविक क्षेत्र (domain) ठरवलेले असते. या क्षेत्रावरून दिलेल्या चलाच्या मूल्यांचा आवाका (range) ठरतो. उदाहरणार्थ, ज्या चलांमुळे उत्पादन किंवा किमती ठरतात त्या चलांची मूल्ये ही धन संख्या असणार हे गृहीत आहे, म्हणजे संख्या क्षेत्र धन संख्या आणि आवाका हा दिलेल्या समीकरणाच्या बंधनात असतो. एका अर्थाने ही दोन्ही स्वतंत्र आणि परतंत्र चले क्षेत्र (domain) आणि आवाका (range) यांनी बांधलेली असतात.

5.4.4 व्यावहारिक उपयोग

या सर्व संकल्पना व्यवहारात तसेच विशेष करून अर्थशास्त्रात कशा वापरतात ते पाहू. नफा-तोटा विश्लेषण, ना नफा ना तोटा संकल्पना, खर्च, उत्पन्न (महसूल), नफा, स्थिर खर्च, बदलता खर्च, एकूण खर्च, किंमत – मागणी – पुरवठा संबंध हे सर्व फलन संबंधातून दाखवता येतात. उदाहरणार्थ,

(अ) उत्पादन खर्च फलन

उत्पादन खर्च हे स्थिर खर्च आणि बदलता खर्च याचे फलन आहे. स्थिर खर्च हा उत्पादनाच्या नगसंख्येवर अवलंबून नसतो. उत्पादन कितीही कमी किंवा जास्त असले तरी हा खर्च करावाच लागतो, म्हणून स्थिर खर्च स्थिरकाच्या (Constants) च्या माध्यमातून मांडतात.

C = FC + VC

(FC = Fixed Cost, VC = Variable Cost)

C = स्थिर खर्च + बदलता खर्च

(बदलता खर्च प्रति नगाप्रमाणे बदलतो.)

$C = a + bQ$

(a = स्थिर खर्च तर b = बदलता खर्च गुणिले

Q = उत्पादन नगसंख्या)

(आ) महसूल (उत्पन्न) फलन

महसूल = विकले गेलेले नग गुणिले प्रत्येक नगाची किंमत

$R = Qp$

R = महसूल; QP = प्रत्येक नगाची किंमत

(इ) नफा फलन

नफा = महसूल (उत्पन्न) – खर्च

$Pr = R - C$

Pr = नफा, R = महसूल, C = खर्च

याप्रमाणे फलन संबंध वापरून अर्थशास्त्राची बरीच उदाहरणे सोडवता येतात. (a, b ही सर्व स्थिरके आहेत.)

5.4.5 आलेखांची ओळख

हीच समीकरणे आपण जर आलेखाच्या आधारे दाखवू शकलो तर एका दृष्टिक्षेपात समजावून घेता येतात. सुरुवातीला सरळ रेषांचे आलेख अभ्यासू. शाळेत शिकलेले आलेख पुन्हा आठवत असतील तर एकदा ही गणिते सोडवून पाहा.

उदाहरणे

1 खाली दिलेल्या निबंधकांवरून रेषा खंड काढा. या दोन रेषा एकमेकांना छेदत असतील तर दोन्ही रेषांच्या छेदन बिंदूचे निबंधक (Co ordinates) लिहा.

(a) (2, –1) (8, 5) (b) (–3, 1) (2, –8)

2 खाली दिलेल्या निबंधक जोडणाऱ्या रेषांचे चढ / (उतार) / (Slope) लिहा.

(a) (2, 5) (8, 17) (b) (–1, 3) (8, –6)

3 खाली दिलेल्या सरळ रेषांचे चढ लिहा.

(a) $y = 3x + 4$ (b) $y + 4x = 2$

(c) $2y = x - 4$ (d) $3y + 4x = 0$

4 खाली दिलेल्या सरळ रेषांची समीकरणे शोधा.

(a) (1, 3) या बिंदूतून जाणारी व 2 चढ असलेली रेषा

(b) (2, 1) या बिंदूतून जाणारी व 1 चढ असलेली रेषा

(c) (2, 4) या बिंदूतून जाणारी व 2/3 चढ असलेली रेषा

(d)   (2, 5) आणि (8, 10) या बिंदूंतून जाणारी रेषा

(e)   (4, 2) आणि (1, 5) या बिंदूंतून जाणारी रेषा

5   प्रश्न क्र. 2.6.1 मध्ये दिलेल्या रेषांच्या प्रत्येक जोडीतील अंतर किती आहे ते मोजा.

6   (1, 4) मधून जाणाऱ्या आणि (a) $y = 2x + 5$ (b) $3y = 2x = 1$ (c) $4y + x = 0$ या रेषांना लंब असलेल्या सरळ रेषांची समीकरणे लिहा.

7   (1, 3) आणि (6, 18) ही रेषा 2 : 3 या प्रमाणात विभागणाऱ्या बिंदूचे निबंधक सांगा.

उत्तरे :

1   (a) (5,2)   (b) (–1/2, –7/2)

2   (a) 2   (b) –1

3   (a) 3   (b) –4   (c) 1/2   (d) –4/3

4   (a) $Y = 2x + 1$ (b) $y + x = 1$ (c) $3y = 2x + 8$
     (d) $6y = 5x + 20$ (e) $3y = 7x + 22$

5   (a) $\sqrt{72}$ = 8.49   (b) $\sqrt{106}$ = 10.30

6   (a) $2y = x$ (b) $2y = 3x + 5$ (c) $y = 4x$

7   (3,9)

आलेख काढण्याची उजळणी

समजा $y = 2x + 3$ असे समीकरण दिलेले आहे, तर x च्या प्रत्येक किमतीला (मूल्याला) y चे विशिष्ट असे मूल्य असेल. y च्या या सर्व किमती x च्या मूल्यावर अवलंबून असतील. म्हणजेच y हा अवलंबून असलेला चल आहे; तर x स्वतंत्र चल आहे. आता खाली दिलेल्या तक्त्यामध्ये x च्या प्रत्येक मूल्याबरोबर y चे मूल्य कसे ठरते ते पाहू.

दिलेल्या $y = 2x + 3$ या समीकरणामध्ये x च्या निरनिराळ्या किमती घाला. उदाहरणार्थ,

(1)   x = 0 असेल तर
       $y = 2x + 3$
       $y = 2(0) + 3 = 3,$

(2)   x = 1 असेल तर
       $y = 2x + 3$
       $y = 2(1) + 3 = 5$

(3) x = –1 असेल तर

y = (–1) + 3 = 1

(4) x = –2 असेल तर

y = 2 (–2) + 3 = –1

(5) x = –3 असेल तर

y = 2 (–3) + 3 = –3

याप्रमाणे सर्व किमती काढून पाहा.

आता x चे गृहीत धरलेले मूल्य आणि त्यावरून y चे आलेले मूल्य यांची जोडी तयार करा व त्याचा एक संच करा. (एका कंसात घाला) अशा कंसातील अंकांना बिंदूचे निबंधक म्हणतात. जसे,

(0, 3), (1, 1), (1.5). आलेखातील बिंदूंच्या निबंधकाचा संच तयार होईल. या संचाचा पुढीलप्रमाणे तक्ता करू.

x	–3	–2	–1	0	1	2	3
y	–3	–1	1	3	5	7	9

आता आलेख कसा काढायचा ते पाहू

स्वतंत्र चलाचे मूल्य नेहमी आधी आले पाहिजे हे लक्षात घ्या. आलेखाच्या कागदावर आलेख काढताना, आडवा अक्ष हा स्वतंत्र चलासाठी तर उभा अक्ष परतंत्र चलासाठी असतो. संचामध्ये एकत्र केलेल्या मूल्यांच्या जोड्या या योजलेल्या जोड्या अनुक्रमित जोड्या (Ordered pairs) आहेत. आलेख कागदावर त्यांचे आलेखन करण्यासाठी या सर्व जोड्या विचारात घ्यायच्या आहेत व त्याच्या आधारे एक रेषा किंवा आलेखन करायचे आहे.

जिथे क्ष अक्ष व य अक्ष मिळतात त्या बिंदूला 'आरंभ बिंदू' (Point of Origin) म्हणतात. त्या ठिकाणी (0,0) ही अनुक्रमित जोडी असते. क्ष–अक्षावर 0 बिंदूच्या उजव्या हाताला + चिन्हांकित अंक तर 0 च्या डाव्या बाजूला (ऋण) चिन्हांकित अंक धरावेत. त्याचप्रमाणे य अक्षावर 0 च्या वरील बाजूस + चिन्हांकित अंक तर 0 च्या खालील बाजूला (ऋण) चिन्हांकित अंक धरावेत. जोड्यांमधील पहिला अंक हा क्ष अक्षावर (स्वतंत्र चल) तर दुसरा अंक य–अक्षावर (परतंत्र चल) मांडावा. जोडी (2, 7) हिचा बिंदू दर्शवावयाचा असेल तर पुढीलप्रमाणे आपण दर्शवू शकतो. खालील आकृतीत (2, 7) हा बिंदू घेऊन दाखवला आहे.

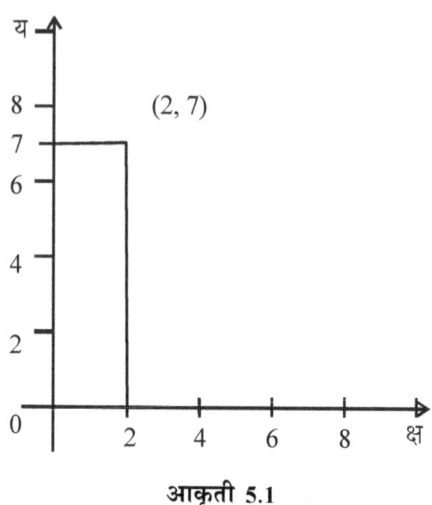

आकृती 5.1

आलेखाच्या रेषांवर आपण कोणते चल मोजतो आहोत याचे नाव लिहिणे आवश्यक असते नाहीतर कोणत्या रेषेवर काय मोजले ते कळणार नाही. साधारणपणे जे चल मोजणार आहोत त्याच चलांच्या नावे ते अक्ष ओळखले तरी चालतात. हे सर्व बिंदू जोडून एक सरळ रेषा मिळाली याचा अर्थ x च्या प्रत्येक छोट्या छोट्या मूल्याला y चे एक ठराविक मूल्य आहेच हे आपण गृहीत धरले आहे, कारण दिलेल्या समीकरणावरूनच आपण y ची मूल्ये ठरवली आहेत. चांगली टोकदार पेन्सिल घ्या, स्वच्छ दिसणारा आलेख कागद घ्या आणि दिलेल्या समीकरणामध्ये x च्या निरनिराळ्या अगदी अपूर्णांकासहीत मूल्यांना y च्या किंमती काढा आणि आलेख तयार करा. खालील आकृतीत निबंधकांप्रमाणे रेषा तयार करुन दाखवली आहे.

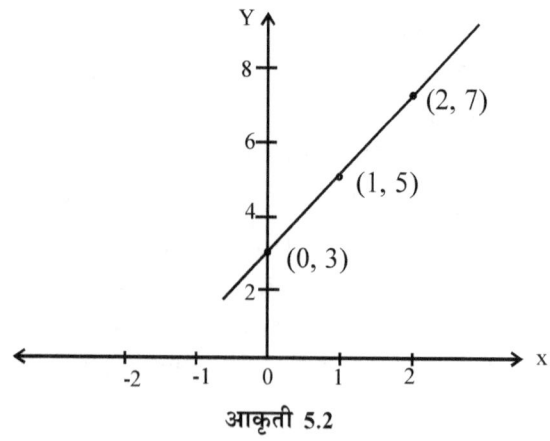

आकृती 5.2

5.4.6 दोन बिंदूंना जोडणाऱ्या रेषेचा मध्यबिंदू काढणे

दोन बिंदू जोडणाऱ्या कमीत कमी अंतराच्या रेषेला 'सरळ रेषा' म्हणतात. सध्या आपण सरळ रेषेचा विचार करत असलो तरी आलेख बऱ्याचदा वक्रही असतात, म्हणून निबंधकावरून तयार होणाऱ्या आकाराला 'वक्र' म्हणतात. सध्या आपले वक्र सरळ आहेत एवढंच ! अशा रेषेचा मध्यबिंदू काढण्यास आपण आता शिकणार आहोत. खाली दिलेल्या दोन आकृत्या पहा.

आकृती 5.3 (अ) मध्ये स्व अभ्यासमधील पहिली जोडी (2, 1) आणि (8, 5) वरून काढलेला आलेख दर्शवला आहे, आणि आकृती 5.3 (आ) मध्ये दोन चले (x_1, y_1), (x_2, y_2) गृहीत धरून काढलेला आलेख आहे; यावरून आपण रेषेचा मध्यबिंदू काढू.

आकृती 5.3 (अ) आकृती 5.3 (आ)

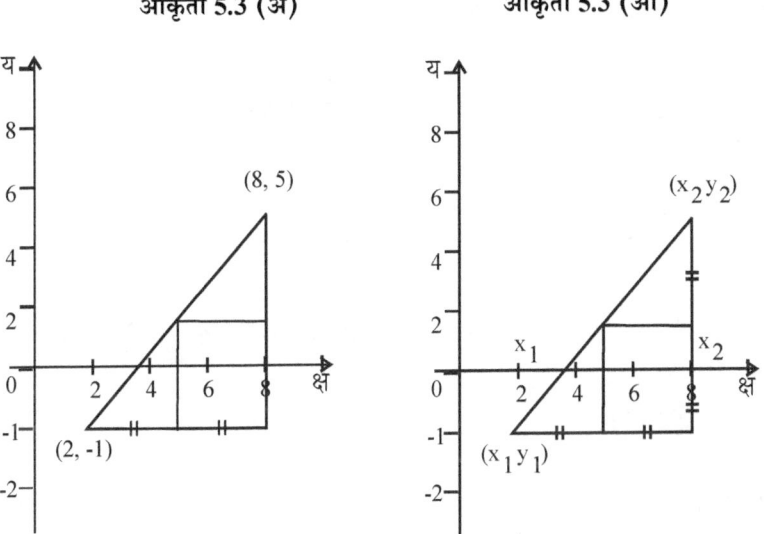

आकृतीत दर्शवल्याप्रमाणे (x_2, y_2) या बिंदूतून 'क्ष' अक्षापर्यंत लंब टाकावा आणि हा लंब (x_1, y_1) पासून निघणाऱ्या, क्ष अक्षाला समांतर रेषेला मिळेपर्यंत वाढवावा. 'क्ष' अक्षाला समांतर असणाऱ्या रेषेचा मध्यबिंदू 'य' अक्षाला समांतर रेषा काढून आपल्या आलेखाच्या रेषेला मिळवावा. तसेच (x_2, y_2) या बिंदूतून निघणाऱ्या लंब रेषेचा मध्यबिंदू काढावा. त्या बिंदूतून 'क्ष' अक्षाला समांतर रेषा काढावी व आपल्या आलेखाच्या रेषेला मिळवावी. या दोन्ही, रेषा आलेखाच्या ज्या बिंदूत मिळतील तो आलेखाच्या रेषेचा मध्यबिंदू होय.

याचा अर्थ असा की आलेखाच्या रेषेच्या दोन्ही टोकाचे x बिंदू व y बिंदू यांची सरासरी काढल्यास आपल्याला आलेखाचा मध्यबिंदू काढता येतो, म्हणजेच रेषेच्या मध्यबिंदूचे निबंधक मिळतात.

उदाहरणार्थ, 5.2 (अ) चा मध्यबिंदू पुढीलप्रमाणे

$$\left(\frac{8+2}{2}, \frac{5+(-1)}{2}\right) = (5, 2)$$

व 2.2 (आ) चा मध्यबिंदू पुढीलप्रमाणे,

$$\left(\frac{x_1+x_2}{2}, \frac{y_1+y_2}{2}\right) = (x, y)$$

याचप्रमाणे दिलेल्या उदाहरणांमध्ये दिलेल्या (3, 1) (2, 8) या निबंधकांवरून निघालेल्या आलेखाचा मध्यबिंदू काढण्याचा प्रयत्न करा. मध्यबिंदूचे निबंधक सांगा.

हे सूत्र लक्षात ठेवा.

(x_1, y_1) (x_2, y_2) हे बिंदू जोडणाऱ्या रेषेचा मध्यबिंदू पुढीलप्रमाणे

$$\left(\frac{x_1+x_2}{2}\right), \left(\frac{y_1+y_2}{2}\right)$$

सोडवा

खाली दिलेल्या निबंधकांवरून आलेल्या सरळ रेषेच्या मध्यबिंदूंचे निबंधक लिहा.

1. (3, 2) (1, 6)
2. (2, 1) (3, 4)
3. (1, 5) (4, 6)

रेषेचा चढ / उतार

प्रत्येक सरळ रेषेला काही विशिष्ट चढ किंवा उतार असतो. हा चढ किंवा उतार त्या संबंध रेषेवर समान असतो. य-अक्ष आणि क्ष-अक्षाच्या आधारे हा चढ मोजता येतो. य-अक्षावरील फरक आणि क्ष-अक्षावरील फरक यांचा भागाकार म्हणजे चढ.

जर आपल्या दिलेल्या आलेखाची रेषा डावीकडून उजवीकडे वर चढत जाणारी असेल, तर य-अक्षावर धन (+) बाजूला ही रेषा किती सरकली ते मोजले जाते आणि यालाच रेषेचा चढ धन (+) आहे असे म्हणतात. याचप्रमाणे जर आपल्या

दिलेल्या आलेखाची रेषा डावीकडून उजवीकडे खाली उतरत जाणारी असेल, तर य अक्षावर वरपासून सुरू झालेली ही रेषा किती खाली सरकली ते मोजले जाते आणि त्याला रेषेचा चढ ऋण (–) आहे असे म्हणतात.

अर्थशास्त्रातील उदाहरण घ्यायचे झाले तर पुरवठा वक्र डावीकडून उजवीकडे वर चढत जाणारा असतो. आणि मागणी वक्र डावीकडून उजवीकडे खाली उतरत जाणारा असतो. म्हणून मागणीवक्राचा चढ ऋण (–) तर पुरवठा वक्राचा चढ धन (+) आहे असे म्हटले जाते.

खाली दिलेल्या आकृतीमध्ये (अ) (2,5) आणि (8, 17) आणि

(आ) (x_1, y_1) (x_2, y_2) हे दोन सरळ रेषेचे आलेख काढलेले आहेत. त्यांचा चढ मोजू.

आकृती 5.4 (अ)   आकृती 5.4 (आ)

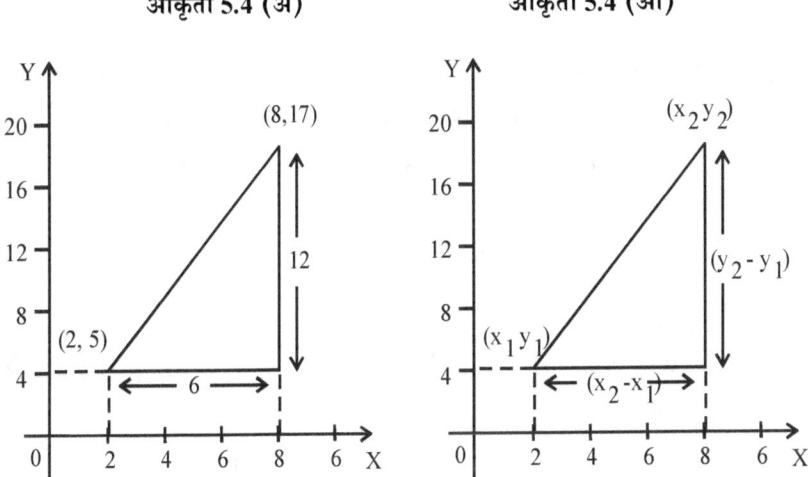

(अ) मधील सरळ रेषेचा चढ म्हणजे

$$\left[\frac{\text{दोन } y \text{ मधील अंतर}}{\text{दोन } x \text{ मधील अंतर}} = \frac{17 - 5}{8 - 2} \right]$$

$$\frac{\text{उभे अंतर}}{\text{आडवे अंतर}} = \frac{12}{6} = 2$$

(आ) मधील सरळ रेषेचा चढ म्हणजे

$$\frac{\text{उभे अंतर}}{\text{आडवे अंतर}} = \frac{y_2 - y_1}{x_2 - x_1} = m$$

सरळ रेषेचा चढ किंवा उताराला m हे इंग्रजी अक्षर वापरण्याची पद्धत आहे. खाली दिलेल्या चौकोनातील समीकरण लक्षात ठेवा.

$(x_1, y_1) (x_2, y_2)$ हे निबंधक असणाऱ्या सरळ रेषेचा चढ म्हणजे

$$m = \frac{y_2 - y_1}{x_2 - x_1}$$

---

m वरून 'क्ष' च्या तुलनेत 'य' कसा बदलतो हे लक्षात येते. आपण आधी पाहिलेले सरळ रेषेचे समीकरण $y = 2x + 3$ याचा चढ 2 आहे. म्हणजे x जेवढा बदलेल त्याच्या दुप्पट y बदलतो. हे समीकरण आपण अक्षरांमध्ये मांडू.

$y = mx + c$ हे सरळ रेषेचे समीकरण असून m हा त्याचा चढ आहे. आता ही उदाहरणे पहा.

(a) $y = 3x + 4$ (b) $y + 4x = 2$

(c) $2y = x - 4$ (d) $3y + 4x = 0$

(a) मध्ये $m = 3$

(b) मध्ये समीकरण पुढील पद्धतीने लिहा. $y = -4x + 2$. आता चढ म्हणजे $m = -4$.

(c) मध्ये समीकरण पुढील पद्धतीने लिहा. $y = \dfrac{1}{2x} = \dfrac{4}{2} = \dfrac{1}{2x+2}$ आता

चढ $= m = \dfrac{1}{2}$

(d) मध्ये समीकरण पुढील पद्धतीने लिहा. $y = \dfrac{4}{3x}$ आता

चढ $= m = -\dfrac{4}{3}$

दिलेले समीकरण $(y = mx + c)$ या पद्धतीने मांडले की असे कळते की 'x' चा जो सहगुणक असेल तो रेषेचा चढ आहे.

खालील सरळ रेषांचे चढ काढा.

1. $y = 3 - 5x$
2. $2y = 3x + 7$
3. $3y + x + 1$
4. $4y - 5x = 2$

सरळ रेषा काढणे

$y = mx + c$ हे सरळ रेषेचे समीकरण असून m हा त्याचा चढ आहे. हे आपण पाहिले. मग c काय दर्शवतो?

जर आपण $x = 0$ धरले तर $y = c$ मिळेल; मग आपले निबंधक $(0,c)$ या प्रमाणे मिळतील. $x = 0$ असताना c बिंदू य अक्षावरच असेल. म्हणजेच थोडक्यात c बिंदू 'य' अक्षावरील छेदनबिंदू दर्शवतो. $y = 2x + 3$ या समीकरणात $+ 3$ हा बिंदू 'य' अक्षावरील छेदनबिंदू आहे. म्हणजे $y = 2x + 3$ या समीकरणाने मिळालेली सरळ रेषा 'य' अक्षाला $+ 3$ मध्ये छेदते.

आता आपणास जर m आणि c च्या किमती माहीत असतील तर सरळ रेषेचा आलेख काढता येईल. आता खाली दिलेले आलेख पाहा.

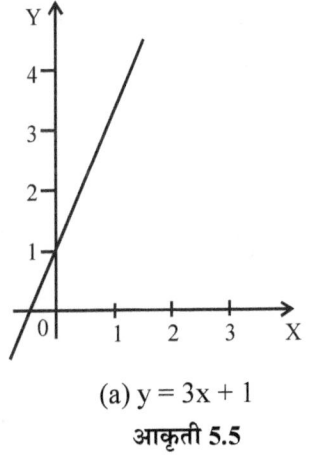

(a) $y = 3x + 1$

आकृती 5.5

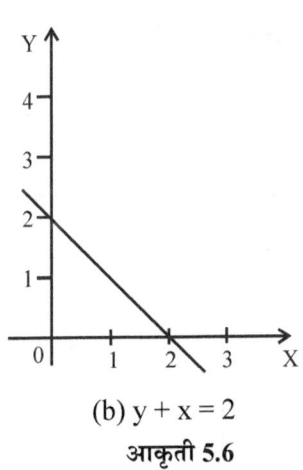

(b) $y + x = 2$

आकृती 5.6

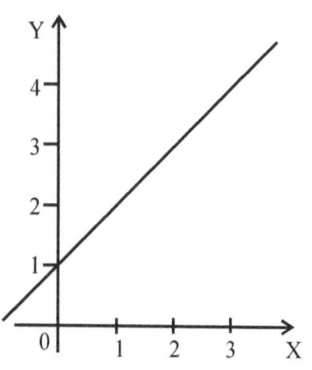

(c) 4y = 3x + 4

आकृती 5.7

(a) मध्ये m = 3 आणि c = 1. (आकृती 5.5)

(b) मध्ये y + x = 2 म्हणजे y = –x + 2. म्हणून m = –1 तर c = 2 (आकृती 5.6)

(c) मध्ये 4y = 3x + 4, म्हणून $m = \dfrac{3}{4}$ तर c = 1 (आकृती 5.7)

खाली काही सरळ रेषांची समीकरणे दिली आहेत. त्यावरून सरळ रेषा काढा.

(1) y = x   (2) y + 4x = 4   (3) 4y = x + 4

(4) y = x – 2   (5) y = 2x   (6) y = x + 2

(7) $y = \dfrac{1}{2}x$ (8) y + 2x = –2

आता खाली चार आकृत्या दिल्या आहेत. त्यांची समीकरणे कशी लिहाल?

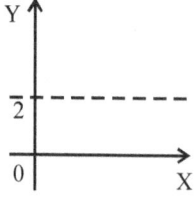

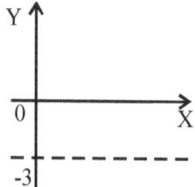

आकृती 5.8.1   **आकृती 5.8.2**

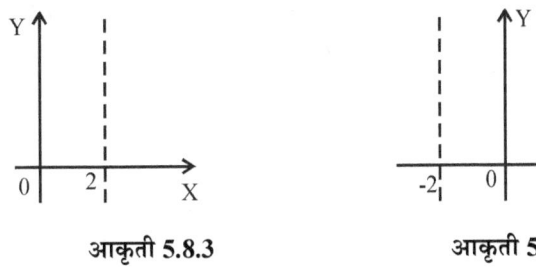

आकृती 5.8.3 आकृती 5.8.4

1. पहिल्या आकृतीचे समीकरण $y = 2$ कारण x चे मूल्य दिलेले नाही आणि कोणताही चढ किंवा उतार दिलेला नाही. ($m = 0$) म्हणजे ही रेषा 'क्ष' अक्षाला समांतर जाईल आणि 'x' चे मूल्य काहीही असू शकेल. 'y' चा निबंधक दिलेला असल्याने ही रेषा y अक्षाला 2 मध्ये छेदणार हे स्पष्ट आहे.

2. दुसऱ्या आकृतीमध्ये $y = -3$ आहे. आता ही रेषा ऋण संबंध दर्शवते; पण आकृती एक प्रमाणेच ही रेषा पण 'क्ष' अक्षाला समांतर जाईल.
   आता याच प्रकारे 3 आणि 4 ची उत्तरे तुम्हाला देता येतील का?

3. तिसरे समीकरण $x = 2$

4. चौथे समीकरण $x = -2$
   तिसऱ्या व चौथ्या आकृतीमध्ये रेषा सरळ उभ्या आहेत; म्हणजे त्यांचा चढ अगणित आहे. त्याला शून्याने भागता येणार नाही.

शून्याने भागता येत नाही. $\dfrac{x}{0} = \infty$ (अगणित, Infinity) असे उत्तर येते. ∞ या चिन्हाचा अर्थ असंख्य किंवा मोजता येणार नाही इतकी मोठी संख्या.

$$\dfrac{y_2 - y_1}{x_2 - x_1} = m$$

($x_2 - x_1 = 0$ आणि $y_2 - y_1 = \infty$)

5.4.7 सरळ रेषांची समीकरणे

सरळ रेषा काढण्यासाठी आपणास काय काय माहिती असावी लागते?

(1) त्या रेषेचे दोन्ही निबंधक किंवा (2) कमीत कमी एक निबंधक आणि चढ. या दोन्ही बाबींपैकी एक जरी दिलेली असेल तर आपल्याला सरळ रेषेचे समीकरण तयार करता येईल व त्यावरून सरळ रेषा काढता येईल. खाली दिलेल्या

आर्थिक उपयुक्तता / १९१

आकृतीमध्ये सरळ रेषा काढलेली आहे. तिचा चढ 'm' आहे व दोन निबंधक दिलेले आहेत. ते समजा (x_1, y_1) (x_2, y_2) असे आहेत; आपण त्याच रेषेवरील कुठलाही सर्व साधारण एक असाच मानलेला बिंदू घेऊ व त्याचे निबंधक (x, y) आहेत असे मानू.

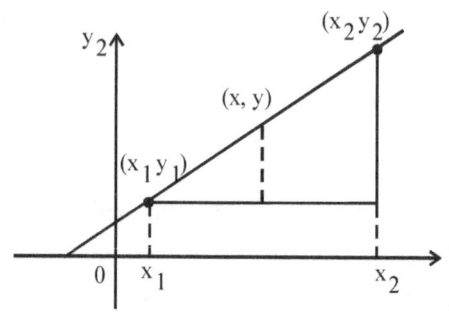

आकृती 5.9

आता आकृती पाहता आपल्या असे लक्षात येईल की m काढण्यासाठी आपल्याकडे दोन प्रमाणे मिळाली.

(1) $\dfrac{y - y_1}{x - x_1} = m$ (२) $\dfrac{y_2 - y_1}{x_2 - x_1} = m$

आता वर सांगितल्याप्रमाणे जर दोन्ही निबंधक माहीत असतील, तर

(1) $y - y_1 = \dfrac{y_2 - y_1}{x_2 - x_1} (x - x_1)$ असे आणि जर एक निबंधक आणि चढ दिलेला असेल तर (2) $y - y_1 = m (x - x_1)$ असे सूत्र सरळ रेषा काढण्यासाठी उपयोगी पडते.

• नमुना उदाहरण (1) $m = \dfrac{1}{2}$ असेल आणि एका बिंदूचे निबंधक $(3,2)$ असतील तर सरळ रेषेचे समीकरण काढा.

उत्तर :– आपणास चढ आणि एका बिंदूचे निबंधक दिलेले आहेत.

प्रकार 1 प्रमाणे

$$y - y_1 = m (x - x_1)$$

$$y - 2 = \dfrac{1}{2} (x - 3)$$

$$2y = x + 1$$

• नमुना उदाहरण (2) $(3,2)$ आणि $(9,5)$ या निबंधकांतून जाणाऱ्या रेषेचे

समीकरण लिहा.

उत्तर :- प्रकार 1 प्रमाणे

$$\frac{y - y_1}{y_2 - y_1} = \frac{x - x_1}{x_2 - x_1}$$

$$\frac{y-2}{5-2} = \frac{x-3}{9-3}$$

$$6\,(y-2) = 3\,(x-3)$$

$$2y = x + 1$$

या दोन प्रकारांव्यतिरिक्त $y = mx + c$ या स्वरूपातील सरळ रेषेचे समीकरण हा तिसरा प्रकार असतो.

5.4.8 दोन बिंदूमधील अंतर

(x_1, y_1) (x_2, y_2) असे निबंधक असलेल्या रेषेच्या दोन बिंदूमधील अंतर कसे काढायचे त्याचा अभ्यास करू.

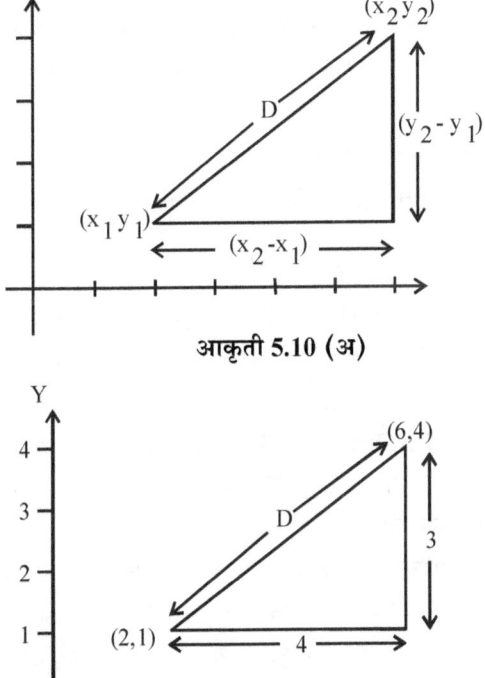

आकृती 5.10 (अ)

आकृती 5.10 (आ)

आपण शाळेत शिकलेल्या पायथागोरसच्या सिद्धांताचा उपयोग करू. या दोन बिंदूंमधील अंतराला आपण 'D' नाव देऊ. आता,

$$D^2 = (y_2 - y_1)^2 + (x_2 - x_1)^2$$

स्वाभाविकच,

$$D = \sqrt{(y_2 - y_1)^2 + (x_2 - x_1)^2}$$

वरील आकृती (आ) मध्ये जे निबंधक दिलेले आहेत. त्यावरून आपण काढू शकतो.

$$D = \sqrt{(4-1)^2 + (6-2)^2} = \sqrt{3^2 + 4^2} = \sqrt{25} = 5$$

5.4.9 समीकरणे व आलेख यांचा संबंध

मागील प्रकरणात आपण समीकरणे पाहिली. ही समीकरणे आपण बीजगणिती पद्धतीने सोडवली, आता आलेखाच्या पद्धतीने सोडवू. ही समीकरणे द्वि-चल पद्धतीची आहेत. या दोन्ही चलांच्या किमती काढण्यासाठी आपल्याला दोन समीकरणांची गरज असते. जसे एक चल असेल तर एका समीकरणाने त्या चलाची किंमत काढता येऊ शकते. आता दोन माहीत नसलेली चले आहेत. त्याकरता दोन समीकरणे लागतात. अगदी अशीच जेव्हा तीन माहीत नसलेल्या चलांच्या किमती काढायच्या असतात. तेव्हा तीन समीकरणे लागतात.

सध्या आपण दोन समीकरणे व दोन चले यांचा विचार करू.

2x + 3y = 5   ...... (1)
x − 2y = 6   ...... (2)

xआणि y ही दोन चले असलेली दोन समीकरणे आपण घेऊ.

xआणि y च्या किमती काढण्यासाठी आपल्याकडे आता दोन समीकरणांकडून मिळालेली माहिती आहे. उदाहरणार्थ, 2x आणि 3y यांची बेरीज 5 होते आणि x मधून 2y वजा केले असता 6 मिळतात; अशा दोन चलांबद्दल माहिती देणाऱ्या दोन समीकरणांना द्वि-वर्ण किंवा दोनपेक्षा जास्त चले असतील तर अनेक वर्ण (simultenious equations) समीकरण असे म्हणतात.

दिलेल्या समीकरणांपैकी एकेका समीकरणाचा आलेख कसा काढायचा, त्याचा चढ किती, त्याचे निबंधक कोणते, हे सर्व आता आपणास काढता येईल. त्यांचे आपण आलेख तयार करू. पुढील आकृतीमध्ये तसा आलेख (आकृती) काढून दाखवला आहे.

2x + 3y = 5 हे समीकरण आपण 3y = − 2x + 5 असे आधी आणि नंतर

$y = -\dfrac{2}{3}x + \dfrac{5}{3}$ असे लिहू शकतो. आता आपल्याला $-\dfrac{2}{3}$ हा चढ मिळाला

आणि $C = \dfrac{5}{3}$ मिळाला.

x – 2y = 6 हे समीकरण आपण $-2y = -x + 6$ असे आधी नंतर

$y = \dfrac{1}{2}x - 3$ असे लिहू शकतो. आता आपल्याला $-\dfrac{1}{2}$ हा चढ मिळाला आणि C

= –3 मिळाला.

या दोन्ही रेषांचे आलेख काढल्यानंतर या दोन रेषांचा छेदन बिंदू मिळाला व त्यांचे निबंधक ही काढता आले. (4, –1). x = 4, y = –1 हे एकमेव उत्तर आपणास मिळते. दोन्ही समीकरणात दिलेल्या x आणि y संबंधींच्या सर्व अटी पाळून (x = 4) आणि (y = – 1) या किमती आपणास मिळाल्या.

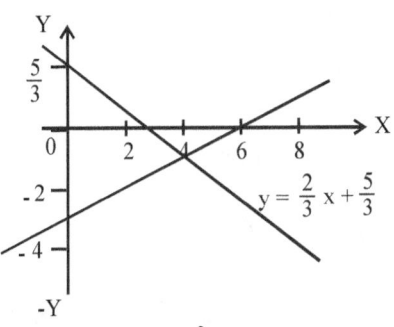

आकृती 5.11

याचा अर्थ कोणतीही दोन समीकरणे घेऊन आपल्याला त्याची सरळ रेषेची समीकरणे बनवता येतील. मात्र त्या दोन रेषा एकमेकांना छेदतील असे नाही; जर त्या रेषांचे चढ समान असतील, दिशा समान असतील तर त्या रेषा एकमेकांना समांतर जातील व एकमेकांना छेदणार नाहीत. रेषा एकमेकांना छेदल्याच नाहीत तर x आणि y च्या किमती मिळणार नाहीत म्हणजे अशा समीकरणाचे उत्तर येणार नाही. उदाहरणार्थ, 2x + 3y = 1 आणि 2x + 3y = 5 या समीकरणाचे उत्तर येणारच नाही.

समजा x – 2y = 6 आणि 2x – 4y = 12 अशी समीकरणे असतील तर काय होईल? या समीकरणांकडे जर नजर टाकली तर असे लक्षात येईल की पहिल्या समीकरणाला 2 ने गुणल्यास दुसरे समीकरण मिळते आहे. म्हणजे पहिल्या समीकरणाच्या

रेषेच्या बिंदूंवरच (Coincidence) तशीच दुसरी रेषा काढल्यासारखे होईल. पहिल्या रेषेचा प्रत्येक बिंदू दुसऱ्या रेषेला मिळालेला असेल, म्हणून अशा समीकरणाची अगणित उत्तरे येतील.

आता आपण द्वि-वर्ण समीकरणाचा विचार करू.

5.4.10 द्वि-वर्ण समीकरणे

आलेखाच्या आधारे आपण द्वि-वर्ण समीकरण सोडवले. त्यात समीकरणाची प्रत्यक्ष घडामोड पहाणे सोपे जाते. परंतु, अचूक उत्तर काढणे जरा अवघड आहे. म्हणून आलेखापेक्षासुद्धा बीजगणिती पद्धतीने द्वि-वर्ण समीकरणे सोडवण्याची पद्धत रूढ आहे. बीजगणितात देखील द्वि-वर्ण समीकरण सोडवण्याच्या अनेक पद्धती आहेत. समीकरणाच्या स्वरूपावर कोणती पद्धती स्वीकारायची ते ठरवायचे. वरील उदाहरणातीलच समीकरणे घेऊन आपण बीजगणिती पद्धत समजावून घेऊ.

$$2x + 3y = 5 \quad ..... (1)$$

$$x - 2y = 6 \quad ..... (2)$$

पद्धत 1 योजना पद्धत **(Substitution Method)**

समीकरण (2) नुसार,

$$x = 2y + 6$$

आता x ऐवजी 2y + 6 हे पद आपण समीकरण (1) मध्ये घालू,

$$2x + 3y = 5$$

$$2(2y + 6) + 3y = 5$$

$$4y + 12 + 3y = 5$$

हे 'y' या एकाच चलातील समीकरण मिळाले. आता ते सोडवू.

$$7y = 5 - 12 = -7$$

$$\therefore y = -1$$

y = –1 (x ऐवजी (2y + 6) पदाची योजना करून आपल्याला y ची किंमत मिळाली.)

ही y ची किंमत समीकरण (2) मध्ये घालू,

$$x - 2(-1) = 6$$

$$x + 2 = 6$$

$x = 6 - 2 = 4$ (आता x चीही किंमत मिळाली)

$$x = 4$$

$$\therefore y = -1$$

पद्धत 2. निरास पद्धत (Elimination Method)

$$2x + 3y = 5 \qquad \text{..... (1)}$$
$$x - 2y = 6 \qquad \text{..... (2)}$$

या पद्धतीमध्ये 'x' किंवा 'y' यांची पूर्ण वजावट करता येईल अशा पद्धतीने समीकरण बदलून घ्यायचे असते. त्याकरता दिलेल्या समीकरणांचा आधी थोडा अभ्यास करावा. दिलेल्या x किंवा y ची कशा पद्धतीने वजावट करता येईल ते पाहावे. उदाहरणार्थ, समीकरण (2) ला 2 ने गुणले तर समीकरण (2) पुढीलप्रमाणे तयार होईल.

$$2x + 3y = 5 \qquad \text{..... (1)}$$
$$2x - 4y \quad = 12 \qquad \text{..... (2)}$$

समीकरण (1) मधून समीकरण (2) वजा करा.

$$\cancel{2x} + 3y = 5 \qquad \text{..... (1)}$$
$$\cancel{2x} + 4y = -12 \qquad \text{..... (2)}$$

$$7y = 7$$
$$y = -1$$

ही किंमत समीकरण (2) मध्ये घाला.

$$x - 2\,(-1) = 6$$
$$x = 6 - 2$$
$$x = 4$$

याचप्रमाणे ही किंमत समीकरण (1) मध्ये घालून सुद्धा उत्तर मिळेल.

'y' ची किंमत काढण्यासाठी आपण समीकरण (2) ला 2 ने गुणूनदेखील वापरू शकतो, त्यामुळे वजाबाकी ऐवजी बेरीज करून उत्तर मिळेल. समीकरण (2) ला 2 ने गुणा आणि समीकरण (1) व (नव्या 2) ची बेरीज करा, तरीही हेच उत्तर मिळेल.

लक्षात ठेवा

वजाबाकी करताना वजा चिन्हे आली की चुका होण्याची शक्यता वाढते. त्यामुळे समीकरणे आधी नीट पाहा, कुठल्या संख्येने गुणायचे ते ठरवा, आणि मग बेरीज करायची की वजाबाकी ते ठरवा. चुका कमी करण्याचा हा एकमेव मार्ग आहे.

द्वि-वर्ण समीकरणामध्ये दोन चले आहेत आणि दोन समीकरणे आहेत. काही

वेळेस जास्त चले असतात. जेवढी चले (ज्यांच्या किंमती काढायच्या आहेत अशी) तेवढी समीकरणे असतील तर अडचण येत नाही. एका चलाच्या किमती दुसऱ्या चलात घालून एकेका चलाच्या किमती मिळवता येतात. परंतु, जेव्हा चलांच्या संख्येपेक्षा समीकरणांची संख्या कमी असते तेव्हा मात्र सर्व चलांची मूल्ये काढता येत नाहीत.

खालील उदाहरणे सोडवण्याचा प्रयत्न करा.

(1)　　$3x - 2y = 21$　　　.... (1)

　　　　$2x + 5y = -5$　　　.....(2)

(2)　　$\dfrac{x}{3} - \dfrac{y}{2} + 1 = 0$　.....(1)

　　　　$6x + y + 8 = 0$　.....(2)

साधारण कृती

(1) पहिल्या उदाहरणात समीकरण (1) ला 2 ने आणि समीकरण (2) ला 3 ने गुणा. त्यावरून आपणास पुढील समीकरणे मिळतील.

　　　　$6x - 4y = 42$　　　.... (1)

　　　　$-6x - 15y = 15$　　　.... (2)

..... समीकरण (1) व (2) ची बेरीज करा.

　　　　$-19y = 57$

　　　　$y = -3$

$y = -3$ ही y ची किंमत कोणत्याही एका समीकरणात घातली की x ची किंमत मिळेल.

$x = 5$ आहे.

(2) प्रश्न (2) मध्ये

प्रथम अपूर्णांकापासून सुटका करून घेऊ. समीकरण (1) ला 6 ने गुणा, आणि समीकरण (2) ला 3 ने गुणा. आता,

　　　　$2x - 3y + 6 = 0$　　　.... (1)

　　　　$18x + 3y + 24 = 0$　.... (2)

..... समीकरण (1) व (2) ची बेरीज करा.

　　　　$20x + 30 = 0$

　　　　$20x = -30$

$$x = -\frac{3}{2} = -1.5$$

$x = -\frac{3}{2}$ ही x ची किंमत कोणत्याही एका समीकरणात घातली की y ची किंमत मिळेल.

y = 1 आहे.

आता एक अगदी वेगळ्या प्रकारचे उदाहरण घेऊ.

$$\frac{6}{x} - \frac{2}{y} = \frac{1}{2} \qquad .....(1)$$

$$\frac{4}{x} - \frac{3}{y} = 0 \qquad ......(2)$$

आपली पहिली प्रतिक्रिया म्हणजे अपूर्णांक काढून समीकरण सरळ करून घेणे. तसे करायचे झाले तर समीकरण (1) ला 2xy ने गुणायला हवे आणि समीकरण (2) ला xy ने गुणायला हवे; तसे केल्यास आपणास पुढील समीकरणे मिळतील.

$$12y - 4x = xy \qquad .....(1)$$
$$4y - 3x = 0 \qquad .....(2)$$

हे जरा विचित्र वाटते; म्हणून आपण जर $X = \frac{1}{x}$ आणि $Y = \frac{1}{y}$ गृहीत धरले, तर

$$6X - 2Y = \frac{1}{2} \qquad ..... (3)$$

$$4X - 3Y = 0 \qquad ......(4)$$

आता ही समीकरणे बरोबर दिसू लागली. समीकरण (3) ला 2 ने आणि समीकरण (4) ला 3 ने गुणल्यास

$$\cancel{12X} - 4Y = 1 \qquad .... (3)$$
$$\cancel{12X} + 9Y = 0 \qquad ......(4)$$

..... समीकरणाची बेरीज करा.

$$5Y = 1$$
$$y = 5$$

y = 5 किंमत कोणत्याही समीकरणात घातल्यास $x = \frac{20}{3}$ अशी x ची किंमत मिळते.

खाली दिलेली समीकरणे सोडवा.

1. $5a - 2b = 68$ .... (1)

        $3a + b = 10$ ..... (2)

2. $5p - 2q = 9$ ......(1)

        $2p + 5q = -8$ ......(2)

3. $\dfrac{x}{8} - y = -\dfrac{5}{2}$ ......(1)

        $3x + \dfrac{y}{3} = 13$ ......(2)

4. $\dfrac{3}{x} + \dfrac{4}{y} = 0$ ......(1)

        $\dfrac{2}{x} - \dfrac{2}{y} = 7$ .....(.2)

5.4.11 समीकरणे व अर्थशास्त्र

आतापर्यंत एक वर्ण समीकरणे, आलेख आणि द्वि-वर्ण समीकरणे यांची तयारी झाली. आता ही सर्व समीकरणे अर्थशास्त्रात कशी उपयोगी पडतात ते पहायचे आहे. एक चल संबंधामध्ये एकच फलनसंबंध दर्शविलेला असतो. त्या द्वि-वर्ण समीकरणामध्ये दोन चलांमध्ये एक कार्यात्मक फलनसंबंध असतो. त्या दोन माहीत नसलेल्या चलांची मूल्ये किंवा किमती काढणे म्हणजे द्वि-वर्णीय समीकरणे सोडवणे होय.

अर्थशास्त्रातील मागणी व पुरवठा यांची विश्लेषणे ही नेहमी द्वि-वर्ण समीकरणाद्वारे दर्शविली जातात. ती आलेखाच्या आधारेदेखील सोडवता येतात तसेच बीजगणिती पद्धतीनेदेखील सोडवता येतात. समजा, पूर्ण स्पर्धात्मक बाजारपेठेमध्ये $p = 420 - 0.2q$ हे मागणी समीकरण आहे आणि $p = 60 + 0.4q$ हे पुरवठा समीकरण आहे; जर बाजार समतोलात असेल तर वस्तूची किंमत व नग संख्या काढण्यासाठी मागणी व पुरवठा यांचे वक्र एकमेकांना कोठे छेदतात ते पाहिले पाहिजे; जर मागणी व पुरवठावक्रावर असलेला असा एकच बिंदू आपणास मिळू शकला तर p व q ची मूल्ये या दोन समीकरणाद्वारे कळतील. थोडक्यात, जेव्हा बाजार समतोलात असेल तेव्हा मागणी व पुरवठ्याची दिलेली ही समीकरणे द्वि-वर्ण समीकरणे म्हणून उपयोगी पडतील.

आता वर दिलेले समीकरण सोडवू.

$$p = 420 - 0.2q \qquad .....(1)$$

$$p = 60 + 0.4q \qquad .....(2)$$

दोन्ही p समान आहेत त्यामुळे दोन्ही समीकरणे एकमेकांच्या बरोबरीत मांडली तर आपोआपच एकवर्णीय समीकरण तयार होईल व उत्तर काढणे सोपे जाईल.

$$420 - 0.2q = 60 + 0.4q$$
$$-0.2q - 0.4q = 60 - 420$$
$$-0.6q = -360$$
$$q = 600$$

q ची आलेली किंमत एका समीकरणात घालू.

$$420 - 0.2q = p$$
$$420 - 0.2(600) = p$$
$$420 - 120 = 300 = p$$

हे समीकरण आपल्याला आलेखाच्या आधारेदेखील काढायला सोपे जाते. पाहा.

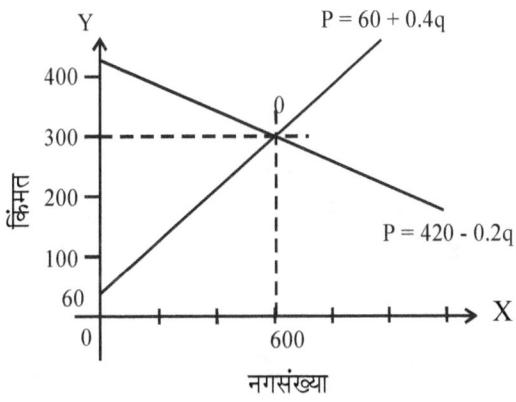

आकृती 5.12

वरील आकृतीमध्ये मागणी व पुरवठा एक रेषीय फलने दर्शवलेली आहेत त्यांचा छेदन बिंदू x आहे. त्या x ची मूल्ये काढण्यासाठी 'य' अक्षावर व 'क्ष' अक्षावर लंब टाकावे लागतील आणि आलेखाच्या कागदावर मोजावे लागेल. x चे निबंधक म्हणजे (p, q) ची मूल्ये आहेत. (300, 600) असे हे निबंधक येतील.

- हे लक्षात घेतले पाहिजे की प्रत्येक द्वि वर्णीय समीकरण सोडवता येतेच असे नाही.
- प्रत्येक चलाचे एकमेव उत्तर हवे असेल तर जेवढी चले आहेत तेवढी समीकरणे असलीच पाहिजेत.

कधी कधी ही अट पूर्ण करूनही द्वि-वर्णीय समीकरण सोडवता येतेच असे नाही. दोन्ही आलेख वक्र (रेषीय फलने) एकाच दिशेने जाणारे व सारख्या चढाचे असतील तर ते एकमेकांना समांतर जातील व कधीच एकमेकांना छेदणार नाहीत. उदाहरणार्थ, आता ही समीकरणे पहा.

या समीकरणांचे आलेख काढून पहा. ते खालीलप्रमाणे दिसतील.

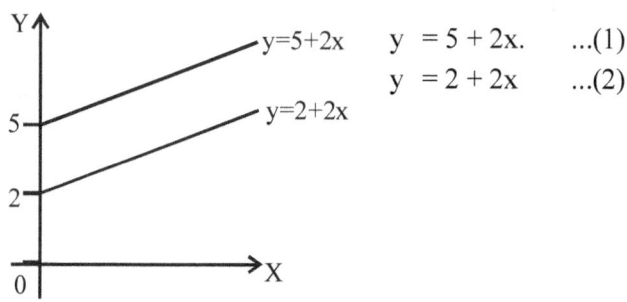

$y = 5 + 2x.$ ...(1)

$y = 2 + 2x$ ...(2)

आकृती 5.13

या दोन समांतर जाणाऱ्या रेषांमधून काहीही एक उत्तर मिळू शकत नाही. त्यांना छेदन बिंदूच नाही.

सरावासाठी पुढील उदाहरणे सोडवा.

आलेख कागद वापरून खालील समीकरणे आलेखित करा व शक्य असल्यास छेदन बिंदू सांगा.

1. पूर्णस्पर्धात्मक बाजारामध्ये मागणी व पुरवठ्याची समीकरणे अनुक्रमे पुढील प्रमाणे आहेत. त्यावरून p व q च्या समतोल किमती काढा.

   (अ) $p = 9 - 0.075q$ आणि $p = 2 + 0.1q$

   (आ) $q = 80 - 0.8p$ आणि $p = 10 + 0.1q$

   (इ) $p = -2 + 0.5q$ आणि $q = 2p - 9$

5.4.12 ना नफा ना तोटा

- नमुना उदाहरण

(1) समजा एका उत्पादन संस्थेचा एका नगाच्या उत्पादनाचा खर्च ₹ 18 आहे. दर महिन्याला जेवढे नग तयार होतात तेवढे सर्व विकले जातात. त्या उत्पादनसंस्थेला ₹ 240 हा ठराविक खर्च करावा लागतो आणि शिवाय प्रत्येक उत्पादनामागे ₹ 14 इतका सीमान्त खर्च आहे. ना नफा ना तोटा बिंदू गाठण्यासाठी उत्पादन संस्थेला किती उत्पादन करावे लागेल ते काढा.

उत्तर – या उत्पादन संस्थेचे एकूण उत्पन्न (महसूल) म्हणजे वस्तूची किंमत गुणिले नग संख्या (उत्पादन).

वस्तूची किंमत = p = 18. म्हणून TR= एकूण उत्पन्न = pq = 18q.

संस्थेचा एकूण खर्च म्हणजे स्थिर खर्च अधिक बदलता खर्च = TC

$$TC = 240 + 14q$$
$$TR = 18q$$
$$TR = TC = \text{ना नफा, ना तोटा}$$
$$18q - 14q = 240$$
$$4q = 240$$
$$q = 60$$

ना नफा ना तोटा बिंदू गाठण्यासाठी उत्पादन संस्थेला 60 नगांचे उत्पादन करावे लागेल आता आपण आलेख पाहू.

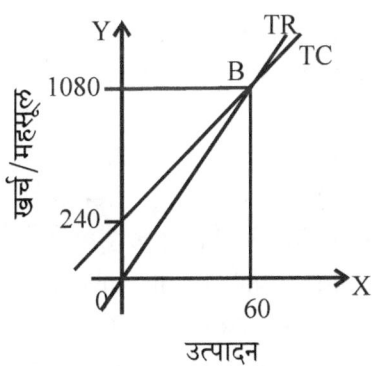

आकृती 5.14

पुढील उदाहरणे सोडवा

1   पूर्णस्पर्धात्मक बाजारामध्ये मागणी व पुरवठ्याची समीकरणे अनुक्रमे पुढीलप्रमाणे आहेत. त्यावरून p व q च्या समतोल किमती काढा.

    p = 610 – 3q आणि p = 20 + 2q

2   पूर्णस्पर्धात्मक बाजारामध्ये मागणी समीकरण p = 610 – 3q आणि पुरवठा समीकरण p = 50 + 40q आहे तर p व q ची मूल्ये काढा. समजा सरकारने प्रत्येक वस्तूवर ₹ 14 कर आकारला, तर p आणि q मध्ये काय फरक पडेल?

3   एक कंपनी एका उत्पादनाची x नगसंख्या उत्पादित करते आणि प्रति उत्पादन ₹ 25 प्रमाणे किंमत आकारते. कंपनीचा स्थिर खर्च ₹ 200 आहे. आणि सीमान्त खर्च ₹ 20 प्रति नग आहे. तर फायदा होण्यासाठीची नग संख्या काढा. जर किंमत ₹ 24 करावी लागली तर ना नफा ना तोटा उत्पादन किती ते काढा.

4   जर y = 16 + 22x आणि y = –2.5 + 30.8 x तर x आणि y च्या किमती काढा.

    आता जरा वेगळे उदाहरण घेऊ

    उदाहरण : केन्सच्या राष्ट्रीय उत्पन्नाच्या प्रतिमानानुसार Y = C + I

    C   = 40 + 0.5Y

    I   = 200

    आता,

    Y   = 40 + 0.5Y + 200

    Y – 0.5Y = 200 + 40

    0.5Y   = 240

    Y   = 480

5   एका ग्राहकापाशी ₹ 260 आहेत, ते तो अ आणि 'ब' या दोनच वस्तूंवर पूर्णपणे खर्च करतो. 'अ' ची किंमत ₹ 5 तर 'ब' ची किंमत ₹ 10 आहे. 'अ' ची किंमत एक रुपयाने वाढली आणि 'ब' ची किंमत दोन रुपयांनी कमी झाली. आता दोन्ही किमतींना आणि आहे त्याच उत्पन्नामध्ये ग्राहकाचे समाधान करेल अशी 'अ' आणि 'ब' ची अशी संख्या शोधा. आकृती काढा.

6 केन्सच्या राष्ट्रीय उत्पन्नाच्या प्रतिमानानुसार

$Y = C + I$ .... दिलेले समीकरण

$C = 20 + 0.06Y$ ..... उपभोग फलन

$I = 60$ ..... गुंतवणूक

राष्ट्रीय उत्पन्न = Y ची किंमत काढा.

7 सोडवा

$$600 = 3x + 0.5y$$

$$52 = 1.5y - 0.2x$$

वरील गणितांसाठी थोडे मार्गदर्शन

1 पहिले समीकरण मांडा

240 = 5 अ + 10 ब

दुसरे समीकरण मांडा

240 = 6अ + 8 ब

आता दोन्ही समीकरणे सोडवा. अ = 24 आणि ब = 12 अशा किमती मिळतील. आलेख काढण्यासाठी क्ष अक्षावर 'अ' आणि 'य' अक्षावर 'ब' मोजा. ग्राहकाजवळ असलेली रक्कम पूर्णपणे 'अ' वर खर्च झाली असती तर आणि पूर्णपणे 'ब' वर खर्च झाली असती तर असा विचार करून बजेट रेषा आखून घ्या. त्यांच्या छेदन बिंदूला दोन्ही किमतींना आणि दिलेल्या उत्पन्नामध्ये समाधानकारक अशा 'अ' आणि 'ब' च्या नगसंख्या मिळतील.

2 हे उदाहरण अगदी वर सोडवून दाखवलेल्या गणिताप्रमाणेच करायचे आहे. उत्तर Y = 200..

3 समीकरण (2) ला 2 ने गुणा. वजाबाकी करा. Y = 551.11 आणि x = 108.15 बघा पाहू बरोबर आहे का?

सरावासाठी आणखी उदाहरणे

1 चप्पल बनविणाऱ्या एका नामांकित कंपनीचा स्थिर खर्च (काहीही उत्पादन नसताना) ₹ 300 प्रतिदिन आहे. आणि चपलांचे उत्पादन 100 असताना एकूण खर्च ₹ 4300 प्रतिदिन आहे. खर्च फलन उत्पादनाशी रेषीय आहे असे गृहीत धरा आणि (1) उत्पादन 0 आणि 100 असताना म्हणजेच (0, 300) व (100, 4300) असे निबंधक घेऊन येणाऱ्या रेषेचा उतार काढा. (2) उत्पादन आणि खर्चाचे रेषीय फलन लिहा. (3) त्याच रेषीय फलनावरून खर्च वक्र काढा.

2 विशिष्ट घड्याळे बनविणाऱ्या कंपनीने आपल्या मागणीचा जेव्हा अभ्यास केला तेव्हा त्यांच्या असे लक्षात आले की, घड्याळांची किंमत ₹ 88 प्रति नग असताना 2000 घड्याळांची मागणी होते आणि किंमत ₹ 38 असताना 12000 घड्याळे खपतात. किंमत व मागणी मधील रेषीय फलन गृहीत धरून $p(x) = mx + b$ या स्वरूपातील रेषीय फलन काढा. घड्याळांची मागणी 8000 असताना किंमत काय असेल? 15000 मागणी असताना किंमत काय असेल?

3 वर्गातील फळे बनविणाऱ्या एका कंपनीचा स्थिर खर्च ₹ 200 प्रतिदिन आहे आणि दर दिवशी जर 20 फळे बनविले तर एकूण खर्च ₹ 3800 आहे. (1) एकूण खर्चाचे एकूण उत्पादनाशी रेषीय फलन गृहीत धरा C (x) आणि खर्च फलन लिहा. (2) दर दिवशी 12 फळे बनविले तर एकूण खर्च किती होईल? (3) $0 < x < 20$ धरून फलनाचा आलेख काढा.

5.5 समतोलाची संकल्पना–उपभोक्त्याचे आधिक्य (Concept of equilibrium application to consumer surplus)

उपभोक्ता जेव्हा एखादी वस्तू खरेदी करण्यासाठी बाजारात येतो तेव्हा त्याच्या मनात त्याला हव्या असणाऱ्या वस्तूकरिता एखादी विशिष्ट किंमत असते. म्हणजे तेवढी किंमत द्यायची त्याची तयारी असते. जर बाजारात ती वस्तू त्याच किमतीला मिळाली तर ती खरेदी करण्याची त्याची तयारी असेल. जर बाजारात त्याच वस्तूची किंमत जर जास्त असेल तर तो ती वस्तू खरेदी न करता परत जाईल किंवा दुकानदाराबरोबर घासाघीस करून त्याच्या मनातील किमतीला ती वस्तू आणेल आणि नंतर ती खरेदी करेल किंवा चार ठिकाणे हिंडून पाहिल्यावर त्याच्या लक्षात येईल की आपल्या मनातील किमतीला ही वस्तू कुठेही मिळणार नाही तेव्हा तो ती वस्तू आहे त्या किमतीला खरेदी करण्याची मानसिक तयारी करेल. याचाच अर्थ असा की खरेदीची क्रिया ग्राहक समाधानी झाल्याशिवाय होणार नाही.

समजा, ग्राहक बाजारात गेल्यावर त्याच्या असे लक्षात येते की त्याला हवी असेलली वस्तू त्याच्या मनातील किमतीपेक्षा कमी किमतीला मिळते आहे. मग त्याल आनंद होईल आणि तो ती वस्तू लगेच खरेदी करेल. या ठिकाणी ग्राहकाचा जो फायदा झाला व त्याला जे जास्तीचे मानसिक समाधान मिळाले त्याला उपभोक्त्याचे आधिक्य असे म्हणतात.

म्हणजेच उपभोक्त्याचे आधिक्य म्हणजे ग्राहक किंवा उपभोक्ता वस्तूची जी जास्तीत जास्त किंमत द्यायला तयार असतो आणि बाजारात त्या वस्तूची जी काही

प्रत्यक्षातली किंमत असते त्यातील फरक. जर ही प्रत्यक्षातील किंमत जर कमी असेल तर उपभोक्त्याचा फायदा होतो तेव्हा त्याला उपभोक्त्याचे आधिक्य असे म्हणतात.

याचे उत्तम उदाहरण म्हणजे की खूप तहान लागल्यावर जर पाणी कुठेच मिळत नसेल तर तुम्ही स्वतःचा जीव वाचवण्यासाठी कितीही किंमत द्यायला तयार असता. नेहमी मिळणारी मिनरल वॉटर ची बाटली ₹ 10 च्या ऐवजी ₹ 15 ला मिळालेली तुम्हाला चालते, कारण तुमची तयारी ₹ 20 देखील देण्याची असते. परंतु तुमची तहान भागल्यावर मात्र तुम्ही ₹ 10 सुद्धा द्यायला तयार होत नाही. त्यामुळे तुमचा ₹ 20 देण्याची तयारी असताना पाणी ₹ 15 ला मिळाले याचा अर्थ तुम्हाला ₹ 5चे आधिक्य मिळाले. पहिले काही घोट पाण्याची किंमत फार मोठी किंवा जास्त असते. तेव्हा सर्वांत जास्त आधिक्य मिळते. जसजशी तुमची तहान भागेल तस तसे हे आधिक्य कमी होते.

मागणीच्या नेहेमीच्या वैयक्तिक वक्राप्रमाणेच उपभोक्त्याच्या आधिक्याच्या वक्राचा आकार असतो. तो डावीकडून उजवीकडे उतरत जाणारा असतो. म्हणजेच जसजशी नगसंख्या वाढत जाईल तसतसे आधिक्य कमी कमी होत जाते. उपभोक्त्याचे समाधान होत जाते तसतशी वस्तूची उपयोगिता कमी कमी होत जाते. अगदी पहिली वस्तू घेताना उपभोक्ता जास्तीत जास्त किंमत द्यायला तयार असतो, परंतु दुसरी वस्तू घेताना तो तुलनेने कमी किंमत देईल तिसरी वस्तू घेताना तो आणखी कमी किंमत देईल अशा प्रकारे वस्तूंची नगसंख्या वाढत जात तेव्हा त्याच्या मनातील व तो द्यायला तयार असेली किंमत कमी कमी होत जाते म्हणून हा वक्र डावीकडून उजवीकडे उतरत जातो. जोपर्यंत त्याच्या मनातील किमतीइतकी वस्तूची बाजारातील किंमत होत नाही तोपर्यंत तो वस्तू घेत राहतो. बाजारातील किमतीपेक्षा वस्तूची मनातील किंवा अपेक्षित किंमत जास्त होणार नाही याची तो पुरपूर काळजी घेतो.

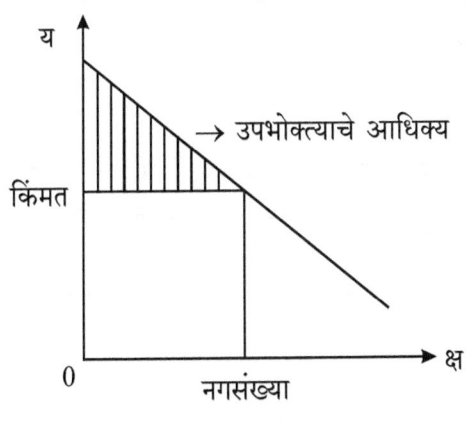

आकृती 5.16

एकूण उपभोक्त्याचे आधिक्य म्हणजे सर्व वैयक्तिक उपभोक्त्यांचे एकत्रित केलेले आधिक्य होय. यातूनच पुढे उत्पादकाचे आधिक्य हादेखील विषय येतो. सर्व उपभोक्त्यांचे आधिक्य आणि उत्पादकांचे आधिक्य पुढील आकृती द्वारा स्पष्ट करता येईल.

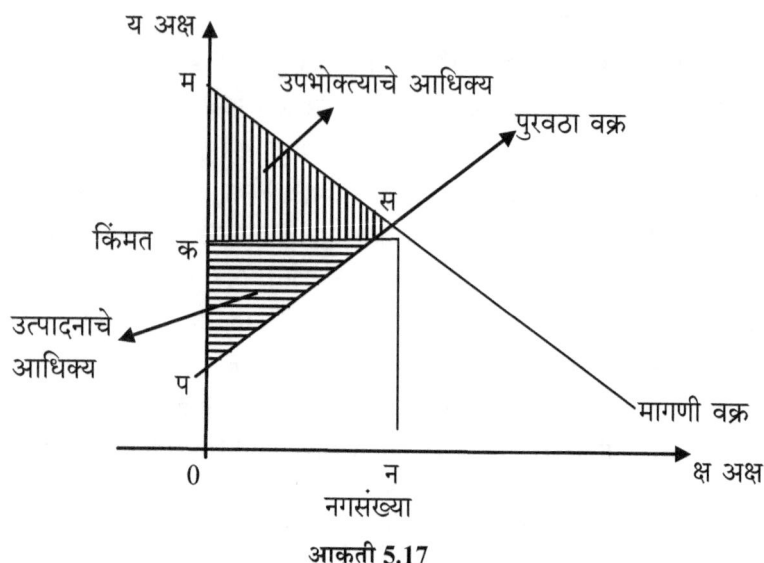

आकृती 5.17

वरील आकृतीत पुरवठा वक्र व मागणी वक्र 'स' बिंदूत एकमेकांना छेदतात. त्या ठिकाणी किंमतनिश्चिती होते. 'मसक' हा त्रिकोण उपभोक्त्याचे आधिक्य दर्शवतो तर पसक हा त्रिकोण उत्पादकाचे आधिक्य दर्शवतो.

$$\text{उपभोक्त्याचे आधिक्य} = \frac{\text{बाजारातील उत्पादन (उपभोक्ता द्यायला तयार असणारी किंमत–बाजारातील किंमत)}}{2}$$

या ठिकाणी बाजारातील किंमत म्हणजे मागणी व पुरवठा जिथे एकत्र मिळतो तो समतोलाचा बिंदू (स), म्हणून 'क' ही बाजारातील किंमतपातळी आहे. त्या किमतीला असलेले बाजारातील उत्पादन (अन). 'म' बिंदू म्हणजे उपभोक्ता द्यायला तयार असलेली जास्तीत जास्त किंमत (अम). 'क' ही बाजारातील प्रचलित असेलेली किंमत (अक).

आता याप्रमाणे

$$\text{उपभोक्त्याचे आधिक्य} = \frac{\text{अन (अम–अक)}}{2}$$ असे समीकरण मिळेल.

जेव्हा किंमती उतरतात तेव्हा उपभोक्त्याच्या आधिक्यामध्ये वाढ होते. त्याच प्रमाणे उपभोक्त्याच्या संख्येतही वाढ होते. हा फायदा दोघांना होतो. एक म्हणजे जे लोक ती वस्तू विकत घेणारच असतात त्यांना उतरलेल्या किंमतीचा फायदा होतो आणि जे लोक ही वस्तू विकत घेण्याचा विचार करत नसतात ते कदाचित उतरलेल्या किंमतीचा फायदा घेऊन बाजारात येतात.

अर्ध्याचा नियम : मागणी वक्र स्थिर असताना पुरवठ्यामध्ये थोडासा बदल झाल्यास उपभोक्त्याच्या आधिक्यात होणारे बदल कसे मोजायचे ते पाहू. मागणी वक्र जेव्हा रेषीय असतो, तेव्हा मसक हा त्रिकोण म्हणजे उपभोक्त्याचे आधिक्य आहे. उपभोक्त्याचे आधिक्य मोजायचे तर त्रिकोनाचे क्षेत्रफळ मोजायचे असते म्हणून दोन ने भागायचे. यालाच उपभोक्त्याच्या आधिक्याचा अर्ध्याचा नियम म्हणतात. उपभोक्त्याच्या आधिक्यात झालेला बदल म्हणजे उत्पादनात झालेला बदल (वाढ) आणि किमतीत झालेला बदल (घट) यांचा गुणाकार केल्यास चौकोनाचे क्षेत्रफळ मिळेल, आपल्याला त्रिकोनाचे क्षेत्रफळ काढायचे आहे, म्हणून दोनने भागले.

उपभोक्त्याच्या आधिक्यात झालेला बदल पुढील सूत्राने मोजता येईल,

$$\triangle CS = \frac{(Q_1 + Q_0)(P_1 - P_0)}{2}$$

- CS = उपभोक्त्याचे आधिक्य
- Q_0 आणि Q_1 पुरवठ्यात झालेला बदल (आधीचा पुरवठा आणि नंतरचा पुरवठा)
- P_0 आणि P_1 किंमतीत झालेला बदल (आधीची किंमत आणि नंतरची किंमत)

5.5.1 शेकडेवारी

शेकडेवारीचा आणि आपला संबंध अगदी शाळा प्रवेशापासूनचा आहे. अगदी पहिल्या इयत्तेतील निकाल हाती आला की किती टक्के मिळाले? अशी सगळ्यांकडून विचारणा केली जाते. टक्के म्हणजेच शंभर पैकी किती मिळाले असे विचारायचे असते. एकूण सर्व विषयांच्या एकूण गुणांपैकी तुम्हाला काही गुण मिळालेले असतात, ते गुण जर शंभरपैकी मिळाले असते तर किती झाले असते असे सांगणे म्हणजे टक्केवारी सांगणे. उदाहरणार्थ, समजा तुम्हाला 700 पैकी 560 गुण मिळाले, तर 100 पैकी किती मिळाले हे सांगणे म्हणजे टक्केवारी किंवा शेकडेवारी सांगणे होय. वेगवेगळ्या शाळेतील वेगवेगळ्या विद्यार्थ्यांना कोणाला 700 पैकी, कोणाला 900 पैकी, कोणाला 600 पैकी गुण मिळाले असतील तर अशा सर्वांना एकत्र करताना एका तळावर आणणे शेकडेवारी पद्धतीमुळे सोपे जाते. एकमेकांशी तुलना चटकन करता येण्यासाठी शेकडेवारीचा उपयोग होतो.

व्यवहारात शेकडेवारी असंख्य ठिकाणी वापरली जाते आणि उपयोगासही येते. दुकानदार, व्यापारी, छोटे-मोठे उद्योजक यांच्याकरता नफा, तोटा, कमिशन, सूट, दलाली ही सर्व शेकडेवारीमध्ये असते. शेअर्समधील गुंतवणूकदार असतील तर लाभांश, कर्जरोख्यातील गुंतवणूक करणाऱ्यांना, बँकेतील तसेच पोस्टातील ठेवीदारांना, व्याजदर हा टक्क्यांमध्येच सांगितला जातो. उपभोक्त्यांसाठी आकर्षक योजना जाहीर करणारे दुकानदार, मासिक हप्त्यांवर एखादी वस्तू (घर, गाडी) घेताना जाहीर केल्या जाणाऱ्या योजना टक्केवारीचीच भाषा बोलत असतात. सरकारचे कराचे दर टक्क्यातच जाहीर केलेले असतात. व्यवहारात उपयोगी पडणारी ही शेकडेवारी शिकणे अत्यंत महत्त्वाचे आहे. आपण ती 10 वी पर्यंत शिकलोदेखील आहोत. आता थोडी त्याची उजळणी करू; दिलेली उदाहरणे सोडवा आणि नंतर शेकडेवारीचा अभ्यास करू.

1 अपूर्णांकात रूपांतर करा.

   (अ) 56%   (आ) 4%   (इ) 0.6%   (ई) 0.08%

2 दशांशात रूपांतर करा.

   (अ) 28%   (आ) 6%   (इ) 0.2%   (ई) 0.04%

3 शेकडेवारीत रूपांतर करा.

   (अ) $\dfrac{23}{36}$ (आ) 0.004   (इ) $6\dfrac{3}{4}$

4 (अ) 6 हे 72 च्या किती टक्के आहेत?

   (आ) 84 हे 7 च्या किती टक्के आहेत?

   (इ) 8 ग्रॅम्स म्हणजे 2.4 किलोच्या किती टक्के होतात?

   (ई) 130 मिली हे 6.5 लीटर्सच्या किती टक्के होतात?

उत्तरे :

1 अपूर्णांकात रूपांतर करा.

   (अ) $\dfrac{14}{25}$ (आ) $\dfrac{1}{25}$ (इ) $\dfrac{3}{500}$ (ई) $\dfrac{1}{1250}$

2 दशांशात रूपांतर करा.

   (अ) 0.28   (आ) 0.06   (इ) 0.002   (ई) 0.0004

3 शेकडेवारीत रूपांतर करा.

   (अ) $63\dfrac{8}{9}\%$ (आ) 0.4%   (इ) 675%

4 (अ) $8\dfrac{1}{3}$ (आ) 1200%   (इ) $\dfrac{1}{3}\%$ (ई) 2%

शेकडेवारी : एक गुणोत्तर

शेकडेवारी म्हणजे शंभरावा भाग (शतांश). समजा, % ही शेकडेवारी दर्शवणारे चिन्ह आहे. तर लिहिताना x% असे लिहितात. हा x चल आहे, तो कोणताही अंक धारण करु शकतो. उदाहरणार्थ $x = 8$ असेल तर 8% म्हणजे शंभर पैकी 8. (8 शतांश म्हणजे $\frac{8}{100}$). बीजगणिताच्या भाषेत बोलायचे तर x% म्हणजे शंभर पैकी x (x शतांश म्हणजेच $\frac{x}{100}$) शेकडेवारी हे एक प्रकारचे गुणोत्तर आहे व ते अपूर्णांकात व दशांश चिन्हांच्या आधारे देखील मांडता येते. 56% म्हणजे 100 त 56 किंवा $\frac{56}{100}$ याचे अपूर्णांकात रूपांतर करताना अंश व छेदाला 4 ने भागून $\frac{14}{25}$ असे उत्तर मिळेल, 0.08% म्हणजे $\frac{0.08}{100} = \frac{08}{10000} = \frac{1}{1250}$. तसेच 0.6% म्हणजे 100 त 6 अपूर्णांकात रूपांतर कसे होते ते पाहू. $\frac{0.6}{100} = \frac{6}{10000} = \frac{3}{1250}$ असे रूपांतर होईल.

अपूर्णांकांचे दशांश कसे करायचे ते ही पाहू. समजा 28% दिलेले आहेत आणि त्याचे दशांशात रूपांतर करायचे आहे.

28% म्हणजे $\frac{28}{100} = 0.28$ दुसरे उदाहरण घेऊ. समजा 6% दिलेले आहेत. आणि त्याचे दशांशांत रूपांतर करायचे आहे.

$$6\% \text{ म्हणजे } \frac{6}{100} = 0.06$$

$$0.04\% = \frac{0.04}{100} = 0.004$$

$$0.2\% = \frac{0.2}{100} = 0.02$$

शेकडेवारी काढताना ज्या अपूर्णांकाचे वा गुणोत्तराचे शेकडेवारीत रूपांतर करायचे त्या संख्येला शंभरने गुणावे आणि आलेल्या उत्तरासमोर % चे चिन्ह घालावे. उदाहरणार्थ,

(1) $\frac{23}{36} = \left[\frac{23}{26} \times 100\right]\% = \left[\frac{575}{9}\right]\% = 63\ \frac{8}{9}\%$

(2) $\quad 0.004 = \dfrac{0.004}{1000} = \left[\dfrac{4}{1000} \times 100 \right] = 0.4\%$

(3) $\quad 6\dfrac{3}{4} = \dfrac{27}{4} \left[\dfrac{27}{4} \times 100 \right] = 675\%$

(4) $\quad$ 6 हे 72 च्या किती टक्के आहेत हे काढताना

$\quad \left[\dfrac{6}{72} \times 100 \right] \% = 8\dfrac{1}{3}\%$

(5) $\quad$ 84 हे 7 च्या किती टक्के आहेत हे काढताना

$\quad \left[\dfrac{84}{7} \times 100 \right] \% = 1200\%$

आता शेकडेवारीचे काही उपयोग पाहू.

दोन बाबींची तुलना वाढ, घट, लोकसंख्या वाढ आणि घट, घसारा या संबंधी शेकडेवारी कशी उपयोगी पडते ते पाहू.

जर एखादी बाब (A) दुसऱ्या बाबीपेक्षा (B) काही टक्क्यांनी कमी आहे, असे दिले तर याचाच अर्थ B ही बाब A या बाबीपेक्षा तेवढ्याच टक्क्यांनी मोठी आहे.

तुलनेसंबंधी :

(1) $\quad$ A ही बाब R% नी B पेक्षा मोठी आहे,

$\quad$ म्हणून B ही बाब A पेक्षा $\left[\dfrac{R}{100+R} \times 100 \right]$ % नी लहान आहे.

(2) $\quad$ A ही बाब R% नी B पेक्षा लहान आहे,

$\quad$ म्हणून B ही बाब A पेक्षा % $\left[\dfrac{R}{100-R} \times 100 \right]$ ने मोठी आहे.

नमुना उदाहरण

(अ) $\quad$ जर 'अ' चे उत्पन्न 'ब' च्या उत्पन्नापेक्षा 33% जास्त असेल तर 'ब' चे उत्पन्न 'अ' च्या उत्पन्नापेक्षा कितीने कमी आहे?

$\quad$ म्हणून 'ब' चे उत्पन्न 'अ' पेक्षा $\left[\dfrac{33}{100+33} \times 100 \right] \% = 24.8\%$ नी कमी आहे.

(आ) जर 'अ' ची उंची 'ब' पेक्षा 24% नी कमी आहे. तर 'ब' ची उंची 'अ' पेक्षा किती टक्क्यांनी जास्त आहे?

म्हणून 'ब' ची उंची 'अ' पेक्षा $\left[\frac{24}{100-24}\times 100\right]$ % 31.57% ने कमी आहे. वाढ आणि घट संबंधी

(3) जर एखाद्या वस्तूची किंमत R% नी वाढली तर उपभोगातील घट काढताना पुढील सूत्र वापरतात. (खर्च न वाढवता.)

$$\therefore \left\{\frac{R}{100+R}\times 100\right\}\%$$

(4) जर एखाद्या वस्तूची किंमत R% नी कमी झाली तर उपभोगातील वाढ काढताना पुढील सूत्र वापरतात. (खर्च कमी न करता)

$$\therefore \left\{\frac{R}{100-R}\times 100\right\}\%$$

(5) चहाची किंमत जर 20% वाढली तर उपभोक्ते आपल्या खर्चात वाढ करणार नाहीत असे गृहीत धरून आपली चहाची मागणी कितीने (किती टक्क्यांनी) कमी करतील?

$$\therefore \text{उपभोगातील घट} = \left\{\frac{20}{100+20}\times 100\right\}\% = 16\frac{2}{3}\%$$

(6) जर साखरेची किंमत 20% नी कमी झाली तर आपला उपभोगावरील खर्च कमी न करता उपभोक्ते साखरेची मागणी कितीने वाढवतील?

$$\text{उपभोगातील वाढ} = \left\{\frac{20}{100-20}\times 100\right\}\% = 25\%$$

लोकसंख्येसंबंधी :

लोकसंख्येच्या संदर्भातील नियम जर सध्याची लोकसंख्या इ मानली आणि लोकसंख्या वाढीचा दर वर्षाला R% मानला तर

(7) n वर्षानंतरची लोकसंख्या = $P\left(1+\frac{R}{100}\right)^n$

(8) n वर्षांपूर्वीची लोकसंख्या = $\frac{P}{\left(1+\frac{R}{100}\right)^n}$

(9) एका गावाची लोकसंख्या दर वर्षी 5% दराने वाढते आहे. सध्याची लोकसंख्या 176400 असेल तर 2 वर्षांनंतर त्या गावाची लोकसंख्या किती असेल? आणि दोन वर्षांपूर्वी किती होती?

- 2 वर्षांनंतरची लोकसंख्या $= 176400 \left(1 + \dfrac{5}{100}\right)^2$

$$= 176400 \times \dfrac{21}{20} \times \dfrac{21}{20} = 194481$$

- दोन वर्षांपूर्वीची लोकसंख्या $= \dfrac{176400}{\left(1 + \dfrac{5}{100}\right)^2}$

$$= \left[176400 \times \dfrac{20}{21} \times \dfrac{20}{21}\right] = 160000$$

घसाऱ्यासंबंधी :

जर एखाद्या यंत्राची किंमत P असेल आणि त्याचा घसाऱ्याचा दर वर्षी R असेल तर

$$\text{n वर्षांनंतर त्या यंत्राची किंमत} = P\left(1 - \dfrac{R}{100}\right)^n$$

$$\text{n वर्षांपूर्वी त्या यंत्राची किंमत} = \dfrac{P}{\left[1 + \dfrac{R}{100}\right]^n}$$

नमुना उदाहरण

(10) ₹ 162000 किंमत असलेल्या एका यंत्राचा घसारा दर वर्षी 10% आहे, तर (अ) दोन वर्षांनंतर या यंत्राची किंमत काय असेल आणि (आ) 2 वर्षांपूर्वी किती होती?

(11) दोन वर्षांनंतर या यंत्राची किंमत $= 162000 \times \left(1 - \dfrac{10}{100}\right)^2$

$$\left(162000 \times \dfrac{9}{10} \times \dfrac{9}{10}\right) = 131220$$

(12) दोन वर्षांपूर्वी या यंत्राची किंमत = $\frac{162000}{\left(1-\frac{10}{100}\right)^2}$

₹ 162000 × $\frac{10}{9}\times\frac{10}{9}$

= ₹ 200000/

सोडवा

1 एका शहराची लोकसंख्या दर वर्षी 15% दराने वाढते. 1995 मध्ये त्या शहराची एकूण लोकसंख्या 8000 होती तर 1997 मध्ये किती असेल?

2 साखरेची किंमत 25% वाढली. एका कुटुंबाने आपला उपभोगखर्च 25% ने कमी केला तर त्या कुटुंबाचा साखरेवरील खर्च कितीने कमी होईल?

3 एका शिलाईयंत्राचा घसारा दर वर्षी 4% आहे. त्याची सध्याची किंमत ₹ 200 असेल तर 2 वर्षांनी त्यांचे मूल्य काढा.

4 एका यंत्राचा घसारा दर 10% आहे. ते यंत्र 3 वर्षापूर्वीच विकत घेतले आहे. आताची त्याची किंमत ₹ 8748 आहे तर त्याची खरेदी किंमत काढा.

5 गाळलेल्या जागा भरा.

(अ) 25 च्या (....)% = 2.125

(आ) (....) च्या 9% = 6.3

(इ) (....) च्या 25% = 0.04

शेकडेवारीचा आणि आपण आतापर्यंत जे शिकलो त्याचा उपयोग करून आपण अर्थशास्त्राची लवचीकतेची उदाहरणे सोडवू. गुणोत्तर आणि प्रमाण, आलेख आणि फलन संबंध या सर्वांचा उपयोग आपणास मागणीपुरवठ्याच्या विविध लवचीकता सोडवण्यासाठी होईल. अर्थशास्त्राच्या सूक्ष्मलक्षी अभ्यासामध्ये लवचीकता आपण शिकलो आहोतच. वस्तूच्या किमतीतील बदलाला मागणीने दिलेला प्रतिसाद म्हणजे मागणीची किंमत लवचीकता. ही नेहमी शेकडेवारीतच मोजतात; तिची गणिती व्याख्या पुढे दिली आहे.

5.6 मागणीच्या लवचीकतेची संकल्पना (Application to elasticity of Demand)

लवचीकतेची गणिती सूत्रातील व्याख्या :

$$ed = \frac{\text{मागणीतील \% बदल}}{\text{किंमतीतील \% बदल}}$$

ed = मागणीची लवचीकता

या व्याख्येचे वैशिष्ट्य असे, की या लवचीकतेचे उत्तर नेहमी ऋण येते. मागणी आणि किंमत यांचा संबंध नेहमी व्यस्त असतो. किंमत वाढली की मागणी कमी होते आणि किंमत कमी झाली की मागणी वाढते. किंमत कितीने कमी झाल्यावर मागणी कितीने वाढते हे शेकडेवारीवर तपासणे म्हणजे मागणीची लवचीकता मोजणे होय. मागणीत होणारा बदल हा किमतीत होणाऱ्या बदलाच्या प्रमाणात असू शकतो, तसेच कधी कमी तर कधी जास्त असू शकतो. ही लवचीकता गणिती माध्यमातून पुढील प्रकारे मोजतात.

$$ed = \frac{\text{मागणीतील शेकडा बदल}}{\text{किमतीतील शेकडा बदल}}$$

$$ed = \frac{\frac{\text{नवी मागणी - मूळ मागणी}}{\text{मूळ मागणी}} \times 100}{\frac{\text{नवी किंमत - मूळ किंमत}}{\text{मूळ किंमत}} \times 100}$$

$$ed = \frac{\frac{\Delta Q}{Q}}{\frac{\Delta P}{P}} = \frac{\Delta Q}{Q} \times \frac{P}{\Delta P}$$

$$ed = \frac{P}{Q} \times \frac{\Delta Q}{\Delta P}$$

ed = मागणीची लवचीकता

याठिकाणी

P = मूळ किंमत

Q = मूळ मागणी

ΔQ = मागणीतील बदल

ΔP = किमतीतील बदल

मागणीची लवचीकता मोजण्याचा शेकडेवारीचा प्रकार आपण येथे प्रामुख्याने पाहू.

$$ed = \frac{\text{मागणीतील शेकडा बदल}}{\text{किंमतीतील शेकडा बदल}}$$

या आधारावर मागणीच्या लवचीकतेचे पाच प्रकार होतात ते पाहू.

(1) एकक लवचीकता $ed = \frac{\text{मागणीतील शेकडा बदल}}{\text{किंमतीतील शेकडा बदल}} = \frac{10}{10} = 1$

समजा किमतीत 10% बदल झाल्यावर मागणीतही 10% बदल झाला तर एकक लवचीकता असे म्हणतात.

(2) $\frac{\text{मागणीतील शेकडा बदल}}{\text{किंमतीतील शेकडा बदल}} = \frac{20}{10} \quad 2 > 1$

समजा किमतीत 10% बदल झाल्यावर मागणीत 10% हून जास्त बदल झाला तर मागणी लवचीक आहे असे म्हणतात.

(3) सापेक्ष अलवचीक मागणी $= \frac{\text{मागणीतील शेकडा बदल}}{\text{किंमतीतील शेकडा बदल}} = \frac{5}{10} = \frac{1}{2} < 1$

समजा किंमतीत 10% बदल झाल्यावर मागणीत 10% हून कमी बदल झाला तर मागणी सापेक्ष अलवचीक आहे असे म्हणतात.

(4) पूर्ण अलवचीक मागणी $\frac{\text{मागणीतील शेकडा बदल}}{\text{किंमतीतील शेकडा बदल}} = \frac{0}{10} = 0$

समजा किमतीत 10% बदल झाल्यावर मागणीत अजिबात बदल झाला नाही तर मागणी पूर्ण अलवचीक आहे असे म्हणतात.

(5) पूर्ण लवचीक मागणी $\frac{\text{मागणीतील शेकडा बदल}}{\text{किंमतीतील शेकडा बदल}} = \frac{10}{0} = \infty$ (अमर्याद)

किंमतीत अगदी थोडा बदल झाल्यावर मागणीत फार मोठा बदल झाला तर मागणी 'पूर्ण लवचीक' आहे असे म्हणतात.

ही लवचीकता मोजणे जोपर्यंत लहान बदलांच्या बाबतीत असते तोवर लवचीकता मोजण्याचे हे सर्व प्रकार आपण वापरू शकतो. परंतु जेव्हा मोठ्या प्रमाणावरील बदल मोजावयाचे असतात. तेव्हा रेषाखंड लवचीकता (arc elasticity) मोजतात. ती मोजण्याचे समीकरण हे गुणोत्तर व प्रमाणाच्या पद्धतीत बसणारे आहे.

$$ed = \frac{Q_2 - Q_1}{P_2 - P_1} \times \frac{P_2 + P_1}{Q_2 + Q_1}$$

- नमुना उदाहरण

(1) बाजारातील मागणीचा तक्ता खाली दिलेला आहे. आणि त्यानुसार बाजाराचा मागणी वक्रही काढलेला आहे. 'ब' बिंदू ते 'ड' बिंदू आणि 'ड' बिंदू ते 'ब' बिंदू या मागणीतील बदलाची लवचीकता काढा.

बिंदू	किंमत (₹)	मागणी (नग)
A	8	0
B	7	1000
C	6	2000
D	5	3000
F	4	4000
G	3	5000
H	2	6000
L	1	7000
M	0	8000

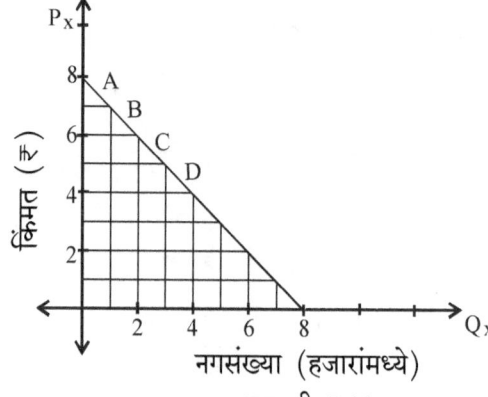

आकृती 5.18

'ब' बिंदू ते 'ड' बिंदू

$$ed = \frac{Q_D - Q_B}{P_D - P_B} \times \frac{P_B}{Q_B} = \left(\frac{2000}{-2}\right)\left(\frac{7}{1000}\right) = 7$$

'ड' बिंदू ते 'ब' बिंदू

$$ed = \frac{Q_B - Q_D}{P_B - P_D} \times \frac{P_D}{Q_D} = -\left(\frac{2000}{2}\right)\left(\frac{5}{3000}\right) = 1.67$$

'ब' बिंदू ते 'ड' बिंदू आणि 'ड' बिंदू ते 'ब' बिंदू या दोन्हींच्या लवचीकतेमध्ये फरक दिसतो आहे, कारण दोन्ही लवचीकतेच्या मोजण्याचा पाया वेगळा आहे. एकदा आपण ब कडून 'ड' कडे जाताना होणारा 'ब' मधील बदल मोजतो आहोत तर दुसऱ्या वेळेला 'ड' कडून 'ब' कडे जाताना होणारा 'ड' मधील बदल मोजतो आहोत.

या दोन्ही लवचीकतांची सरासरी आपण काढू शकतो. किंमतीच्या जागी दोन्ही किंमतीची सरासरी आणि नगसंख्येच्या जागी दोन्ही नगसंख्यांची सरासरी घातली की सरासरी लवचीकता ('ब' बिंदू आणि 'ड' बिंदू यांच्या मधल्या बिंदूंची लवचीकता) मिळेल.

$$ed = \frac{\Delta Q}{\Delta P} \times \frac{\frac{PB + PD}{2}}{\frac{QB + QD}{2}} = \frac{\Delta Q}{\Delta P} \times \frac{PB + PD}{QB + QD}$$

या नवीन समीकरणाने आपण 'ब' बिंदू आणि 'ड' बिंदू यांच्या मधल्या बिंदूंची लवचीकता काढू शकतो.

$$ed = -\left(\frac{2000}{2}\right)\left(\frac{12}{4000}\right) = 3$$

आता अगदी याच पद्धतीने पुढे दिलेले उदाहरण सोडवा पाहू.

- नमुना उदाहरण

(2) खाली दिलेल्या तक्त्यामध्ये बाजाराचा मागणी तक्ता दिला आहे. त्यावरून मागणी वक्र ही दिला आहे. C पासून F पर्यंत आणि F पासून C पर्यंत झालेल्या मागणीतील बदलाची लवचीकता काढा आणि C आणि F बिंदूंच्या मध्यबिंदूंची लवचीकता काढा.

बिंदू	किंमत (₹)	मागणी (नग)
A	7	500
B	6	750
C	5	1250
D	4	2000
F	3	3250
G	2	4750
H	1	8000

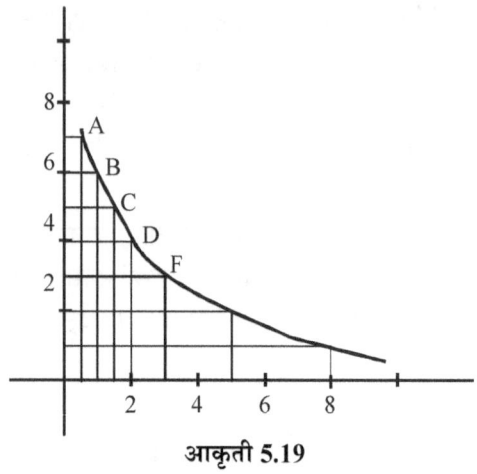

आकृती 5.19

याच प्रकारे आपणास पुरवठ्याची लवचीकता काढता येईल.

5.6.1 पुरवठ्याची लवचीकता

पुरवठा वक्र हा धन स्वरूपाचा चढ असणारा असतो म्हणजे तो डावीकडून उजवीकडे वर चढत जाणारा असतो. याचा अर्थ किंमत वाढली की पुरवठा वाढतो आणि किंमत कमी झाली की पुरवठा कमी होतो. आता पुरवठा फलनाच्या वेगवेगळ्या स्थिती आणि लवचीकता यांचा संबंध पाहू.

* वस्तूच्या किमतीत झालेल्या शेकडा बदलामुळे $\left(\frac{\Delta P}{P}\times 100\right)$ वस्तूच्या पुरवठ्यात झालेला शेकडा बदल $\left(\frac{\Delta Q}{Q}\times 100\right)$ मोजणे म्हणजे मागणीची लवचीकता मोजणे, म्हणून पुरवठ्याच्या लवचीकतेचे सूत्र पुढीलप्रमाणे.

$$e_s = \frac{\Delta Q/Q}{\Delta P/P} = \frac{\Delta Q}{\Delta P}\times\frac{P}{Q}$$

e_s = पुरवठ्याची लवचीकता

(1) जेव्हा पुरवठ्याची लवचीकता e_s ही 1 पेक्षा जास्त असते तेव्हा पुरवठा वक्र लवचीक आहे असे मानले जाते.

(2) ही लवचीकता जर 1 पेक्षा कमी असेल तर हा वक्र अलवचीक असतो.

(3) लवचीकता जर 1 असेल तर एकक लवचीकता असते.

(4) जर पुरवठा फलन धन स्वरूपाचे, रेषीय असेल आणि जर पुरवठा वक्राने किंमत मोजल्या जाणाऱ्या अक्षाला छेद दिला तर रेषेवरील सर्व बिंदूंची लवचीकता 1 पेक्षा जास्त असते.

(5) जर पुरवठा वक्राने नगसंख्या मोजल्या जाणाऱ्या वक्राला छेद दिला तर लवचीकता 1 पेक्षा कमी असते.

(6) जर पुरवठा फलन शून्यातून जात असेल तर लवचीकता 1 असते.

- नमुना उदाहरण

(3) खाली दिलेल्या पुरवठा फलनावरून बिंदू A पासून बिंदू C, बिंदू C पासून बिंदू A आणि बिंदू A व बिंदू C यांच्या मधील बिंदू म्हणजे बिंदू B ची लवचीकता काढा. तसेच बिंदू C ते बिंदू F यांच्यामधील बिंदू D ची लवचीकता काढा.

बिंदू	d$V (₹)	नगसंख्या
A	6	8000
B	5	6000
C	4	4000
D	3	2000
F	2	0

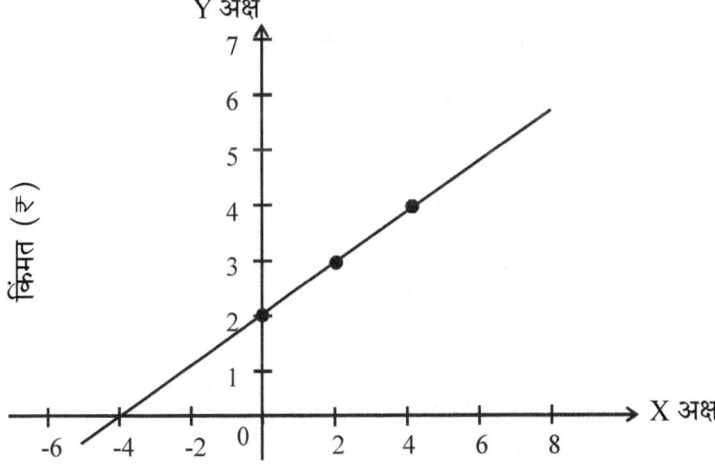

किंमत (₹)

नगसंख्या (हजारामध्ये)

आकृती 5.20

(1) बिंदू A पासून बिंदू C

$$e_s = \frac{\Delta Q}{\Delta P} \times \frac{P}{Q} = \frac{-4000}{-2} \times \frac{6}{8000} = 1.5$$

(2) बिंदू C पासून बिंदू A

$$e_s = \frac{\Delta Q}{\Delta P} \times \frac{P}{Q} = \frac{4000}{2} \times \frac{4}{4000} = 2$$

(3) बिंदू B

$$e_s = \frac{\Delta Q}{\Delta P} \times \frac{Pa + Pc}{Qa + Qc} = \frac{4000}{2} \times \frac{10}{12000} = 1.67$$

(4) बिंदू D ची लवचीकता

(5) $e_s = \frac{\Delta Q}{\Delta P} \times \frac{Pc + Pf}{Qc + Qf} = \frac{4000}{2} \times \frac{6}{4000} = 3$

उदाहरणे सोडवा

1 एका वस्तूची किंमत ₹ 20 आहे. मागणीची लवचीकता 0.7 आहे; जर किंमतीत (अ) 5% वाढ झाली (आ) जर किमती 8% घट झाली तर मागणीतील बदल काढा.

2 जर एखाद्या वस्तूची मागणी Qआहे आणि Q चे फलन Q = 250– 5P असे दिलेले आहे. P म्हणजे वस्तूची किंमत आहे; तर किंमतीच्या P = 20, 25, 30 अशा वेगवेगळ्या पातळ्यांना मागणीची लवचीकता काढा.

वरील गणिते सोडवण्याची साधारण रीत

(1) P = रु. 20/–, ed = –0.7 एवढे दिलेले आहे. मागणीतील बदल काढायचा आहे. Q दिलेला नाही आणि लवचीकता दिलेली आहे आणि Q मधील बदल शोधायचा आहे. हे गणित आपण शेकडेवारीने सोडवू. Q = 100 आणि P = 100 मानू. किमतीत 5% बदल झाला म्हणजे आता P = 105, आता लवचीकतेचे समीकरण वापरा.

$Ed = \frac{\Delta Q}{\Delta P} \times \frac{P}{Q} = \frac{\Delta Q}{5} \times \frac{100}{100} = -0.7$ आता मागणीतील बदल $\triangle Q$ काढता येईल ना? पहा बरं उत्तर 3.5 येते का?

(2) $Q = 250 - 5P \therefore 5P = 250 - Q \therefore P = \frac{250 - Q}{5} \therefore P = 50 - \frac{Q}{5}$ आता

P = 20 घाला व उत्तर काढा. (Q = 150) अशाच प्रकारे P च्या वेगवेगळ्या पातळ्यांना Q काढा.

शेकडेवारी शिकता शिकता आपण अर्थशास्त्रातील अतिशय महत्त्वाचा विषय सहजपणे पाहिला.

5.7 एकूण, सीमान्त व सरासरी कार्यांचा आंतरसंबंध (Inter relationship among total marginal average functions)

अर्थशास्त्रात एकूण सरासरी आणि सीमान्त या संकल्पना वापरल्या जातात. एकूण मागणी, एकूण पुरवठा, एकूण किंमत, सरासरी किंमत याबरोबरच उत्पादनात खर्च या संकल्पनेकरता एकूण खर्च सरासरी खर्च आणि सीमान्त खर्च अशी संकल्पना असते. सांख्यिकी तंत्रामध्ये या संकल्पना कशा प्रकारे घेतल्या जातात ते पाहू.

एकूण खर्च म्हणजे सरासरी बदलता खर्च आणि सरासरी स्थिर खर्च यांची बेरीज

$TC = AVC + AFC$

$TC =$ एकूण खर्च

$VC =$ सरासरी बदलता खर्च

$AFC =$ सरासरी स्थिर खर्च

सरासरी खर्च म्हणजे एकूणखर्च भागिले एकूण उत्पादन संख्या

$$AC = \frac{TC}{Q}$$

$AC =$ सरासरी खर्च

$TC =$ एकूण खर्च

$Q \ \ =$ एकूण उत्पादन संख्या

६ संशोधन पद्धती व सांख्यिकी तंत्रे

Research Methodology and Statistical Techniques

6.1 संशोधनाचा अर्थ, व्याख्या व प्रकार

6.2 सामाजिक शास्त्राच्या संशोधनाची उद्दिष्टे, अर्थ, स्वरूप, महत्त्व, मर्यादा व अडचणी

6.3 विधान–Hypothesis गृहीतक–Definition of Hypothesis – व्याख्या

6.4 गृहीतकाची रचना व मांडणी (Formulation of Hypothesis)

6.5 काय स्क्वेअर (ची स्क्वेअर) टेस्ट (Testing of Hypothesis - chi square test)

6.6 अहवाललेखन

6.1 संशोधनाची तंत्रे – प्रस्तावना

आजपर्यंत मानवाच्या प्रगतीचा जो इतिहास आहे तो कुतुहल व संशोधनावर आधारित आहे. प्रत्येक बाबतीतील कुतूहल व त्या कुतूहलाचे शोधलेले उत्तर मानवाला वेगळ्या वेगळ्या प्रकाराने वरच्या प्रगत पायरीवर घेऊन गेले. शेती, लाकूड काम, चाकाचा शोध, धातूचा लागलेला शोध, त्यापासून बनविलेल्या वस्तू, मूर्ती आणि नाणी, घरबांधणी इत्यादी प्रत्येक बाबतींत माणसाने प्रगती केली ती संशोधनाच्या जोरावर. अजूनही त्याचे संशोधन चालूच आहे. ...चंद्रावर काय आहे ...मंगळावर जीवन आहे का.. अंतराळातील अन्य ग्रहांवर मनुष्यसदृश्य वस्ती आहे का, इत्यादी बाबी अंतराळाबाबतचे त्याचे कुतुहल आणि भविष्यातील पृथ्वीपलिकडच्या क्षितिजांची आव्हाने दर्शवितात.

कुतुहल आणि संशोधन यांचा प्रवास इतिहासपूर्व कालापासून जरी सुरू असला तरी, संशोधनाची शिस्त, पद्धतशीर मांडणी व प्रयोगाद्वारे एखादी बाब सिद्ध करण्याची धडपड गेल्या 400 वर्षांतील आहे.

शेतीतील प्रयोग, यंत्रयुगातील प्रगती आणि गेल्या 100 वर्षांतील माहिती आणि संवाद यांमधील जग जवळ आणण्याची संशोधने, गणकापासून (कॅल्क्युलेटर) पासून संगणकापर्यंत (कॉम्प्युटर) झालेला प्रवास ही सर्व संशोधनाची व संशोधनातून झालेल्या प्रगतीचीच उदाहरणे सांगता येतील. अंतराळ, विज्ञान, रसायन, शरीरशास्त्र, अभियांत्रिकी, शेती, अशा सर्वच क्षेत्रांमध्ये संशोधन सतत चालू असते आणि त्याची माहिती आपल्याला मिळत असते. ही सर्व उदाहरणे आधुनिक वैज्ञानिक संशोधन या प्रकारात समाविष्ट होतात.

एखाद्या घटनेविषयी वाटणारे कुतुहल किंवा उत्सुकता, त्यातून ती उत्सुकता शमविण्यासाठी केलेली धडपड, त्यातून निर्माण झालेल्या समस्या व त्यांची उकल आणि झालेला रहस्यभेद हे सर्व माणसाची प्रगत होण्याची धडपड दर्शवतात आणि आणि अशा प्रकारे कुतुहलातून संशोधन निर्माण होते.

घटना दोन प्रकारच्या असतात. नैसर्गिक आणि मानवनिर्मित. या दोन्ही घटनांविषयी वाटणारी उत्सुकता माणसाला संशोधन करण्यास प्रवृत्त करते. निसर्गाशी संबंधित किंवा निसर्गामुळे घडलेल्या घटनांना नैसर्गिक घटना म्हटले जाते तर मानवामुळे घडलेल्या आणि मानवाशी संबंधित घटनांना मानवनिर्मित घटना म्हटले जाते. मानवाशी संबंधित घटनांच्या अभ्यासाला व संशोधनाला सामाजिक शास्त्रांचे संशोधन असे म्हणतात.

वैज्ञानिक संशोधनासारखेच सामाजिक शास्त्रांमध्येदेखील विविध बाबींविषयी संशोधन चालू असते. सामाजिक शास्त्रांमधील विषयांची व्याप्ती फार मोठी असते. अर्थशास्त्र, समाजशास्त्र, इतिहास अशा विषयांमध्ये असंख्य उपविषयांचा समावेश होतो. त्यांचा विविध अंगांनी अभ्यास होतो. प्रत्येक अभ्यासातून समस्येबाबतचे सखोल ज्ञान होते आणि कधी कधी उकलदेखील होते!

6.1.1 संशोधन–अर्थ

या ठिकाणी 'संशोधन' म्हणजे आपण सामाजिक शास्त्रांमध्ये होणारे संशोधन गृहीत धरले आहे. सामाजिक व मानवनिर्मित घटनांबाबत काही समस्या निर्माण होतात. त्या समस्या सोडवायच्या असतील तर त्या घटनेमागचा कार्यकारणभाव समजला पाहिजे. जेव्हा तो समजत नाही आणि जाणून घ्यायची उत्सुकता वाटत राहते, तेव्हा आपण त्याबाबतचे संशोधन करण्यास उद्युक्त होतो. असे संशोधन करताना त्या बाबत काही शिस्त घालून दिलेली आहे, काही सुनियोजित असा आराखडा बांधून दिलेला आहे, त्या चौकटीत राहून संशोधन केल्यास संशोधन भरकटत जात नाही आणि समस्येची उकल करण्याच्या दिशेने आपला प्रवास होऊ

शकतो. या आराखड्यास किंवा चौकटीस आपण संशोधन पद्धती असे म्हणतो. काही निवडक समाजशास्त्रज्ञांनी दिलेल्या काही व्याख्या पाहू.

1) पोलंडमधील समाजशास्त्रज्ञ श्रीमती पाउलिन व्ही. यंग यांनी सामजिक संशोधनाची व्याख्या अशी केली आहे,-- ''सामाजिक संशोधन म्हणजे नवीन तथ्यांचा (facts) शोध घेण्यासाठी आणि जुनी तथ्ये तपासून पाहण्यासाठी अत्यंत तर्कशुद्ध आणि क्रमाने केलेला शास्त्रीय अभ्यास व विश्लेषण होय''. यातून घटनांचा कार्यकारणभाव समजतो आणि त्याच्यातील आंतरप्रवाहांचे देखील विश्लेषण करता येते.
2) बोगाड्र्स या आणखी एका समाजशास्त्रज्ञाने समाजाच्या व्याख्येच्या आधारे सामाजिक संशोधनाची व्याख्या सांगितली आहे. त्याच्या मते, ''एकत्र राहणाऱ्या आणि एकमेकांशी संबंधित असणाऱ्या लोकांच्या आंतरक्रियांबाबतचे तर्कशुद्ध संशोधन म्हणजे सामाजिक संशोधन.
3) वेस्ट जे. डब्ल्यू. यांच्या मते, ''सामाजिक संशोधन म्हणजे सामाजिक प्रश्नांचा शास्त्रीय व वैज्ञानिक दृष्टीने केलेला सुव्यवस्थित आणि नियमबद्ध अभ्यास''.

6.1.2 संशोधनाचे प्रकार

संशोधनाचे प्रकार

संशोधनाचे स्वरूप कसे आहे, संशोधनाचे विधान किंवा गृहीतकृत्य काय आहे, यावर संशोधनाचे प्रकार निश्चित होतात.म्हणून संशोधन का करायचे, त्यामागील उद्दिष्ट काय आणि संशोधन कसे करायचे, याचा अभ्यास महत्त्वाचा आहे. हा अभ्यास तीन अंगांनी अभ्यास करता येतो:

1) उपयोजित अंगाने केलेला अभ्यास
2) संशोधन करण्यामागील उद्दिष्टे
3) चौकस दृष्टिकोन

1. उपयोजित (application)

या भूमिकेतून अभ्यास करताना दोन महत्त्वाचे प्रकार आहेत.

- शुद्ध संशोधन- अ) संख्यात्मक आ) गुणात्मक
- व्यावहारिक संशोधन अ) क्रियात्मक आ) कार्यकारण इ) कलात्मक आणि ई) ऐतिहासिक
- **शुद्ध संशोधन (Pure research) :** संशोधकाला संशोधनाचा बौद्धिक आनंद देणारे, बुद्धीला आव्हान देणारे, तसेच नवे काही सिद्धान्त शोधून नवीन विधानांचा

अभ्यास मांडणारे हे संशोधन असते. या संशोधनाला वर्तमानकाळाशी किंवा भविष्यातील अडचणींशी काही सुसंगती असतेच असे नाही. या संशोधनातून मिळालेले निष्कर्ष हे संशोधनपद्धतीमध्ये नक्कीच काही मोलाची भर घालतात.

मौलिक किंवा शुद्ध सैद्धांतिक संशोधन (Pure Fundamental Research) : हा संशोधनाचा अत्यंत महत्त्वाचा आणि मुलभूत प्रकार आहे. ज्या संशोधनाने अस्तित्वात असलेल्या ज्ञानामध्ये खरोखरच मूल्यात्मक भर पडते आणि अशा संशोधनाचा सामाजिक जीवनावर काही विशेष गुणात्मक परिणाम होतो अशा संशोधनाला मौलिक संशोधन म्हणतात. श्रीमती पाउलिनने सांगितल्याप्रमाणे नव्या तथ्यांचा अभ्यास करणे आणि जुनी किंवा प्रचलित असलेली तथ्ये तपासून पाहणे यासाठी असे संशोधन करणे गरजेचे असते. ज्ञानप्राप्ती आणि असलेल्या ज्ञानाचे शुद्धीकरण असा या संशोधन प्रकारामागील उद्देश आहे. नवीन प्राप्त झालेल्या ज्ञानामुळे परिस्थितीशी अधिक यशस्वीपणे सामना करता येईल अशी अपेक्षा असते. नवे सिद्धान्त मांडणे जेवढे महत्त्वाचे असते तेवढेच जुने तपासून पाहणे देखील महत्त्वाचे असते. उदाहरणार्थ, सर जे. बी. से यांचा बाजारविषयक सिद्धान्त म्हणजे पुरवठा आपली मागणी निर्माण करतो असा आहे. हा सिद्धान्त तपासून पाहिला गेला आणि त्यातून नवे सिद्धान्त मांडले गेले. केन्स-ने-से च्या सिद्धान्तावर टीका केली आणि पूर्ण अभ्यासावर आधारलेला आपला पूर्ण रोजगाराविषयीचा वेगळा सिद्धान्त मांडला. असेच दुसरे उदाहरण म्हणजे सर आयर्विन फिशरचा चलन संख्यामान सिद्धान्त. त्यामध्ये काय त्रुटी आहेत किंवा राहून गेल्या आहेत हे टीकाकारांनी दाखवून दिले आणि त्या त्रुटी दूर करण्याचा प्रयत्न करत करत आपापले वेगळे सिद्धान्त मांडले. याचा परिणाम म्हणून पैसा आणि किमती यांच्यातील संबंध जगाला समजला. फिशरचा सिद्धान्त हा मौलिक सिद्धान्त समजला जातो. शुद्ध संशोधनाचे दोन भाग पडतात.

अ) संख्यात्मक संशोधन

आ) गुणात्मक संशोधन

अ) संख्यात्मक संशोधन : संख्यात्मक संशोधन हे संख्यात्मक माहितीवर अवलंबून असते. जी माहिती संख्यात्मक स्वरूपात उपलब्ध होऊ शकते त्या माहितीवर आधारलेले हे संशोधन असते. काही अभ्यासांना संख्यात्मक पद्धती वापरावी लागते. काही अभ्यास हे प्रत्यक्ष सहभागाचे असतात. सरळ, समोरासमोर मुलाखती घेऊन घटना समजावून घेता येते व समक्ष आकडेवारी मिळू शकते. अशा आकडेवारीमधून निष्कर्ष काढण्यासाठी जी संख्यात्मक पद्धती वापरायची ती मात्र अगदी काटेकोरपणे वापरली गेली पाहिजे

ब) गुणात्मक संशोधन : या उलट गुणात्मक संशोधन हे गुणात्मक म्हणजेच व्यक्तिनिष्ठ, सापेक्ष अशा पद्धतीचे असते. ही माहिती संख्यात्मक स्वरूपात मिळत नाही. उदाहरणार्थ, माणसाच्या वर्तणुकीचा अभ्यास करताना, काही वेळा माणूस विशिष्ट पद्धतीनेच का वागतो, हे शोधून काढण्यासाठी संशोधन केले तर ते केवळ गुणात्मक संशोधनाचे उदाहरण होईल. हे प्रोत्साहनात्मक संशोधन आहे. या प्रकारच्या संशोधनात माणसाची वर्तणूक, इच्छा, स्वभाव यांचा अभ्यास केला जातो. अशा प्रकारची माहिती घेण्यासाठी विशेषतः मुलाखत तंत्राचा वापर केला जातो. कोणाला केव्हा कसे वाटते, एखाद्या विशिष्ट बाबतीतील त्याची आवड नावड, त्याची इच्छा काय असते, त्याची विशिष्ट वेळेची वर्तणूक, हावभाव, बोलणे मत व्यक्त करणे इ. साठी केलेल्या संशोधनाला गुणात्मक संशोधन असे म्हणतात. मुलाखत तंत्र वापरताना खूप सखोल असे प्रश्न आधी तयार केलेले असावेत. मुलाखत घेताना गप्पा मारत मारत आपल्याला हवी ती माहिती घेता आली पाहिजे. समाजातील एखाद्या घडामोडीबाबतचे त्याचे मत जाणून घेण्यासाठी हे प्रश्न बारकाव्याने विचारता आले पाहिजेत. माणसाच्या वर्तणुकीचा अभ्यास करणारे हे संशोधन आहे असे म्हटले तरी चालेल. त्यामुळे अशी गुणात्मक विधाने तपासून पाहणे अवघड असते. त्यासाठी विशेष मानसशास्त्रीय तज्ञांची मदत घ्यावी..

सर्वच प्रकारच्या संशोधनामध्ये संख्यात्मक पद्धती वापराव्या लागतात असे नाही. काही अभ्यास नुसते पाहणीवरून विश्लेषणात्मक पद्धतीने निष्कर्ष काढले जाऊ शकतात असे असतात.

- **व्यावहारिक संशोधन (Applied research) :** ज्या संशोधनाचा उपयोग व्यवहारासाठी होतो ते व्यावहारिक संशोधन. व्यवहार म्हणजे दैनंदिन व्यवहार, सामाजिक संबंधांचे व्यवहार, कायदे, धर्म संबंधित व्यवहार, शिक्षण, आरोग्य, संरक्षण इत्यादी संबंधी व्यवहार अपेक्षित आहेत. थोडक्यात, जीवनाशी ज्या ज्या बाबी निगडित आहेत त्या आर्थिक व सामाजिक सर्व व्यवहारांचा संबंध व्यावहारिक संबंधांशी जोडलेला आहे. एका अर्थाने व्यावहारिक संशोधन हे अर्थशास्त्राला अधिक जवळचे संशोधन आहे, कारण अर्थशास्त्राचा संबंध व्यवहाराशी जास्त आहे. समाजात निर्माण होणारे आर्थिक प्रश्न त्यांची उत्तरे शोधण्यासाठी जेव्हा संशोधन केले जाते ते व्यावहारिक संशोधन होय. जे ज्ञान प्राप्त होते त्याचा मानवी समाजाला व्यवहारात उपयोग होणार असेल तर ते जास्त महत्त्वाचे असते. संशोधनातून मानवाचे कल्याण किंवा समाजाचा फायदा

झाला पाहिजे हा अशा संशोधनाचा मूळ हेतू आहे. या प्रकारचे संशोधन हे विशिष्ट प्रकारच्या व्यावहारिक अडचणींवर अभ्यास करते. शासनाला धोरणे ठरवताना, एखादी घटना समजावून घेताना आणि प्रशासकीय पातळीवर निर्णय घेताना या संशोधनाचा उपयोग होतो. हे संशोधन बहुतांशी विद्यापीठ पातळीवरून किंवा औद्येगिक क्षेत्रे त्यांच्या स्वतःच्या विकासाकरिता किंवा विक्रीसंबंधी धोरणे बनवताना किंवा उत्पादनात बदल करताना करतात. औद्योगिक क्षेत्राची मदत घेऊन विद्यापीठे अशा प्रकारचे संशोधन करू शकतात. व्यावहारिक संशोधनाचे चार भाग पडतात.

अ) क्रियात्मक संशोधन (Action research) : हा प्रकार व्यावहारिक संशोधनाशी मिळता जुळता आहे. जे संशोधन व्यवहारात उपयोगी पडणारे असते आणि ते प्रत्यक्षातही आणता येते ते क्रियात्मक संशोधन. या संशोधनाचे निष्कर्ष समाजाच्या प्रगतीसाठी उपयोगी पडतात. समाजामध्ये काही सकारात्मक बदल घडवून आणता येणे शक्य होते अशी ही संशोधने असतात. मौलिक संशोधन करणारे संशोधक ज्ञानसाधनेत आनंद मानणारे असतात. ते त्यांच्या स्वतःसाठी संशोधन करतात, समस्येचे उत्तर मिळाले की त्यांना आनंद होतो, असे म्हटले तरी चालेल परंतु व्यावहारिक किंवा कार्यात्मक संशोधन करणारे मात्र केवळ ज्ञानसाधना किंवा माहिती मिळवण्यासाठी संशोधन करत नसून समस्येचे उत्तर शोधून ते उत्तर कार्यान्वित करण्यामध्येदेखील त्यांना रस असतो. सामाजिक व आर्थिक समस्यांचा पूर्ण अभ्यास करून त्यावर उपाययोजना सुचवून त्या कार्यान्वित होऊ शकतील अशी या संशोधनांची कुवत असते.

आ) कार्यकारण संशोधन : एका घटनेचा दुसऱ्या घटनेवर होणारा परिणाम शोधून काढणे म्हणजे कार्यकारण संशोधन होय. एखादी घटना म्हणजे सांख्यिकी दृष्टीने जर एक चल मानली तर एका चलाचा दुसऱ्या चलावर होणारा परिणाम शोधणे म्हणजे कार्यकारण भावाने संशोधन करणे होय. कार्यकारण संबंध शोधताना दोन चलांमध्ये सहसंबंध आहे की नाही हेही पाहिले पाहिजे. उदाहरणार्थ, एखाद्या गावामध्ये एखाद्या वर्षी जास्त मुली जन्माला आल्या आणि त्याच वर्षी पाऊस जास्त झाला तर मुली जन्माला येणे आणि पाऊस जास्त होणे यांचा परस्परांशी संबंध जोडणे बरोबर होणार नाही कारण या दोन घटना परस्पर संबंधित नाहीत. परंतु पाऊस आणि शेती उत्पादन यांच्यात सहसंबंध आहे म्हणून जर एखाद्या वर्षी पाऊस जास्त झाला आणि उत्पादनही वाढले तर हा सहसंबंध धन स्वरूपाचा आहे असा निष्कर्ष आपण काढू शकतो. तसेच मागणी आणि पुरवठा यांतील सहसंबंध आपणास दाखवता येईल.

एखादे उत्पादन करताना त्याला बाजारात मागणी किती आहे हे पाहूनच उत्पादनाचा निर्णय घेतला जातो. एखादे प्रचलित उत्पादन बदलून दुसरे काही सुरू करायचे असेल तरीही बाजारातील मागणीचा अंदाज घ्यावा लागतो इतका या दोन चलांमध्ये घट्ट संबंध आहे. उदाहरणार्थ, एखादा उत्पादक प्लॅस्टिकच्या बरण्या बनवत असेल आणि त्याने आता डबे बनवायचे ठरवले तर मात्र त्याला आपल्या उत्पादनाच्या विक्रीसाठी बाजाराचा अंदाज घ्यावा लागेल. असा अंदाज घेणे म्हणजे बाजाराचे संशोधन करणे होय. एखाद्या ठराविक ब्रँडचा नुसता रंग बदलायचा असेल तरीदेखील अशा प्रकारच्या संशोधनाची आवश्यकता असते.

इ) कलात्मक संशोधन : या संशोधनात कलात्मकतेला वाव आहे. असा वाव आपल्याला शास्त्रीय संशोघनात सापडत नाही. चित्रकला, संगीत, नृत्य, अभिनय, खेळ या सर्वांत पारंगतता येण्यासाठी सराव आवश्यक आहे. जेवढा सराव जास्त तेवढे नैपुण्य वाढते. जेवढे नैपुण्य वाढते तेवढे जास्त नावीन्य आणता येते. हे नावीन्य किंवा रंजकता वाढवण्यासाठी केलेले प्रयोग याला सरावाने होणारे संशोधन किंवा 'practice-based research' असे म्हणता येईल अशा प्रकारच्या अभ्यासात काही बौद्धिक आविष्काराच्या संधी असतात. या बौद्धिक आविष्कारातून नवे नवे प्रकार समोर येतात.

ई) ऐतिहासिक संशोधन : हे संशोधन पूर्णपणे ऐतिहासिक घटना, त्या संबंधी आढळून येणारे पुरावे, त्यासंबंधातील घटनांचे उल्लेख, आढळणारी कागदपत्रे (दस्तावेज) यांच्या अभ्यासावर अवलंबून असते. अभ्यासाचा विषय लक्षात घेऊन त्यासंबंधीचे संशोधन करावे लागते. हे संशोधन प्रामुख्याने भूतकाळात घडून गेलेल्या घटनांबाबबत असते. त्या घटनांबद्दल समाजात प्रचलित असलेल्या कथा आणि सत्य या बाबत संशोधन करणे हे महत्त्वाचे असते. असे योग्य दिशेने योग्य पुराव्यानिशी सत्त्य समोर आणणे हा ऐतिहासिक संशोधनाचा महत्त्वाचा उद्देश असतो.

समाजशास्त्राच्या अभ्यासकांना या व्यतिरिक्त संशोधनाचे पुढील प्रकारही विचारात घ्यावे लागतात.

1) **माहितीपर संशोधन :** परिस्थिती, समस्या, घटना, कार्यक्रम इ. संबंधी माहिती पुरवणे हे अशा प्रकारच्या संशोधनाचे उद्दिष्ट असते. उदा. एखाद्या गटाचे राहणीमान, सांपत्तिक स्थिती, शिक्षण इ. ची माहिती पुरवली जाते. ही माहिती पुढील धोरणे ठरविण्यासाठी उपयोगी ठरते.

2) **सहसंबंधात्मक –** दोन किंवा अधिक घटनांमध्ये सहसंबंध कसा आहे हे येथे अभ्यासले जाते.

3) **विश्लेषणात्मक –** हाती आलेल्या माहितीचे विश्लेषण करणे आणि निष्कर्ष काढणे.

4) **परीक्षणात्मक –** एखादे संशोधन परीक्षणात्मक असते. ज्या विषयाबाबत अगदी थोडी माहिती असते त्यात अगदी खोलात शिरून विविध अंगांनी त्या समस्येची उकल करण्याचा जेव्हा प्रयत्न होतो तेव्हा परिक्षणात्मक संशोधन केले जाते असे म्हणतात.

1. माहितीपर संशोधन

माहितीपर संशोधनामध्ये सर्वेक्षण आणि समस्येचे निदान होण्यासाठी चौकशा करणे अपेक्षित असते. एखाद्या गटाच्या परिस्थितीचे नीट भान येण्यासाठी किंवा एखाद्या घटनेची माहिती घेण्यासाठी अशा प्रकारच्या चौकशा कराव्या लागतात. माहितीपर संशोधनाचा मुख्य उद्देश हा माहिती घेणे हा असतो. एखादी घटना घडून गेल्यानंतर ही माहिती घेतली जाते. म्हणून या संशोधनाला परिस्थिती पश्चात संशोधन असेही म्हणतात. त्यामुळे संशोधकाचे कोणत्याही बाबीवर नियंत्रण नसते. जी घटना घडून गेलेली आहे त्याचा अभ्यास करून माहिती पुरवणे एवढेच संशोधकाचे काम असते. दुकानामध्ये खरेदीला येणाऱ्यांची संख्या, वारंवार भेट देणाऱ्याची वारंवारिता, लोकांची प्राथमिकता कशाला आहे ते पाहणे इ. माहिती घेता येते. एखादी घटना घडून गेल्यांनंतर त्याची कारणमीमांसा करणे हेदेखील या संशोधनामध्ये समाविष्ट आहे. अशा प्रकारच्या संशोधनामध्ये तुलना करणे आणि सहसंबंध पाहणे या पद्धती वापरल्या जातात.

या उलट विश्लेषणात्मक संशोधनामध्ये माहितीच्या आधारे मिळवलेल्या तथ्यांचा वापर करून काही निष्कर्ष काढणे अपेक्षित असते. मूल्यमापन करणे, चिकित्सा करणे आणि टीका करणे हे विश्लेषमात्मक संशोधनाद्वारे करता येते.

आनुषंगिक आणि पायाभूत (शुद्ध मौलिक) संशोधन : संशोधन एकतर पायाभूत तरी असते किंवा आनुषंगिक (applied) तरी असते.समाजातील एखादी समस्या किंवा औद्योगिक समूहाची एखादी समस्या यांवर तातडीने उपाय सांगणारे संशोधन हे व्यावहारिक संशोधन असते. पायाभूत संशोधन हे सैद्धान्तिक भूमिका मांडणारे आणि सर्वसाधारण परिस्थितीशी जुळणारे असते. ज्ञानप्राप्तीसाठी ज्ञान मिळवणे म्हणजे शुद्ध किंवा पायभूत संशोधन होय. नैसर्गिक घटनांचा अभ्यास करणे, मानवी

स्वभाव वैशिष्ट्यांचा अभ्यास करणे, गणितातील काही प्रमेयांची मांडणी करणे ही सगळी शुद्ध संशोधनाची उदाहरणे होत. परंतु, सामाजिक किंवा औद्योगिक समस्यांच्या बाबतीतील काही निष्कर्षांचा अभ्यास करणे ही आनुषंगिक (applied) संशोधनाची उदाहरणे होत किंवा राजकीय, सामाजिक आणि आर्थिक क्षेत्रांतील, परिणाम करतील असे नवे प्रवाह ओळखणे, त्याची लिखित स्वरूपातील मांडणी करणे, ती लोकांसमोर मांडणे, त्याचे मूल्यमापन करून घेणे ही सर्व आनुषंगिक संशोधनाची उदाहरणे आहेत. म्हणून आनुषंगिक संशोधन म्हणजे समाजाला भेडसावणाऱ्या एखाद्या समस्येबाबत संशोधन करून उपाय सुचविणे आणि पायाभूत संशोधन म्हणजे अस्तित्वात असलेल्या माहितीमध्येच भर टाकून, शास्त्रीय पद्धतीने, विविध अंगानी सखोल संशोधन केले जाते.

मौलिक किंवा शुद्ध सैद्धांतिक संशोधन (Pure Fundamental Research)

हा संशोधनाचा अत्यंत महत्त्वाचा आणि मुलभूत प्रकार आहे. ज्या संशोधनाने अस्तित्वात असलेल्या ज्ञानामध्ये खरोखरच मूल्यात्मक भर पडते आणि अशा संशोधनाचा सामाजिक जीवनावर काही विशेष गुणात्मक परिणाम होतो. अशा संशोधनाला मौलिक संशोधन म्हणतात. श्रीमती पाउलिनने सांगितल्याप्रमाणे नव्या तथ्यांचा अभ्यास करणे आणि जुनी किंवा प्रचलित असलेली तथ्ये तपासून पाहणे यासाठी असे संशोधन करणे गरजेचे असते. ज्ञानप्राप्ती आणि असलेल्या ज्ञानाचे शुद्धीकरण असा या संशोधन प्रकारामागील उद्देश आहे. नवीन प्राप्त झालेल्या ज्ञानामुळे परिस्थितीशी अधिक यशस्वीपणे सामना करता येईल अशी अपेक्षा असते. नवे सिद्धान्त मांडणे जेवढे महत्त्वाचे असते तेवढेच जुने तपासून पाहणेदेखील महत्त्वाचे असते. उदाहरणार्थ, सर जे. बी. से यांचा बाजारविषयक सिद्धान्त म्हणजे पुरवठा आपली मागणी निर्माण करतो असा आहे. हा सिद्धान्त तपासून पाहिला गेला आणि त्यातून नवे सिद्धान्त मांडले गेले. केन्स-ने-से च्या सिद्धान्तावर टीका केली आणि पूर्ण अभ्यासावर आधारलेला आपला पूर्ण रोजगाराविषयीचा वेगळा सिद्धान्त मांडला. असेच दुसरे उदाहरण म्हणजे सर आयर्विन फिशरचा चलन संख्यामान सिद्धान्त. त्यामध्ये काय त्रुटी आहेत किंवा राहून गेल्या आहेत हे टीकाकारांनी दाखवून दिले आणि त्या त्रुटी दूर करण्याचा प्रयत्न करत करत आपापले वेगळे सिद्धान्त मांडले. याचा परिणाम म्हणून पैसा आणि किंमती यांच्यातील संबंध जगाला समजला. फिशरचा सिद्धान्त हा मौलिक सिद्धान्त समजला जातो.

संकल्पनात्मक आणि प्रयोगात्मक संशोधन (Conceptual . Empirical) :

संकल्पनात्मक संशोधन म्हणजे, काही वैचित्र्यपूर्ण संकल्पना किंवा सिद्धान्त यांच्याशी

संबंधित असलेले संशोधन. सर्वसाधारणपणे या प्रकारचे संशोधन हे तत्त्ववेत्ते आणि विचारवंत यांच्याकडून केले जाते. नवनवीन संकल्पना अस्तित्वात आणणे, त्यावर संशोधन करणे आणि त्या संकल्पना समाजात रुजविणे किंवा समाजात रुळलेल्या संकल्पनांवर पुन्हा नव्याने विचार करून संशोधन करणे आणि काही बदल सुचवणे असे या संशोधनाचे स्वरूप असते. प्रयोगात्मक संशोधन म्हणजे, प्रत्यक्ष प्रयोग करून अनुभवसिद्ध करून मांडणी केलेले संशोधन होय. हे संशोधन माहिती, आकडेवारी, तथ्ये यांवर जास्त अवलंबून असते. अशा प्रकारच्या संशोधनातून आलेले निष्कर्ष हे ताळा करून पुन्हा पुन्हा तपासून पाहता येतात. म्हणून याला प्रयोगात्मक किंवा अनुभव सिद्ध संशोधन असे म्हणतात. या प्रकारच्या संशोधनाकरिता प्राथमिक पद्धतीने संशोधन होणे आवश्यक आहे. येथे प्राथमिक तथ्यांचा वापर करणे जास्त आवश्यक ठरते. अशा प्रत्यक्ष गोळा केलेल्या माहितीच्या आधारे जे निष्कर्ष निघतात ते जास्त विश्वासार्ह असतात. अशा प्रकारच्या संशोधनामध्ये एक कामचलाऊ विधान किंवा गृहीतक मनात धरून त्यानुसार ते सिद्ध करण्यासाठी किंवा त्याचा खरेपणा, खोटेपणा सिद्ध करण्यासाठी तथ्ये गोळा करावी लागतात. आपल्या संशोधनासाठी तयार केलेली चले, मिळालेली तथ्ये यांची सांगड घालून संख्याशास्त्रीय संशोधनपद्धती वापरून विधानाची सत्यासत्यता तपासावी लागते. अशारीतीने तपासलेले विधान व आलेले निष्कर्ष हे जास्त विश्वासार्ह असतात.

विश्लेषणात्मक व कार्य कारणभावाने होणारे संशोधन : मिळालेल्या आकडेवारीतून स्पष्ट होणारा अर्थ आणि आपला संशोधन विषय व संशोधनचे विधान यांचा परस्परसंबंध तपासून पाहणे म्हणजे विश्लेषणात्मक संशोधन होय. संशोधनातून मिळालेली माहिती किंवा तथ्ये यांचा अत्यंत चिकित्सात्मक पद्धतीने अभ्यास करावा लागतो. आपणच मिळवलेल्या माहितीकडे टीकात्मक दृष्टिकोनातून पाहावे लागते. काटेकोर शिस्त पाळून आपल्याच तथ्यांचा अभ्यास केला आणि त्या पार्श्वभूमीवर आपले विधान कसोटीला उतरवले तर जो निष्कर्ष समोर येईल तो तावून सुलाखून आलेला निष्कर्ष असेल. यालाय विश्लेषण करून केलेले संशोधन असे म्हणतात. आपल्याच गृहीतांना आपण प्रतिप्रश्न विचारायचे आणि आपलीच गृहीते खरेपणाच्या कसोटीला उतरवायची असा त्याचा सरळ अर्थ आहे. एखादे संशोधन करताना आपले जे विधान असते ते काही गृहीतांवर आधारित असते. ती गृहीते जर खरी असतील तर आणि तरच ते विशिष्ट विधान खरे ठरू शकते. आपल्या अर्थशास्त्रात आपण सर जे. बी. से चा सिद्धान्त शिकलो. त्याचे जे एक विधान ते म्हणजे पुरवठा आपली मागणी आपणच निर्माण करतो. या विधानाच्या मागे त्याची काही गृहीते आहेत.

उदाहरणार्थ, वस्तूच्या किंवा घटकांच्या किमती या लवचीक असतात किंवा पैसा केवळ विनिमयाचे माध्यम म्हणून वापरला जातो. ही गृहीते खरेपणाच्या कसोटीवर उतरवली आणि ती बरोबर आहेत असे मानले तर आणि तरच से चा सिद्धान्त हा बरोबर आहे असे आपण म्हणू शकतो. यालाच टीकात्मक विचारसरणी असे म्हणतात. प्रत्येक अर्थतज्ञाने त्याचे सिद्धान्त मांडल्यानंतर आपण त्यावर केल्या गेलेल्या टीका वाचतोच. त्या टीकांचाही अभ्यास करतो. काही सिद्धान्त अशा टीकाकारांच्या टीकांमधून नव्याने निर्माण झालेले आहेत आणि सिद्धान्त मांडल्यानंतर त्याच्यावरही टीका झालेली आहे. उदाहरणार्थ, से च्या सिद्धान्तावर केन्स ने टीका केली आणि आपला स्वतःचा रोजगारविषयक सिद्धान्त मांडला. त्या सिद्धान्तावरही परत टीका झाली आणि नवमतवादी सिद्धान्त मांडला गेला. म्हणजेच आपली गृहीते ही किती सत्य आहेत हे पडताळून पाहायलाच हवे.

माहितीपर संशोधनामध्ये मिळालेल्या माहितीची तपासणी करण्यासाठी काही सर्वेक्षण करावे लागते आणि सत्यशोधनदेखील करावे लागते. सामाजिक शास्त्रांमधील संशोधन हे बहुतांशी घडून गेलेल्या घटनांवर आधारित असते. त्यामुळे आपण जी चले ठरवतो त्यावर आपले काहीच नियंत्रण नसते. ही चले निश्चित झालेलीच असतात. घडून गेलेल्या घटनांचा अहवाल आपल्याला सादर करायचा असतो. जे काही घडून गेलेले आहे किंवा घडते आहे त्याची माहिती सादर करणे एवढेच आपल्या संशोधनाचे उद्दिष्ट ठरते. घडून गेलेल्या घटनांवर आधारित जे माहितीपर संशोधन असते, त्याची आकडेवारी किंवा तथ्ये गोळा करताना किती वेळा भेटी दिल्या, लोकांचे मत काय अशा प्रकारची माहिती गोळा केली जाते. घटना घडून गेल्यानंतरचे जे सर्वेक्षण असते त्याची कारणे शोधण्याचे विविधांगी प्रयत्न संशोधकाने करायचे असतात. जरी चलांवर आपले नियंत्रण नसले तरीदेखील कारणे मात्र शोधणे हे आपलेच काम असते. सर्व प्रकारची सर्वेक्षणे करून त्यांची तुलना आणि त्यातील सहसंबंध शोधणे हे संशोधकाचे काम असते.

विश्लेषणात्मक संशोधनामध्ये माहिती, तथ्ये आणि आकडेवारी उपलब्ध असतेच तिचा तुलनात्मक अभ्यास करायचा असतो. असा तुलनात्मक अभ्यास करून पूर्ण टीकात्मक विवेचन मांडणे म्हणजे विश्लेषणात्मक संशोधन होय.

कार्यकारण भावाने होणारे विश्लेषण

एखादी घटना आणि त्याला कारणीभूत ठरणारे घटक असा नातेसंबंध जेव्हा दिसतो तेव्हा कार्यकारणभावाने संशोधन होते. एखाद्या चलाचा एखाद्या विशिष्ट घटनेवर होणारा परिणाम अभ्यास म्हणजे कार्यकारणभाव होय. उदाहरणार्थ, समुद्रात खोलवर

गरम पाण्याचे प्रवाह फिरत आहेत, ते ज्या किनाऱ्याजवळून जातील तेथील हवामान बदलेल. म्हणजे हवामानातील बदलाला हे झरे कारणीभूत ठरतात का यावर संशोधन करायचे असेल तर हवामान बदलले हे कार्य कोणत्या कारणामुळे घडले तर ते घडले समुद्रातील गरम पाण्याच्या झऱ्यामुळे, असा कार्यकारणभाव जोडायचा. हवामान हा एक चल समुद्रातील झरा या दुसऱ्या चलामुळे बदलला. म्हणजे एका चलाचा दुसऱ्या चलावर होणारा परिणाम आपण तपासू शकतो. याचप्रमाणे मागणीतील होणारे बदल, पुरवठा, किंमतपातळी, विनिमय दरातील चढ-उतार, रुपयाचे अवमूल्यन, व्यापार चक्रातील चढ-उतार अशी असंख्य घटनांची साखळी त्याच्या त्याच्या निरनिराळ्या कारणांमुळे अभ्यासता येईल. शासकीय धोरणांचा व्यापार, उद्योगांतील वातावरणावर होणारा परिणाम किंवा एखादा कर कमी केला किंवा नव्याने कर बसवला तर पुरवठ्यावर होणारा परिणाम किंवा उद्योगाच्या नफ्यावर होणारा परिणाम अशी अनेक उदाहरणे देता येतील.असा अभ्यास शासकीय धोरणांमुळे भविष्यात पुरवठा किती वाढेल किंवा किती कमी होईल याच्या संशोधनासाठीदेखील उपयोगी पडतो.

कार्यकारणभावाने संशोधन करताना एखाद्या घटनेसाठी कारणीभूत ठरणारा एकच घटक आहे की अनेक आहेत, याचाही शोध घ्यावा लागतो. वरकरणी असे दिसतही असते की हवामान बदलासाठी केवळ समुद्रातील गरम पाण्याचा झरा कारणीभूत नाही तर पर्यावरणाशी संबंधित अशी अनेक कारणे आहेत आणि त्यामुळे हवामानात बदल घडून आलेला आहे. तसेच मागणी च्या बदलामागे मागणीवर परिणाम करणारे अनेक घटक असतात. त्यातील कुठला घटक नेमका बदल घडवून आणतो आहे, हे शोधावे लागते. मागणीचा नियम सिद्ध करताना हे चांगल्या प्रकारे आपण दाखवू शकतो. उदाहरणार्थ, मागणीवर परिणाम करणारे घटक पाहिले तर वस्तूची किंमत, पर्यायी वस्तूची किंमत, उपभोक्त्याचे उत्पन्न, जाहिरात, उपभोक्त्याची मानसिकता, फॅशन, लोकसंख्या अशा असंख्या घटकांवर मागणी अवलंबून असते. यातील नेमका कुठला घटक मागणीतील बदलास कारणीभूत ठरतो, हे आपणास पाहायचे असेल तर हे सर्व घटक स्थिर मानून एकेक घटक बदलून पाहावा लागेल म्हणजे मग त्या विशिष्ट घटकांतील बदलांचा मागणीवर काय परिणाम होईल हे आपण सांख्यिकीदृष्ट्या आपण सिद्ध करू शकू. अशा प्रकारे आपण सर्व घटक स्थिर ठेऊन समजा फक्त किंमत बदलून पाहिली तर मागणीवर काय परिणाम होतो ते व्यवस्थित अभ्यासता येईल. म्हणजेच समजा किंमत कमी केली तर मागणी वाढते आणि किंमत वाढवली तर मागणी कमी होते असे कार्यकारणभावाच्या संशोधनाने आपल्याला समजले आणि हे सर्व सांख्यिकी तक्त्यात बसवल्यावर मागणीचा नियम व त्या अनुषंगाने मागणीचा आलेख व त्याचा वक्र आपल्याला मिळवता आला. अनेक घटकांपैकी

एखाद्या घटकाची वागणूक दुसऱ्या घटकावर कशा प्रकारे अवलंबून आहे हे कार्यकारणभावाच्या संशोधनातून समजते.

अशा प्रकारचे संशोधन हे जरासे गुंतागुंतीचे असते. सर्व घटक स्थिर ठेवणे आणि एखादाच घटक चल स्वरूपात ठेवणे हे सोपे काम नाही. जेवढे घटक दिसत आहेत त्याही पलिकडे एखादा घटक निसटलेला असू शकतो. आपल्याला जेवढे लक्षात आलेले आहेत तेवढेच घटक आपण विचारात घेतो हा धोका इथे आहेच. विशेषतः जेव्हा सामाजिक शास्त्रामधील संशोधन असते तेव्हाआपण माणसांसंबंधी अभ्यास करत असतो. माणूस व त्याचा सभोवताल आणि त्याचा समाज हा खूप गुंतागुंतीचा आहे. माणसांची वागणूक, स्वभाव यांची संख्यात्मक मोजदाद करताच येत नाही. त्यात मानसशास्त्र विचारात घ्यायला हवे. अशा काही घटकांची संशोधनकर्त्यालाच काय पण जो प्रश्नांची उत्तरे देणार आहे त्यालादेखील जाणीव नसते.

संशोधनाचे काही इतर प्रकार : हे प्रकार संशोधनाला लागणारा कालावधी, त्याची खोली (deepness) आणि त्याचे उद्दिष्ट यांच्याशी संबंधित असतात. उदाहरणार्थ, पहिला प्रकार म्हणजे (1) **ठराविक कालावधीचे संशोधन –** या संशोधनाचा कालावधी ठरलेला असतो. विशिष्ट कालावधीत ते पूर्ण करावे लागते. उदाहरणार्थ, पदवी, पदव्युत्तर शिक्षणासाठी आवश्यक असलेले संशोधन. हे संशोधन एक किंवा दोन महिने ते सहा महिन्यांच्या कालावधीतच पूर्ण करावे लागते. तसेच विद्यावाचस्पती पदवी मिळवण्यासाठी सहा वर्षांचे बंधन आहे. (2) **दीर्घकाळ चालणारे संशोधन –** या संशोधनासाठी वेळेचे व काळाचे बंधन नसते. (3) **प्रयोगशाळेत** सिद्ध करता येण्याजोगे किंवा प्रत्यक्ष **जाग्यावर जाऊन** (Field work) **केलेले संशोधन,** (4) **एखादी विशिष्ट केस** (Case) **हाती घेऊन नमुना म्हणून तिचा वापर करून केलेले संशोधन** इ.

6.1.3 संशोधन प्रक्रिया

संशोधनपद्धतीवर बोलण्याआधी संशोधन प्रक्रिया कशी असते, ते समजावून घेतले पाहिजे. संशोधन प्रक्रियेमध्ये अनेक बाबी समाविष्ट केलेल्या असतात. अनेक सलग क्रिया व प्रक्रिया त्यात अभिप्रेत आहेत. या क्रिया किंवा संशोधनाच्या पायऱ्यांना संशोधन प्रकियेत खूप महत्त्वाचे स्थान आहे. संशोधन यशस्वी होण्यासाठी या पायऱ्यांवरूनच अत्यंत पद्धतशीरपणे मार्गक्रमणा करणे आवश्यक आहे.

1) संशोधन संकल्पना आणि सिद्धान्ताचा अभ्यास.
2) आधी होऊन गेलेल्या संशोधनांचा व संशोधनातून आलेल्या निष्कर्षांचा अभ्यास

3) त्या संबंधित असलेल्या सर्व साहित्याचा व वाङ्मयाचा अभ्यास.
4) संशोधन समस्येची व्याख्या करणे.
5) विधानाची मांडणी करणे.
6) संशोधनाची आखणी करणे (त्यात वापरल्या जाणाऱ्या नमुन्या सह).
7) संशोधन आकडेवारी किंवा तथ्ये गोळा करणे.
8) आकडेवारीचे विश्लेषण करणे (विधानाचे परीक्षण).
9) निष्कर्ष काढणे व अहवाल सादर करणे.

6.1.4 समस्येची निवड

संशोधन करताना समस्येची निवड करावी लागते. याचा अर्थ आधी संशोधन करायचे आहे असे आपण ठरविले आणि मग कसले संशोधन करायचे याचा विचार करू लागलो आहोत असा होतो. खरे पाहता आधी समस्येची जाणीव व्हायला हवी आणि या समस्येची उकल केली पाहिजे या विचाराने छळले पाहिजे आणि मग या उकल करण्याच्या हव्यासापोटी संशोधन झाले पाहिजे. ही समस्या नैसर्गिक, मानवनिर्मित असेल, ती वैज्ञानिक अंगाने किंवा सामाजिक अंगाने जाणारी असेल त्याप्रमाणे त्याचा अभ्यास करायला हवा.

सध्या, आधी संशोधकाची एक शाखा ठरलेली असते. त्या शाखेमध्येच संशोधन करायचे आहे असे ठरविले जाते. हे संशोधन सामाजिक शास्त्रातील असते किंवा वैज्ञानिक असते. याला शैक्षणिक संशोधन म्हणतात. आपल्या शाखेनुसार अभ्यासक समस्येची शोधाशोध करू लागतो, म्हणून समस्येची निवड कशी करावी किंवा संशोधन करण्याजोगी समस्या कुठे सापडेल हीच एक समस्या होऊन बसते.

अभ्यासक्रमाला जशा प्रकल्पाची गरज असते त्या गरजेची पूर्ती करण्यासाठी असे संशोधन आवश्यक असते. अर्थशास्त्र, समाजशास्त्र अशा विद्याशाखांमधील विद्यार्थ्यांना संशोधन करता येईल अशा समस्येची निवड करणे हा याचा सर्वांत महत्त्वाचा भाग आहे. या समस्या दोन प्रकारच्या असतात.

1) **समाजाची तत्काळ समस्या :** समाजाला भेडसावणारी व अचानक उद्भवणारी समस्या म्हणजे तत्काळ समस्या.
2) **व्यक्तिगत जिज्ञासेतून उद्भवणारी समस्या :** संशोधनकर्त्याच्या व्यक्तिगत उत्सुकता, जिज्ञासा शमवण्यासाठी एखादी समस्या अभ्यासण्यासाठी हाती घेतली जाते.

समस्या निवडण्यापूर्वी संशोधनकर्त्याने किंवा विद्यार्थ्याने पुढील बाबींचा विचार केला पाहिजे :

1) **आपली आवड :** आपल्याला ज्या विषयाचा अभ्यास समस्येच्या अनुषंगाने करावा लागणार आहे त्यात आपल्याला आवड असावी. अशा संशोधनामध्ये भरपूर वाचन करावे लागते, मुद्दे काढून अभ्यास करावा लागतो. आवड असेल तरअशा अभ्यासासाठी सवड काढली जाते आणि रुची घेऊन संशोधन पूर्ण केले जाते.

2) **समस्येबाबत काही पूर्व ज्ञान आवश्यक :** जी समस्या आपण अभ्यासणार आहोत तिचे काही आधी वेगळ्या अंगाने संशोधन झाले असेल तर अभ्यास करणे जरा सुकर होते. एखाद्या समस्येकडे पाहण्याचा प्रत्येकाचा दृष्टिकोन वेगळा असू शकतो व त्या त्या दृष्टिकोनातून व त्या संबंधित विद्याशाखेतर्फे पुन्हा अभ्यास होऊ शकतो. याचा अर्थ एकच समस्या विज्ञानाचा विद्यार्थी ज्या पद्धतीने मांडेल त्यापेक्षा अर्थशास्त्राचा विद्यार्थी वेगळ्या तऱ्हेने मांडेल.

3) **अभ्यास साधनांची उपलब्धता :** ज्या समस्येसंबंधी अध्ययनाची साधने उपलब्ध आहेत अशाच समस्येची निवड करावी.

4) **उपयोगिता :** आपल्या संशोधनाचा समाजाला, व शासनाला उपयोग व्हावा व त्यातून काही प्रगत निष्कर्ष निघाले तर ते प्रसिद्ध करता यावेत म्हणजेच समस्या व्यवहार्य असावी.

6.2 सामाजिक शास्त्राच्या संशोधनाची उद्दिष्टे, अर्थ, स्वरूप, महत्त्व, मर्यादा व अडचणी

6.2.1 संशोधनाची उद्दिष्टे

संशोधनास सुरूवात करण्यापूर्वी संशोधन करण्यामागचे आपले उद्दिष्ट काय आहे याचा अभ्यास केला पाहिजे. हे उद्देश चार प्रकारचे आहेत.

1) **सामान्य उद्देश :** (General Aim) आपल्या संशोधनातून जर सर्व सामान्य (general) समाजाला काही फायदा होणार असेल किंवा आपले संशोधन जर समाज जीवनाशी निगडित असणारे असेल तर आपले उद्दिष्ट सामान्य उद्दिष्ट आहे असे मानले जाते.

2) **विशिष्ट उद्दिष्ट :** (Specific Aim) : आपले संशोधन जर एखाद्या विशिष्ट गटाच्या समूहाच्या किंवा कोणत्यातरी विशिष्ट पैलूच्या अभ्यासासाठी केले गेले असेल तर आपले उद्दिष्ट विशिष्ट असते.

संशोधनास वरील पैकी कोणते तरी एक किंवा दोन्ही उद्दिष्टे असलीच पाहिजेत. या उद्दिष्टांच्या आधारावरच सर्वेक्षणाची पद्धत, प्रश्नावली, संशोधनाची तंत्रे निश्चित होत असतात.

1) **सैद्धान्तिक उद्देश : (अ) ज्ञानप्राप्ती :** आपले संशोधन हे आपल्या ज्ञानात भर घालणारे असते. नवीन समस्यांच्या तथ्य, विधान, गृहीते यांचा अभ्यास करताना आपले ज्ञान वाढत असते. अनेक नव्या संकल्पना कळतात, जुन्या संकल्पना तपासल्या जातात. कधी कधी संशोधनाच्या सुरूवातीला ज्या गृहीतांच्या आधारे आपण संशोधनाला सुरूवात केली त्या गृहीतांनाच छेद जातो आणि आपले संशोधन नवे वळण घेते.

(आ) आंतरप्रवाहांचा शोध घेणे : समाजामधील अनेक घटक एकमेकांत गुंतलेले असतात. आपल्या संशोधनाच्या आधारे या आंतरप्रवाहांची गुंतागुंत समजते. समाज हा गतिशील असतो, समाजातील हे घटक व त्यांची गुंतागुंत हेदेखील बदलत असतात, हे बदल अभ्यासता येतात.

2) **व्यावहारिक व उपयोगितेचे उद्दिष्ट :** आपल्या संशोधनाने समाजाचा फायदा व्हावा, त्याचा पुढच्या अभ्यासकांनादेखील काही उपयोग व्हावा अशा उद्दिष्टाने संशोधन केले जाते. अशा संशोधनातून जी माहिती व ज्ञान आपल्याला मिळाले ते समाजाला उपयोगी ठरावे हा त्यामागील उद्देश असतो. हे व्यावहारिक उद्देश पुढीलप्रमाणे सांगता येतील–

(अ)   सामाजिक समस्या सोडवण्याच्या दृष्टीने होणारा उपयोग,

(आ) सामाजिक तणाव दूर करून संघटन टिकवून धरण्याच्या दृष्टीने होणारा उपयोग,

(इ)   शासनाला काही धोरणे आखण्यासाठी होणारा उपयोग.

6.2.2 संशोधनाचे स्वरूप व महत्त्व

स्वरूप

संशोधनाची उद्दिष्टे नक्की झाल्यावर आपल्या संशोधनाचे स्वरूप कसे असावे ते ठरवावे लागते. महाविद्यालयीन जीवनात संशोधन करताना मजा येते. आपण काहीतरी

नवीन शोधून काढतो आहेत त्याला लिखित स्वरूप येते आहे याची जाणीव असते. संशोधनामध्ये झोकून देऊन काम करायची इच्छा असते. ज्युनियर रिसर्च फेलो म्हणून आपल्या जवळपासच्या वर्तुळात मान वाढतो.

असे असताना सुद्धा शिक्षकांनी विषय दिल्यानंतर संशोधन करून त्याचा अहवाल तयार करण्याचे एक ओझे वाटत राहते असे का होते? याचे कारण असे की हा विषय आपल्या मनातला असतोच असे नाही. तो शिक्षकांनी दिलेला असतो आणि तो पूर्ण करण्याची जबाबदारी तुमच्यावर येऊन पडलेली असते. मग तो विद्यार्थी लायब्ररीत रेफरन्सेस पाहतो, ऑन लाईन माहिती वाचतो, नेट सर्फिंग करतो, आणि सगळीकडून गोळा केलेली ही माहिती एका गोधडीप्रमाणे जोडतो. त्या गोधडीच्या तुकड्यांचा एकमेकांशी जसा संबंध नसतो, तसाच या माहितीचा सुद्धा एकमेकांशी काहीही संबंध नसतो. ताणून ताणून तो संबंध जोडण्याचे काम संशोधक विद्यार्थ्याला करावे लागते. त्याला हे कळत नाही की तो हे का करतो आहे. जी माहिती आधीच कुठेतरी छापलेली आहे, जी सर्वांना माहिती आहे, तीच ती पुन्हा एकत्र करत आहोत याची त्याला जाणीव असते. स्वतःचं असं काही नवीन लिहिता येतं का याबाबतही तो प्रश्न विचारतो.

संशोधनातून विद्यार्थी काहीतरी वाचेल, माहिती घेईल आणि शैक्षणिक प्रगल्भता मिळवेल अशा आशेने तुमच्या शिक्षकांनी संशोधनाचा विषय दिलेला असतो. अशी प्रगल्भता निरनिराळ्या चर्चांमधून विकसित होत राहते आणि विषय आणखी उलगडत जातो. चर्चा करणे म्हणजे तरी काय तर आपण जे वाचले आहे ती माहिती आणि जे अनुभवतो आहोत यामध्ये जे काही अंतर असते त्याची जोडणी करताना जे प्रश्न पडतात, कुतुहल निर्माण होते ते एकमेकांशी बोलले जाते आणि इतरांची मते जाणून घेऊन वैचारिक प्रगल्भता येते. असे झाल्यावर तुम्ही स्वतःचे असे संशोधन काहीतरी नवीन स्वरूपात स्वतः मांडू शकता. हे म्हणजे स्वतःच्या संशोधनाला एक जागा निर्माण करणे होय. असे झाले की इतर लोक तुम्ही केलेले आणि लिहिलेले संशोधन वापरतील.

अशा प्रकारे संशोधन केल्यामुळे तुमचा आपल्या विषयाकडे बघण्याचा दृष्टिकोन बदलतो. त्याविषयाची खोली वाढते.

महत्त्व

अभ्यासाचा दृष्टिकोन : आपले संशोधन हे अभ्यासातून आलेले संशोधन असते. संशोधनामुळे अभ्यासाच्या कक्षा रुंदावतात. सामाजिक प्रश्नांची जाणीव वाढते. हे संशोधन पुढे धोरणात्मक निर्णय घेण्यासाठी उपयुक्त ठरते. संशोधन म्हणजे ज्ञानाची निर्मिती. ते जेवढे गुणवत्तापूर्ण असेल तेवढे ज्ञानदेखील सखोल ठरते.

असे गुणवत्तापूर्ण संशोधन विविध भाषांमधून प्रकाशित व्हावयास हवे. बऱ्याचवेळा असे लक्षात येते की केलेले किंवा पूर्ण झालेले संशोधन प्रत्यक्षातच येत नाही. संशोधन एका बाजूला राहते आणि त्याचा फायदा समाजाला होतच नाही. संशोधक समाजापासून तुटक राहतो. त्याच्या संशोधनापासून निघालेले निष्कर्ष ज्यांना राबवायचे असतात तोच वर्ग संशोधनापासून वंचित राहतो.

6.2.3 मर्यादा व अडचणी

प्रत्येक संशोधकाला त्याचे संशोधन खूप महत्त्वाचे असते. त्या संशोधनासाठी आकडेवारी मिळवणे हे ही त्याच्यासाठी खूप मोलाचे असते. त्या आकडेवारीवरच त्याचे विश्लेषण व निष्कर्ष अवलंबून असतात. जेव्हा अशी आकडेवारी प्राथमिक स्त्रोतातून मिळवायची असते, म्हणजे प्रत्यक्ष लोकांना भेटून प्रश्नावली भरून घेऊन किंवा मुलाखतीद्वारे जेव्हा माहिती व आकडेवारी मिळवायची असते तेव्हा प्रमुख अडचण म्हणजे लोक आपला वेळ संशोधनकर्त्याला देत नाहीत. बऱ्याचदा उडवाउडवीची उत्तरे देणे, खरी माहिती दडवून ठेवणे, प्रश्नावली भरून देताना लागू नाही, असे लिहिणे किंवा शून्य भरणे, माहीत नाही, सांगता येत नाही असे लिहिणे इ. प्रकार केले जातात. अशा वेळेस त्या व्यक्तीकडून त्याच्या वेळेनुसार त्याची भेट घेऊन त्याच्या मनःस्थितीचा विचार करून मोठ्या खुबीने त्याच्या कडून माहिती काढून घ्यावी लागते. प्रश्नावली भरून पाठवा असे सांगितल्यास कोणीही उत्साहाने प्रश्नावली भरून पाठवत नाही त्याचा सातत्याने पाठपुरावा करावाच लागतो. त्यामुळे संशोधन- कर्त्याचा बराच वेळ जातो. असा वेळ घालवणे हेही संशोधनाचे एक अंगच होऊन बसते.

कधी कधी संशोधनाचा विषयच इतका अवघड असतो की माहिती सहजगत्या मिळत नाही. काही माहिती देणे हे लोकांना अवघड वाटेत. उदाहरणार्थ, कर किती चुकवला हे कोणीही सांगणार नाही. ही माहिती खरी मिळणारच नाही किंवा एखाद्या उत्पादनामुळे पर्यावरणाचा ऱ्हास होतो त्याबाबत संशोधन असेल तर कोणता उत्पादक हे कबूल करेल आणि खरी माहिती देईल? अशा वेळेस आजूबाजूला चौकशी करून, प्रत्यक्ष दर्शी लोकांकडून माहिती घेऊन किंवा सरकारी कार्यालयातून माहिती मिळवून ती पडताळून पाहायला हवी.

ज्या गोष्टीचे संशोधन करायचे किंवा ज्या समस्यांची उत्तरे शोधायची त्याची जागा कधी कधी अत्यंत आडवळणाची असू शकते. तिथे पोचणे हेच एक संशोधन असू शकते. कोणत्याही सोयी नसलेल्या जागी जाऊन तेथील लोकांशी बोलणे करावे लागते. उदाहरणार्थ, मेळघाटातील अत्यंत मागासलेला भाग किंवा नागपूरजवळचा

मध्य प्रदेशालगतचा दुर्गम असा आदिवासी भाग किंवा आसाम मणिपूर या पूर्वांचलातील डोंगराळ भाग या ठिकाणी जाणे हेच एक अवघड काम असते. परंतु प्रत्यक्ष जाऊन माहिती घेतल्याशिवाय या प्रकारचे संशोधन पूर्ण होणार नाही.

संशोधन करताना नमुना निवडावा लागतो. हा नमुना तुमचा समग्रभाग किंवा समष्टी (population) किती मोठा आहे त्यावर ठरतो. म्हणजेच जर समष्टी जर अति मोठा असेल तर नमुना अगदी लहान चालणार नाही. बऱ्याचदा संशोधकाला समष्टी नेमका किती मोठा आहे याचा अंदाजच येत नाही आणि मग संशोधन करताना समष्टीच्या अति मोठेपणामुळे संशोधनाला जागेच्या मर्यादेत बसवावे लागते. उदाहरणार्थ, शिक्षण घेणाऱ्या महिलांच्या समस्या या विषयावर संशोधन करायचे झाले तर सबंध जगातील महिलांचा विचार करावा लागेल. मग जगाची लोकसंख्या जर 6 अब्ज मानली तर साधारण 3 अब्ज महिला असतील त्यातील शिक्षण घेणाऱ्या महिला शोधायच्या, तर शिक्षण किती प्रकारचे असते. उदाहरणार्थ, हे शिक्षण अगदी ढोबळ मानाने प्राथमिक, माध्यमिक उच्च माध्यामिक की पदवी? म्हणजे आपल्याला कोणते शिक्षण हे निश्चित करायला हवे. मग समजा भारतातील महिला पाहिल्या तरी भारताची लोकसंख्या साधारण 1अब्ज मानली तर साधारण 50 कोटी महिला असतील, त्यातील पदवीपर्यंतचे शिक्षण घेतलेल्या महिला अगदी 2 % मानल्या तरी 1 कोटी होतात. 1 कोटी महिला हे आपले समग्र झाले. त्यातला नमुना कसा, किती घेणार आणि किती जणींना समक्ष भेटून प्रश्नावली भरून काढणार? म्हणून मग शेवटी आपल्या गावातील, आसपासच्या भागातल्या महिलांचा अभ्यास करणे, त्यातही विशिष्ट प्रकारचे शिक्षण असेल तर संख्या आवाक्यातली होईल किंवा मग वसतिगृहात राहून आवर्जून शिक्षण पूर्ण करणाऱ्या महिलांचा अभ्यास करणे असाही विचार करता येईल. म्हणजे बऱ्याचदा आपल्याला कितीही इच्छा असली तरी आपण जर एकटे असलो तर हे आपल्याला किती झेपेल याचाही विचार करणे आवश्यक असते.

संशोधकाच्याही मर्यादा या निमित्ताने लक्षात घ्यायला हव्यात. संशोधकाला आपल्याला नेमका कशाचा अभ्यास करायचा आहे, याचा नीट उलगडा झालेला नसतो. म्हणून मग संशोधनाचे उद्दिष्ट स्पष्ट असणे आवश्यक असते. बरेच विद्यार्थी शिक्षकांनी सागितले आहे, पदवी मिळवण्यासाठी आवश्यक आहे म्हणून समस्या शोधत राहतात. अशा समस्या त्यांना काही सापडत नाहीत मग आधीच्या विद्यार्थ्यांनी केलेली संशोधने पाहाणे, त्यांचे अभ्यास पाहणे आणि मग तेच उतरवून काढणे असे प्रकार घडतात.

काही काही समस्यांकडे पाहाण्याचा संशोधकाचा दृष्टिकोन पूर्वग्रह दूषित असतो. म्हणजे त्या विशिष्ट समस्येबाबतची उत्तरे त्याला किंवा तिला अगोदरच माहीत असतात

असे तो किंवा ती गृहीत धरत असते. असे असले तर प्रश्न विचारण्याचा रोख बदलतो. उदाहरणार्थ, महाविद्यालयातील प्राध्यापक शिकवतात की नाही याबाबत संशोधन जर कोणी करायचे ठरवले तर त्याकरता विद्यार्थ्यांना प्रश्न विचारावे लागतील. संशोधकाच्या मनामध्ये जर प्राध्यापक वर्गात शिकवत नाहीत असे पक्के असेल तर हे प्रश्न - प्राध्यापक वर्गात शिकवतच नाहीत- अशा रोखाने विचारले जातील. अशा प्रकारच्या संशोधनामध्ये संशोधकाचे अज्ञान किंवा त्याचा समस्येकडे बघण्याचा विशिष्ट दृष्टिकोन मारक ठरतो. स्वच्छ दृष्टिकोनातून प्रश्न विचारले गेले पाहिजेत आणि त्याचा जो निष्कर्ष येईल तो स्वीकारण्याचीपण तयारी पाहिजे.

सामाजिक समस्यांच्या बाबतीत पुरेसा स्पष्टपणा नसतो. समस्या एखादीच असते. पण त्याची कारणे अनेक असतात. त्यातले कोणते कारण महत्त्वाचे ठरते हेदेखील शोधून काढणे अवघड होऊन बसते कारण एक कारण अनेक बाबींवर अवलंबून असते. उदाहरणार्थ, गरीब वस्त्यांमधील व्यसनाधीनता. याबाबत च्या संशोधनामध्ये व्यसनाधीनतेची अनेक कारणे समोर येतील. त्या प्रत्येक कारणाला त्याचे वेगळे आयाम असतील. सामाजिक प्रश्न हे बरेचसे क्लिष्ट होत जातात ते यामुळेच. आर्थिक प्रश्नांना काहीतरी थोडी-फार आकडेवारी मिळू शकते. ही आकडेवारी गणिती तंत्रांमध्ये बसवून काही ठोस निश्कर्ष काढता येतात.

सामाजिक शास्त्रांच्या संशोदनाबाबत आणखी एक बाब महत्त्वाची आहे आणि ती म्हणजे जी माहिती किंवा तथ्ये समजतात ती गुणात्मक पद्धतीची असतात. ही गुणात्मक तथ्ये संख्यात्मक करणे मोठे जिकिरीचे काम आहे. मनुष्य स्वभाव त्यातील क्लिष्टता आणि गुंतागुंत ही भावनिकदृष्ट्या आपण समजू शकतो. परंतु त्याचा अभ्यास करून विश्लेषण करायचे तर ही माहिती संख्यात्मक पाहिजे.

संशोधन कर्त्याची सहनशक्ती महत्त्वाची असते. कधी कधी प्रत्येक बाबतीत खूप वाट पाहावी लागते, खूप वेळ लागतो. कोणीही आपल्यासाठी काम करत नाही हे सत्य पचवावे लागते. सर्व मुलाखत देणाऱ्यांच्या सोयीनुसारच वेळापत्रक आखावे लागते. सरकारी कार्यालयांमध्ये माहिती मिळवण्यासाठी खूप पायपीट करावी लागते, पुन्हा पुन्हा खेटे घालावे लागतात. जी माहिती मिळते ती अपूर्ण असते, त्याचा काही उपयोगच होत नाही. अपुऱ्या माहितीने आलेले निष्कर्ष वेगळीच दिशा दाखवतात. वेळ आणि पैसा बऱ्याचदा वाया जातो. सर्व माहिती मिळेपर्यंत आपला सर्व उत्साह आणि समस्येबाबतची उत्सुकता संपून जाऊ शकते. बरोबर याच ठिकाणी संशोधन कर्त्याला सहानुभूती, मदत, मार्गदर्शन आवश्यक असते. त्याचा उत्साह संपून चालत नाही. त्याच्या सहनशक्तीची आणि चिकाटीची परीक्षा पाहिली जाते आणि या दोन्ही परीक्षांना संशोधनकर्त्याला खरे उतरावेच

लागते. कित्येकदा संशोधन हाती घेऊन अर्धवट सोडून दिलेले महाभाग काही कमी नाहीत.

सामजिक संशोधनाच्या बाबतीमध्ये आणखी एक मर्यादा आहे ती म्हणजे अंतराची. आंतरराष्ट्रीय पातळीवर जेव्हा तुमचे संशोधन प्रसिद्ध होते तेव्हा ते संशोधन दुसऱ्या राष्ट्राला जसेच्या तसे लागू पडत नाही. एका राष्ट्रातील परिस्थिती आणि दुसऱ्या राष्ट्रातील परिस्थिती यांत फरक पडतो. परिस्थितीत फरक पडला तर संशोधनाचे निष्कर्ष बदलतात. म्हणून अशा प्रकारच्या संशोधनामध्ये गृहीते फार आवश्यक आणि महत्त्वाची असतात. गृहित धरलेल्या परिस्थितीतच हे संशोधन बरोबर ठरते. उदाहरणार्थ, केन्स च्या उपभोगाचा मानसशास्त्रीय सिद्धान्त सांगताना आपण उत्पन्न वाढले की उपभोग वाढतो पण उत्पन्न जेवढे वाढते त्या प्रमाणात उपभोग वाढत नाही असे सांगतो. हा सिद्धान्त पूर्ण विकसित राष्ट्रांमध्ये लागू ठरतो. अविकसित देशांमध्ये अर्धपोटी राहणाऱ्या व्यक्तीला जर मिळते त्यापेक्षा दुप्पट उत्पन्न मिळाले तर तो पूर्ण पोटभर जेवेल म्हणजेच त्याचे उत्पन्न वाढले त्याचप्रमाणात त्याचा उपभोग खर्चदेखील वाढला. अशा वेळेस हा मानसशास्त्रीय सिद्धान्त बरोबर ठरत नाही. त्यामुळे सामाजिक शास्त्रातील सिद्धान्त स्थल-कालाशी अनुरूप असतात. स्थळ बदलले किंवा काळ बदलला की पुन्हा त्याचे संदर्भ बदलतात.

संशोधन करणाऱ्याने आपले संशोधन जरूर प्रसिद्ध करावे. त्याला आंतरराष्ट्रीय प्रसिद्धीदेखील मिळवून द्यावी. हे संशोधन वाया नक्की जाणार नाही. अगदी जसेच्या तसे नाही तरी काही प्रमाणात या संशोधनाचा उपयोग नक्की होतो.

6.2.4 संशोधकाला येणाऱ्या समस्या

1. **संशोधन पद्धतीचे शास्त्रशुद्ध प्रशिक्षण नसते :** चांगल्या क्षमतेचे संशोधक निर्माण होण्यासाठी संशोधनपद्धतीचे प्रशिक्षण दिले गेले पाहिजे. हे प्रशिक्षण दिलेच जात नाही. संशोधनाच्या पद्धती किती, कोणत्या आहेत हे व्यवस्थितरीत्या शिकवले जात नाही.संशोधनपद्धती मध्ये येणाऱ्या सांख्यिकी व गणिती पद्धती तसेच विधानाची सत्यासत्यता पडताळून पाहण्यासाठी करावी लागणारी गणिती क्रिया याचे शास्त्रशुद्ध ज्ञान दिले जात नाही. संशोधन प्रकल्प करायला सांगितले जाते परंतु त्या प्रकल्पांचे विश्लेषण करण्यासाठी जी कौशल्ये आत्मसात केली पाहिजेत, ती तशीच अर्धवट सोडून दिली जातात. परिणामी, विद्यार्थी अंधारात चाचपडत बसतो आणि चांगल्या दर्जाचे संशोधक निर्माण होत नाहीत. संशोधनच्या नावाखाली जे काही अभ्यास होतात ते संशोधनपद्धतीच्या नियमांमध्ये बसतच नाहीत. बऱ्याचदा मार्गदर्शकाला सुद्धा संशोधनपद्धती अवगत

नसते. मग संशोधक आणि त्याचा मार्गदर्शक दोघेही अंधारात बुड्या मारत बसतात. मग बरेचसे संशोधक केवळ कॉपी करणे यालाच संशोधन समजू लागतात. अशा प्रकारच्या संशोधनात ना कुठला दृष्टिकोन ना कुठले उद्दिष्ट. भारंभार संशोधन तयार होऊन बसते पण त्यातून निष्पन्न काहीही होत नाही. ना देशाला किंवा ना समाजाला त्याचा फायदा. संशोधकाच्या ज्ञानात सुद्धा भर पडत नाही. मग अशी संशोधनातून खऱ्या खुऱ्या परिस्थितीचे आकलन कसे होणार? म्हणून संशोधन पद्धतीचे पुरेपूर ज्ञान अत्यंत महत्त्वाचे व आवश्यक ठरते. संशोधन हाती घेण्यापूर्वी संशोधक हा पूर्णपणे तयारीत असलाच पाहिजे. त्याला संशोधन- पद्धतीचे आवश्यक ते ज्ञान असलेच पाहिजे. त्याकरिता आवश्यक ते छोटे अभ्यासक्रम उपलब्ध करून द्यावेत. असे केल्याने संशोधकाचा वेळही वाचेल आणि चांगल्या दर्जाचे संशोधन समाजाला उपयोगी पडेल.

2. **शिक्षण व उद्योग यांच्यात समन्वय नसतो :** ज्या संस्थांच्या मार्फत संशोधन केले जाते त्या महाविद्यालय किंवा शैक्षणिक संस्था आणि प्रत्यक्ष व्यवहार करणाऱ्या संस्था, उद्योग, शासकीय कार्यालयातील कामकाज यात काहीच समन्वय नसतो. या शैक्षणिक संस्था आपल्या पातळीवर काम करत राहतात आणि उद्योग आपल्या पातळीवर. शिक्षण आणि उद्योग यांच्यात जेवढा जास्त चांगला संवाद आणि त्यानुसार बदलण्याची लवचीकता असेल तर होणाऱ्या संशोधनाला व्यावहारिक अर्थ मिळू शकेल. नाहीतर शासनाची धोरणे एका बाजूला आणि उद्योग एका बाजूला आणि शिक्षण तिसऱ्याच दिशेला असा सगळा मामला असतो. योग्य संशोधक व संशोधनाची वाट पाहात बराचशी प्राथमिक स्वरूपाची माहिती, आकडेवारी व तथ्ये कोणत्याही प्रकारच्या विश्लेषणापासून वंचित राहते. संशोधक एका बाजूला व माहिती दुसऱ्याच बाजूला असे चित्र दिसते. या दोहोंची सांगड घालण्यासाठी कष्ट घेतले आणि दोन्हीमध्ये चांगला समन्वय घडून आणला गेला तर खूप चांगले संशोधन हाती लागेल. त्यामुळे माहिती आणि संशोधन यांतील समन्वयाचा अभाव हीदेखील एक अडचण होऊन बसते. विद्यापीठे आणि उद्योगजगत यामध्ये काही स्वरूपाचे संबंध प्रस्थापित झाले पाहिजेत. शैक्षणिक काम करणारे संशोधक आणि प्रत्यक्ष उद्योग जगतात काम करून व्यवहाराने शहाणपण मिळवलेले, उद्योजक यांच्यात जेवढा जास्त संवाद असेल तेवढे शिक्षण उपयुक्त ठरेल. थोडक्यात, एवढेच म्हणता येईल की संशोधन जास्तीत जास्त व्यवहार्य आणि उपयोगी ठरावे. याकरिता जे प्रत्यक्ष काम करताहेत अशा उद्योगांशी समन्वय ठेऊन व

त्यांच्याशी संवाद साधून केले पाहिजे. उद्योगाशी कोणतेही साधर्म्य न साधता केलेले संशोधन बहुतांशी निरुपयोगी ठरेल. उद्योगातून नव्या कल्पना घेऊन नवीन तंत्रे वापरून संशोधन नेमके कोणत्या क्षेत्रात हवे आहे ते पाहून शिक्षण श्रेत्रातल्या अभ्यासू लोकांनी संशोधन केले पाहिजे.

3. **माहिती व तथ्थे सहज उपलब्ध होत नाहीत :** संशोधक अभ्यासूना जी आकडेवारी व माहिती लागते तिचा दुरुपयोग होणार नाही याची उद्योग जगतातील लोकांना खात्री वाटत नाही. त्यामुळे खरी परिस्थिती लपवण्याकडे कल असतो. माहिती द्यायचीच नाही किंवा वेळकाढूपणा करायचा, पुन्हापुन्हा खेटे घालायला लावायचे असे उद्योग व्यावसायिक करत राहतात. एखादी बाब खाजगी आहे म्हणजे तिला कोणीही हातच लावायचा नाही अशी काहीशी व्यावसायिकांची कल्पना असते. त्यामुळे माहिती व तथ्ये मिळवण्यात असंख्य अडचणी उभ्या राहतात. त्यामुळे दिलेल्या माहितीचा गैरवापर होणार नाही याची हमी संशोधनकर्त्याकडून दिली गेली पाहिजे व त्यावर उद्योग जगताने विश्वासही ठेवला पाहिजे कारण शेवटी खरी माहिती मिळणे ही सर्वांत महत्त्वाची बाब आहे.

4. **संशोधन विषयाची पुनरावृत्ती होते :** संशोधक जे विषय हाताळतात त्यात बऱ्याचदा पुनरावृत्ती आढळते. कोणते विषय आधी संशोधित केले गेले आहेत, याबाबत योग्य तो समन्वय साधणे आवश्यक आहे. काही ठराविक कालावधीने कोणत्या कोणत्या विषयांवर संशोधन केले जात आहे याचा आढावा घेणारी समिती असली पाहिजे. प्रत्येक विषय अभ्यास समितीने असा आढावा घेतला पाहिजे. उदाहरणार्थ, लासलगाव बाजारपेठेतील लसूण उत्पादनाचा चिकित्सक अभ्यास, किंवा श्रीरामपूर बाजारपेठेतील केळी उत्पादनाचा चिकित्सक अभ्यास, परत एकदा जळगाव भागातील केळी उत्पादनाचा चिकित्सक अभ्यास, पुणे जिल्ह्यातील केळी उत्पादनाचा चिकित्सक अभ्यास, नाशिक जिल्ह्यातील द्राक्षबागायतीचा चिकित्सक अभ्यास, अशी विषयातून त्या-त्या विशिष्ट उत्पादनाचा विशिष्ट अभ्यास होतो हे जरी मान्य केले तरी या अभ्यासात तोच तोचपणा जाणवतो. जिल्हा बदलला किंवा फळ/पीक बदलले. अशा अभ्यास विषयातून केवळ कॉपी निदर्शनास येते. अभ्यास नसतो. संशोधन तर अजिबात नसते. म्हणून मग विषयांची पुनरावृत्ती टाळली पाहिजे. नवनवीन विषयांवर सकस संशोधन होण्यासाठी विषय तपासले गेले पाहिजेत. असे विषय तपासले जात नाहीत ही मोठी अडचण आहे

5. **विद्यापीठातील विभागांमधील आंतरस्पर्धेचा तोटा होतो :** या वरील विषयावर मात करण्यासाठी विद्यापीठांमधून एखादी आचारसंहिता लावण्याची गरज आहे. विद्यापीठांतर्गत ज्या ज्या विषयांचे विभाग आहेत त्या विभागांमध्ये स्पर्धा असते ते विभाग एकमेकांशी शत्रुत्वाने वागतात. माहिती दडवून ठेवून आपला विभाग पुढे कसा जाईल अशी ही स्पर्धा असते त्यातून कोणाचेच हित साध्य होत नाही. त्यामुळे अशी आचारसंहिता आवश्यक आहे.

6. **चांगल्या चिटणीसाची गरज :** सध्याच्या संगणक युगामध्ये संशोधकाला एका चांगल्या लिपीक किंवा चिटणिसाची आवश्यकता असते. संशोधकाने आणलेली माहिती एकत्र करणे त्याचे संगणकाच्या प्रणालीमध्ये लिखाण करणे, त्याच्या खर्चाचे हिशेब मांडणे, त्याच्याकरता ज्यांच्या मुलाखती घ्यायच्या आहेत त्यांच्या वेळा (appointments) घेणे इ. कामे अशा चिटणिसाच्या मदतीने करता आल्या तर संशोधकाचा वेळ वाचेल. विद्यापीठ अनुदान आयोगामध्ये अशा चांगल्या खूप तरतुदी आहेत त्याचा लाभ संशोधकाला घेता आला पाहिजे.

7. **चांगल्या वाचनालयाची गरज :** वाचनालयाचे व्यवस्थापन आणि तेथील सुविधा या संशोधकाला गैरसोयीच्या असू शकतात. त्यातही त्याचा बराच वेळ जातो. वाचनालयाची कार्यपद्धती जर खूप नियमात बांधलेली आणि गुंतागुंतीची असेल तर संशोधकाला ते गैरसोयीचे जाते. वाचनालयाची सतत उपलब्धता असणे हे फार महत्त्वाचे असते. वाचनालयात स्वचछ उजेड असणे, अभ्यासू वातावरण असणे, शांतता हा तर वाचनालयाचा स्थायिभाव आहे. परंतु बऱ्याचदा वाचनालयात विद्यार्थ्यांची गडबड आढळते. पुस्तके शोधण्यात संशोधकाचा कमीत कमी वेळ गेला पाहिजे. पुस्तके, जर्नल्स, अहवाल सहजपणे उपलब्ध होत नाहीत आणि संशोधक त्रासून जातो

8. **कागदपत्रांची उपलब्धता नसणे :** अनेक वाचनालयांमध्ये शासकीय अहवाल, शासनाचे जुने अधिनियम, कायदेकानून, दस्तऐवज एकाच प्रतीत उपलब्ध असतात. वाचनालयात फोटोकॉपीची सुविधा नसते अशा वेळेस हे अहवाल किंवा कागदपत्रे संशोधकाकरिता उपलब्ध होऊच शकत नाहीत. यांची उपलब्धी काही ठराविक शहरांमध्येच किंवा राजधानीच्या शहरातच असते. त्यामुळे सरकारी कागदपत्रे नियमित, लवकर आणि वेळेत उपलब्ध व्हावीत त्याच्या कॉपीज सहजपणे मिळाव्यात.

9. **आकडेवारीतला फरक गोंधळ निर्माण करतो :** भारतामध्ये विविध प्रकारच्या माध्यमांतून आकडेवारी मिळवली जाते. अनेक प्रकारच्या एजन्सीज आकडेवारी मिळवण्याचे काम करतात. यांच्या आकडेवारीत कधी कधी फरक असतो. यातली कोणाची आकडेवारी सत्य मानायची. कोणाच्या मते भारताचा महागाईचा दर 7 % असतो तर कोणी म्हणते की तो 8 % आहे कोणाच्या मते तो 5 % असतो. यातला कोणता खरा मानायचा? शासनाची प्रसिद्ध केलेली आकडेवारी वेगळाच काही आकडा देत असते. एकाद्या ठिकाणी होणाऱ्या शेतकऱ्यांच्या आत्महत्यांसारखा गंभीर विषय कोणत्या संशोधकाने हाताळायचा ठरवला तर शासनाने दिलेली आकडेवारी आणि स्थानिक अशासकीय संस्थांची आकडेवारी यातही फरक आढळतो. अशा वेळेस संशोधकाची अडचण होते.

6.2.5 अभ्यासाची उद्दिष्टे

संशोधनास सुरवात करण्यापूर्वी संशोधन करण्यामागचे आपले उद्दिष्ट काय आहे याचा अभ्यास केला पाहिजे. हे उद्देश दोन प्रकारचे आहेत.

1) **सैद्धान्तिक उद्देश : (अ) ज्ञानप्राप्ती :** आपले संशोधन हे आपल्या ज्ञानात भर घालणारे असते. नवीन समस्यांच्या तथ्य, विधान, गृहीते यांचा अभ्यास करताना आपले ज्ञान वाढत असते. अनेक नव्या संकल्पना कळतात, जुन्या संकल्पना तपासल्या जातात. कधी कधी संशोधनाच्या सुरुवातीला ज्या गृहीतांच्या आधारे आपण संशोधनाला सुरूवात केली त्या गृहीतांनाच छेद जातो आणि आपले संशोधन नवे वळण घेते.

   (आ) आंतरप्रवाहांचा शोध घेणे : समाजामधील अनेक घटक एकमेकांत गुंतलेले असतात. आपल्या संशोधनाच्या आधारे या आंतरप्रवाहांची गुंतागुंत समजते. समाज हा गतिशील असतो, समाजातील हे घटक व त्यांची गुंतागुंत हेदेखील बदलत असतात, हे बदल अभ्यासता येतात.

2) **व्यावहारिक व उपयोगितेचे उद्दिष्ट :** आपल्या संशोधनाने समाजाचा फायदा व्हावा, त्याचा पुढच्या अभ्यासकांनादेखील काही उपयोग व्हावा अशा उद्दिष्टाने संशोधन केले जाते. अशा संशोधनातून जी माहिती व ज्ञान आपल्याला मिळाले ते समाजाला उपयोगी ठरावे हा त्या मागील उद्देश असतो. हे व्यावहारिक उद्देश पुढीलप्रमाणे सांगता येतील–

   (अ) सामाजिक समस्या सोडवण्याच्या दृष्टीने होणारा उपयोग,

(आ) सामाजिक तणाव दूर करून संघटन टिकवून धरण्याच्या दृष्टीने होणारा उपयोग,

(इ) शासनाला काही धोरणे आखण्यासाठी होणारा उपयोग.

संशोधनास सुरुवात करण्यपूर्वी संशोधनासाठी जी समस्या घेतली आहे तिचा अभ्यास करण्यामागची आपली उद्दिष्टे स्पष्ट केली पाहिजेत. आपण संशोधन का करतो आहोत, त्यासाठी कोणती समस्या निवडली आहे, तीच समस्या का निवडली आहे हे पाहणे म्हणजे अभ्यासाची उद्दिष्टे निश्चित करणे होय . ही उद्दिष्टे दोन प्रकारची असतात.

1) **सामान्य उद्देश (General Aim) :** आपल्या संशोधनातून जर सर्व सामान्य (general) समाजाला काही फायदा होणार असेल, किंवा आपले संशोधन जर समाज जीवनाशी निगडित असणारे असेल तर आपले उद्दिष्ट सामान्य उद्दिष्ट आहे असे मानले जाते.

2) **विशिष्ट उद्दिष्ट (Specific Aim) :** आपले संशोधन जर एखाद्या विशिष्ट गटाच्या समूहाच्या किंवा कोणत्यातरी विशिष्ट पैलूच्या अभ्यासासाठी केले गेले असेल तर आपले उद्दिष्ट विशिष्ट असते.

संशोधनास वरील पैकी कोणते तरी एक किंवा दोन्ही उद्दिष्टे असलीच पाहिजेत. या उद्दिष्टांच्या आधारावरच सर्वेक्षणाची पद्धत, प्रश्नावली, संशोधनाची तंत्रे निश्चित होत असतात.

6.3 समस्येचे विधान (Hypothesis) व्याख्या व मांडणी

संशोधनाला सुरूवात करताना समस्या निवडली, त्या संशोधनामगील आपली उद्दिष्टेही निश्चित केली , आता या समस्येचे संशोधनयोग्य असे छोटे रूप तयार करावे लागते. यालाच त्या समस्येचे विधान, गृहीतक, संकल्प सिद्धान्त किंवा गृहीत कृत्य असेही म्हणतात. आपण संशोधन करत असलेल्या समस्येबाबत एका वाक्यात सांगणे म्हणजे एक विधान तयार करणे होय. हे विधान म्हणजे या संशोधनाचे गृहीतकृत्य असते. मागे पाहिलेला से चा सिद्धान्त - पुरवठा आपली मागणी आपणच निर्माण करतो हे एक विधान आहे. ते 'से 'ने मांडले, त्याबद्दलची किंवा ते सिद्ध करताना कोणती गृहीते असतील तरच ते सिद्ध होईल असेही मांडले. हे विधान त्या गृहीतांच्या आधारे सिद्ध झाल्यानंतर त्याचा सिद्धान्त झाला. गृहीते आणि गृहीत कृत्ये यात फरक आहे हे लक्षात घ्यायला हवे. गृहीत म्हणेज विधान सिद्ध करण्यासाठी आपण काही विशिष्ट परिस्थिती असेल असे आधीच गृहीत धरलेली असते. या गृहीतांवरून आपण

गृहीतकृत्ये सिद्ध करतो. गृहीते (assumptions) आणि गृहीतकृत्ये (Hypothesis) यात मूलतः फरक आहे, हे विसरता कामा नये.

संशोधनासाठी घेतलेली समस्या नेमकी काय आहे, अभ्यास कशाचा करायचा आहे याबाबत अभ्यासक विचार करतो. त्याकरिता त्या समस्येचे विधान मांडले की समस्या चौकटबद्ध होते. विधान मांडले की संशोधनाची उद्दिष्टे, गृहीते ही स्पष्ट होऊ शकतात. समस्या निवडताना आपण काही एक संशोधन योग्य समस्या निवडतो. त्या समस्येबाबत काही एक अनुमान अंदाजे काढले जाते. हे अनुमान बरोबर आहे की नाही हे तपासण्यासाठी संशोधक संशोधन करतो. हे अनुमान एका वाक्यात मांडणे म्हणजे त्या अनुमानाचे विधान तयार करणे होय. आपण पुढील उदाहरण पाहू.

सध्या शिक्षक : प्राध्यापक वर्गात जाऊन आपापले तास नीट घेत नाहीत अशा प्रकारची ओरड सगळीकडेच होताना दिसते. त्याबद्दल वर्तमानपत्रातून लेख, वाचकांच्या पत्रव्यवहारातून पत्रे, त्यांना सहावा वेतन आयोग मिळाल्यावर तर आणखीनच अस्वस्थता वाढली. अशी समस्या आहे. समजा एखाद्या संशोधकाने याचा अभ्यास करायचा ठरवला तर त्याचे विधान काय होईल?

समस्येचे विधान : प्राध्यापक वर्गावर जाऊन शिकवत नाहीत.

आता हे विधान आपणास तपासून पाहायचे आहे. त्याकरता माहिति गोळा करणे, विद्यार्थी, पालक, प्राध्यापक, प्रिन्सिपल, संस्था चालक अशा सर्वांच्या मुलाखती घेणे , माहिती गोळा करणे व माहिती , आकडेवारी याचे विश्लेषण करून आपले विधान खरे किंवा खोटे ठरवणे. अशा मार्गाने संशोधक आपले संशोधन पुढे नेत असतो. विधानामुळे संशोधनाची दिशा निश्चित होते.

व्याख्या : प्रसिद्ध समाजशास्त्रज्ञ गुड आणि हॅट यांच्या मते, गृहीतकृत्य म्हणजे विधान. या विधानाची सप्रमाणता तपासण्यासाठी त्याचे परीक्षण केले जाते. व हे परीक्षण पुढील संशोधनासाठी उपयुक्त ठरते.

या व्याख्येनुसार आपल्या समस्येचे विधानात (वाक्यात) रूपांतर करणे, त्याचे परीक्षण करणे, त्याची छाननी करणे, आणि आपले संशोधन हे शेवटचे टोक न मानता पुढे जे संशोधक त्याच समस्येचा अभ्यास करणार आहेत त्यांच्या करता या संशोधनाचा उपयोग होईल अशा पद्धतीने त्याची मांडणी करणे इत्यादी गोष्टी अभिप्रेत आहेत.

संख्याशास्त्रात विधानाचे दोन प्रकार पडतात. एक पर्यायी विधान आणि दुसरे त्यांपेक्षा वेगळे असलेले विधान त्याला आपण 'Null' म्हणजे शून्य विधान असे म्हणतो. विधान शून्य असणे म्हणजे नमुन्याची सरासरी आणि समष्टीची (Population) सरासरी यात काहीही फरक नसणे किंवा शून्य फरक असणे. दुसरे विधान हे स्वाभाविकच

त्याला पर्यायी असते, म्हणजेच नमुन्याची सरासरी आणि एकूण संख्येची (Population) सरासरी यात फरक असेल किंवा हा फरक धन किंवा ऋण स्वरूपाचा असेल असे मानणे. त्यामुळे पर्यायी विधाने विविध पद्धतीने लिहिता येतात.

या दोन विधानांची तुलना करून विधानांची सत्यता पडताळून पाहता येते. एक विधान चुकीचे किंवा असत्य ठरले की आपोआपच दुसरे विधान खरे किंवा सत्य ठरते. त्यामुळे बऱ्याच वेळा कोणतेतरी एक विधान तपासून पाहिले आणि असत्य आढळले की दुसरे सत्य आहे किंवा सिद्ध झाले असे कळते.

संख्याशास्त्रत विधान तपासून पाहण्याच्या ज्या पद्धती किंवा परीक्षा आहेत त्यात विधाने सत्य किंवा असत्य मानणे हे किती टक्क्यांपर्यंत खरे ठरेल असेही पहिले जाते त्याला 'लेव्हल ऑफ सिग्निफिकन्स' असे म्हणतात. त्या विधानाची मान्यता ही 0.10 किंवा 0.05 किंवा 0.01 इतकी असते. म्हणजेच तुमचे विधान हे 90 %, किंवा 95 % किंवा 99 % महत्त्वाचे, आशयघन किंवा बोधक (significant) असते. विधानाची सत्यता पडताळून पाहण्यापूर्वीच आपले विधान बरोबर आहे किंवा असत्य आहे असे मानून चालायचे असते. त्या दृष्टीने सर्व आकडेवारी, तथ्ये, गोळा करायची पाहणी अहवाल मांडायचा आणि मग संख्याशास्त्राच्या मदतीने विधानाची तपासणी करायची. त्यानंतर मग आपले विधान असत्य किती सत्य किती हे ठरते. शून्य विधान स्वीकारायचे की पर्यायी विधानाचा स्वीकार करायचा हे ठरवता येते.

6.4 विधानाची तपासणी किंवा परीक्षा (Formulation of Hypothesis)

शून्य विधान स्वीकारायचे की नाकारायचे हे वरील प्रमाणे काही सत्यतेच्या चाचणीवर अवलंबून असते. 5 % सत्यतेची चाचणी नेहेमी वापरली जाते. 5 % सत्यतेच्या पातळीवर शून्य विधान नाकारणे याचा अर्थ असा होतो की नमुना आणि एकूण संख्या यांच्या सरासरी किंवा माध्यात फरक आहे. 95 % शक्यता अशी आहे की हा फरक आपली जी प्रायोगिक स्तरावर कसोटी लावली गेली त्यात चूक असेल. त्यामुळे शून्य विधान नाकारण्याचा आपला निर्णय 95 % बरोबर आहे.

आणखी कठोर चाचणी म्हणजे आपले विधान 1 टक्क्याच्या कसोटीवर तपासणे. 1 % सत्यतेच्या पातळीवर शून्य विधान नाकारणे याचा अर्थ असा होतो की नमुना आणि एकूण संख्या यांच्या सरासरी किंवा माध्यात फरक आहे. 99 % शक्यता अशी आहे की हा फरक आपली जी प्रायोगिक स्तरावर कसोटी लावली गेली त्यात चूक असेल. त्यामुळे शून्य विधान नाकारण्याचा आपला निर्णय 99 % बरोबर आहे.

विधानाच्या सत्यता तपासण्यात जी चूक होऊ शकते तिचे दोन प्रकार आहेत विधान तपासताना चार शक्यतांचा विचार करावा लागतो.

1) विधान बरोबर आहे पण आपल्या चाचणीने ते नाकारले. (पहिल्या प्रकारची चूक)
2) विधान चूक आहे पण आपल्या चाचणीने ते स्वीकारले (दुसऱ्या प्रकारची चूक)
3) विधान बरोबर आहे आणि आपल्या चाचणीनेही ते स्वीकारले. (बरोबर निर्णय)
4) विधान चूक आहे आणि आपल्या चाचणीनेही ते नाकारले (बरोबर निर्णय)

	स्वीकार	नकार
विधान बरोबर	योग्य निर्णय	पहिल्या प्रकारची चूक
विधान चूक	दुसऱ्या प्रकारची चूक	योग्य निर्णय

विधानाची चाचणी घेताना पहिल्या प्रकारची चूक होण्याची शक्यता जास्त असते. हा शक्यता α (अल्फा) या अक्षराने दाखवतात; व सामान्य पणे ही पातळी 5 टक्के किंवा 1 टक्का अशी असते.

विधान तपासण्याची प्रक्रिया :- नमुना संख्या 30 पेक्षा जास्त असेल तर पुढील चाचणी वापरतात.

चाचणी

1) प्रथम शून्य विधान ठरवून घ्यावे
2) पर्यायी विधानदेखील निश्चित करावे.
3) सत्यतेच्या कोणत्या पातळीची परीक्षा घ्यायची आहे ते ठरवावे. (उदा., 5 टक्के, किंवा 1 टक्का)
4) $\overline{x}$ = नमुना सरासरी, μ = एकूण संख्येची सरासरी, σ = एकूण संख्येचे प्रमाणित विचलन, आणि n = नमुना संख्या
5) पुढील झेड चाचणीचे सूत्र लावावे.

$$Z = \frac{\overline{x} - \mu 0}{\frac{\sigma}{\sqrt{n}}}$$

जर सत्यतेची पातळी 0.05 असेल तर नकार दर्शकसंख्या ही 1.96 असते. जर Z चे मूल्य नकार दर्शकसंख्येपेक्षा खूपच जास्त असेल तर शून्य विधान नाकारावे. आणि जर त्यापेक्षा कमी असेत तर शून्य विधान स्वीकारावे.

2) स्टुडंट्स टी वितरण (Student's 't' Distribution) : दिलेले वितरण सर्वसाधारण आहे असे गृहीत धरले आहे.

जेव्हा नमुना 30 पेक्षा लहान असतो तेव्हा ही चाचणी वापरतात. त्याचे सूत्र पुढीलप्रमाणे,

$$t = \frac{\overline{x} - \mu}{s} \times \sqrt{n}$$

$\overline{x}$ = नमुना सरासरी, μ = एकूण संख्येची सरासरी, s = एकूण संख्येचे प्रमाणित विचलन, आणि n = नमुना संख्या

स्टुडंट टी वितरणाचे गुणधर्म

1) 't' वितरणाचा चल वजा अनंतपासून धन अनंतापर्यंत किंमत धारण करू शकतो. $(-\infty + \infty)$
2) 't' वितरण सर्वसाधारण वितरण असते आणि त्याची सरासरी शून्य असते.
3) 't' वितरणाचे विकरण एकपेक्षा जास्त असते.

6.5 ची स्क्वेअर चाचणी (Chi square Test) X^2 यालाच काय स्क्वेअर चाचणी असे देखील म्हणतात.

ही चाचणी खूप मोठ्या नमुन्यांकरिता वापरतात.

आपला सैद्धान्तिक आणि प्रत्यक्षातील परिस्थिती यातील फरक ही चाचणी अभ्यासते.

या चाचणीच्या आधारे आपण दोन गुणधर्म असलेली चले एकमेकांशी संबंधित आहेत किंवा नाहीत हे ही तपासू शकतो.

सूत्र $$X^2 = \Sigma \frac{(O-E)^2}{E}$$

$$E = \frac{\text{एकूण पाहणी केलेले मूल्य}}{N}$$

माहितीचा जर तक्ता दिलेला असेल किंवा सारणी रूपात आकडेवारी दिलेली असेल तर पुढील सूत्र वापरतात.

$$E = \text{अपेक्षित वारंवारिता} = \frac{RT \times CT}{N}$$

RT = दिलेल्या रकान्याच्या ओळीची एकूण संख्या

CT = दिलेल्या रकान्याच्या स्तंभाची एकूण संख्या

N = एकूण संख्या

ही चाचणीदेखील कार्ल पिअर्सननेच विकसित केलेली आहे.

पायऱ्या

1) सर्वप्रथम अपेक्षित वारंवारिता मोजा.- E - तिच्याबरोबर पाहणी केलेले प्रत्यक्ष मूल्य O काढा. (E = Expected Value, O = Observed Value)
2) O-E करा. आणि $(O-E)^2$ काढा.
3) अनुक्रमाने असलेल्या अपेक्षित वारंवारितेने भागा
4) सर्व मूल्यांची बेरीज करा. (Σ)
5) X^2 मिळवा.
6) X^2 चे पुस्तकी मूल्य पहा.
7) जर आलेले मूल्य दिलेल्या तक्ता मूल्यापेक्षा कमी असेल तर शून्य विधान स्वीकारावे म्हणजेच अपेक्षित आणि प्रत्यक्ष मूल्ये यांतील फरक फार मोठा व परिणामकारक नाही. (non significant) .आणि जर आलेले मूल्य दिलेल्या तक्ता मूल्यापेक्षा जास्त असेल तर शून्य विधान नाकारावे म्हणजेच अपेक्षित आणि प्रत्यक्ष मूल्ये यांतील फरक फार मोठा व परिणामकारक आहे. (significant).

χ^2 करता आवश्यक असलेल्या अटी

1) नमुना मोठा असावा. (50 पेक्षा जास्त)
2) वारंवारिता रेषीय असावी.
3) रकान्यातील आकडेवारी लहान नसावी.

(1) उदाहरण : टेलिफोन डिरेक्टरीमधून टेलिफोन नंबर्सचे यदृच्छेने काढलेले वितरण खाली दिले आहे. त्यावरून ची स्क्वेअर चाचणी ने हे अंक समान वारंवारितेने टेलिफोन डिरेक्टरीत येतात का ते पहा.

अंक	0	1	2	3	4	5	6	7	8	9
वारंवारिता	1026	1107	997	966	1075	933	1107	972	964	853
एकूण		10000								

(दिलेले तक्ता मूल्य X^2 (d.f. = 9, -t 5% level of Significance) = 16.92).

शून्य विधान - अंक समान वारंवारितेने डिरेक्टरीत येतात.

कृती - वर दिलेल्या पायऱ्यांप्रमाणे पुढील तक्ता मिळवा.

अंक	0	1	2	3	4	5	6	7	8	9	एकूण
F (O)	1026	1107	997	966	1075	933	1107	972	964	853	10000
E	1000	1000	1000	1000	1000	1000	1000	1000	1000	1000	10000
(O-E)	26	107	-3	34	75	-67	107	-28	-36	-147	
$(O-E)^2$	676	11449	9	1156	5625	4489	11449	784	1296	21609	
$\frac{(O-E)^2}{E}$	676	11.449	0.009	1.156	5.625	4.489	11.449	0.784	1.296	21.60	58.542

X^2= 58.54

d.f = 10-1 = 09

दिलेले मूल्य 16.919

आलेले मूल्य दिलेल्या तक्ता मूल्यापेक्षा जास्त आहे म्हणून शून्य विधान नाकारावे म्हणजेच अपेक्षित आणि प्रत्यक्ष मूल्ये यांतील फरक फार मोठा व परिणामकारक आहे. (significant).

(2) उदाहरण : एका विशिष्ट प्रदेशातील 10 सप्ताहातील झालेले अपघात दिले आहेत त्यावरून हे सर्व अपघात एकाच समान परिस्थितीत झाले आहेत का ते काढा.

12, 8, 20, 2, 14, 10, 15, 6, 9, 4

(The table value of X^2 for 9 d.f. at 5% level of significance is 16.92).

शून्य विधान - सर्व अपघात समान परिस्थितीत झालेले आहेत.

उत्तर :

सप्ताह	1	2	3	4	5	6	7	8	9	10	
O	12	8	20	2	14	10	15	6	9	4	
E	10	10	10	10	10	10	10	10	10	10	
O-E	2	-2	10	8	4	0	5	-4	-1	-6	
$(O-E)^2$	4	4	100	64	16	0	25	16	1	36	
$\frac{(O-E)^2}{E}$	0.4	0.4	10	6.4	1.6	0	2.5	1.6	0.1	3.6	26.6

आलेले मूल्य $x^2 = 26.6$

d.f = 10−1 = 09

Table value at 0.05 and d.f. =9 is 16.919

आलेले मूल्य दिलेल्या तक्ता मूल्यापेक्षा जास्त आहे म्हणून शून्य विधान नाकारावे म्हणजेच अपेक्षित आणि प्रत्यक्ष मूल्ये यांतील फरक फार मोठा व परिणामकारक आहे. (significant).

(3) उदाहरण : 3248 लोकसंख्येपैकी 812 लोकांना अँटीमलेरिअल क्विनाईनचे औषध दिले. त्यानंतर ताप आलेल्या लोकांची पाहणी केली तेव्हा पुढील आकडेवारी हाती आली. त्यावरून क्विनाईन हे प्रभावी औषध नाही असे म्हणता येईल का ते काय स्क्वेअर चाचणीने सांगा.

ट्रिटमेंट	ताप	ताप नाही	एकूण
क्विनाईन	20	792	812
क्विनाईन दिले नाही	220	2216	2436
एकूण	240	3008	3248

आपले विधान : क्विनाईन हे प्रभावी औषध नाही.

$$E = \text{अपेक्षित आकडेवारी} = \frac{RT \times CT}{N} = \frac{240 \times 812}{3248} = 60$$

$$\frac{240 \times 812}{3248} = 180$$

$$\frac{3008 \times 812}{3248} = 752$$

अपेक्षित आकडेवारीचा तक्ता :

ट्रिटमेंट	ताप	ताप नाही	एकूण
क्विनाईन	60	752	812
क्विनाईन दिले नाही	180	2256	2436
एकूण	240	3008	3248

O	E	(O-E)	$(O E)^2$	$\frac{(O-E)^2}{E}$
20	60	40	1600	26.0667
220	180	40	1600	8.889
792	752	40	1600	2.128
2216	2256	40	1600	0.709
				38.39

$$X^2 = 38.39$$

Degrees of freedom = υ (nu) = (r-1)(c-1)= 1

दिलेले मूल्य 3.84

आलेले मूल्य खूपच जास्त आहे. .

म्हणून शून्य विधान नाकारावे.

(4) उदाहरण : 1000 शेतमळ्यांबद्दल त्यांच्यावर कसणाऱ्या शेतकऱ्याची स्वतः करणारे व वाट्याने करणारे यांची व त्यांनी वापरलेली खते याची आकडेवारी मिळवली ती पुढीलप्रमाणे आहे. त्यावरून मालक असणारे जास्त खते वापरता असे समजते का ते काढा.

	मालकी	भाडेतत्त्वावर	एकूण
खते वापरणारे	416	184	600
खते न वापरणारे	64	336	400
एकूण	480	520	1000

कृती

आपले विधान : मालकी असणे आणि खते वापरणे यांचा काही संबंध नाही

	मालकी	भाडेतत्त्वावर	एकूण
खते वापरणारे	288	312	600
खते न वापरणारे	192	208	400
एकूण	480	520	1000

O	E	(O E)^2	$\frac{(O-E)^2}{E}$
416	288	16384	56.889
64	192	16384	85.333
184	520312	16384	52.513
336	208	16384	78.769
			273.504

$X^2 = 273.504$

Degrees of freedom = υ (nu) = (r-1) (c-1)= 1

तक्तामूल्य 3.84

आलेले मूल्य खूपच जास्त आहे.

शून्य विधान नाकारावे.

(5) उदाहरण : 250 पेशंट्सना एका आजाराबाबत एक विशिष्ट ट्रीटमेंट दिली. ही नवीन ट्रिटमेंट पारंपरिक ट्रिटमेंटपेक्षा जास्त चांगली सिद्ध होते का ते खाली दिलेल्या आकडेवारीवरून सांगा.

ट्रिटमेंट पेशन्टसची संख्या	उपयोगी	निरुपयोगी	एकूण
नवी	140	30	170
पारंपरिक	60	20	80
एकूण	200	50	250

Given degree of freedom =1, chi Sq at 5% = 3.84

कृती

शून्य विधान - दोन्ही ट्रीटमेंट्स मध्ये काही फरक नाही.

आता अपेक्षित मूल्य काढू.

E = अपेक्षित मूल्य = $\frac{RT \times CT}{N}$

ट्रिटमेंट पेशन्टसची संख्या	उपयोगी	निरुपयोगी	एकूण
नवी	136	34	170
पारंपारिक	64	16	80
एकूण	200	50	250

O	E	(O E)2	$\frac{(O-E)^2}{E}$
140	136	16	0.118
60	64	16	0.250
30	34	16	0.471
20	16	16	1.000
			$\sum = 1.839$

Value of χ^2 is 1.839, Table value is 3.84

तक्ता मूल्यापेक्षा काढलेले मूल्य कमी आहे, म्हणून शून्य विधान मान्य करावे.

सोडवा

(1) उदाहरण

टी बी होऊ नये म्हणून औषध दिलेल्या रुग्णांचा अभ्यास खाली दिला आहे. त्यावरून औषधाची परिणामकारकता सांगा.

	पीडीत	परिणाम न झालेले
औषध दिलेले	12	26
औषध न दिलेले	16	6

(5% value of chi sq for 1 d.f is 3.84)

उत्तर :- $\sum\frac{(O-E)^2}{E} = 7.796$

(2) उदाहरण

: 1000 विद्यार्थ्यांचा त्यांचा बुद्यांक आणि आर्थिक परिस्थिती या अनुषंगाने अभ्यास केला. दिलेल्या आकडेवारीवरून बुद्यांक आणि आर्थिक परिस्थिती यांतील संबंध सांगा.

बुद्ध्यांक			
आर्थिक परिस्थिती	उच्च	मध्यम	कमी	एकूण
श्रीमंत	160	300	140	600
गरीब	140	100	160	400
total	300	400	300	1000

(उत्तर:- $\sum \frac{(O-E)^2}{E}$ = 65.277

d.f. =2, Table Value of chi sq = 5.99

6.6 अहवाललेखन

संशोधन पूर्ण झाल्यानंतर त्याचा अहवाल (report) तयार करायचा असतो. हा अहवालदेखील काही ठराविक मांडणीने मांडायचा असतो. त्या मांडणीचा आता आपण विचार करणार आहोत.

संशोधनाचा अंतिम टप्पा म्हणजे अहवाललेखन. संशोधन करताना आलेल्या अडचणी आपण अनुभवलेल्या असतात. त्या सर्व विचारात घेऊन संशोधकाने आपला अहवाल चांगल्या पद्धतीने लिहावा.

6.6.1 चांगल्या अहवाल लेखनाची उद्दिष्टे व वैशिष्ट्ये

1) अहवालाची भाषा स्पष्ट व संतुलित असली पाहिजे. ती कोणत्याही अर्थाने क्लिष्ट, बोजड, व फार संकल्पनात्मक नसावी. आपण काय लिहिले आहे हे वाचकाला न कंटाळता वाचता आले पाहिजे आणि तरीही जे आपल्याला शास्त्रीय भाषेत मांडायचे आहे ते ही मांडता आले पाहिजे. त्या अहवालाची ललितकथा होता कामा नये.

2) तथ्यांची मांडणी मुद्देसूद व क्रमवार आली पाहिजे. एकच मुद्दा पुन्हा पुन्हा आला आहे असे होता कामा नये.

3) आपला अहवाल वाचून जास्तीत जास्त लोकांना त्याचा फायदा मिळावा. त्यांच्या संशोधनाला त्या अहवालाचा उपयोग झाला पाहिजे.

4) निष्कर्ष विश्वसनीय आणि शास्त्रीय असले पाहिजेत.

5) अहवालामध्ये कोणती संशोधन पद्धती वापरली आहे, याचा स्पष्ट उल्लेख असला पाहिजे.

6) संशोधनातील समस्यांचा उल्लेख अहवालात असला पाहिजे. त्यातून पुढील संशोधकांना अडचणींची कल्पना येते व त्यांचा फायदा होतो.

7) संशोधनामध्ये कोणत्या नव्या संकल्पना वापरल्या आहेत किंवा कोणता नवा

सिद्धान्त विकसित करण्याचा प्रयत्न केला आहे ते स्पष्टपणे मांडावे. आपल्या संशोधनाचे वेगळेपण अहवालातून मांडले गेले पाहिजे.

8) अहवालाचे स्वरूप आकर्षक असले पाहिजे. अहवाल संगणकावर टाईप करावा. त्यात रंगीत आलेख असावेत, तक्ते असावेत.संशोधन विषयाशी अनुरूप असे फोटो असावेत. प्रकरणांना नीट शीर्षके द्यावीत. अनुक्रमणिका असावी. तक्त्यांची सूची असावी. वाचलेल्या पुस्तकांची यादी द्यावी.

6.6.2 अहवाल लेखनाच्या पायऱ्या

संशोधन ज्याप्रमाणे एका चौकटीत बांधलेले असते तसेच अहवाललेखनाची देखील एक चौकट किंवा बांधणी ठरलेली आहे. हा अहवाल पुढीलप्रमाणे असला पाहिजे –

1) **प्रस्तावना :** संशोधनबाबतची पूर्व संकल्पना या प्रस्तावनेत मांडली गेली पाहिजे. विषय काय आहे, विषयाचा गाभा काय आहे, त्याची खोली किती आणि हा विषय कसा सुचला तो कसा महत्त्वाचा आहे, इत्यादी बाबी त्यात आल्या पाहिजेत. कोणत्याही विषयात प्रवेश करण्यापूर्वी प्रस्तावना आवश्यक असते.

2) **विषयासंबंधी माहिती :** प्रस्तावनेनंतर विषयात प्रवेश करण्यासाठी विषयासंबंधी ची पार्श्वभूमी मांडायची असते. याच विषयात संशोधन करण्याची गरज कशी आहे? निवड का केली? त्याचे आधार काय आहेत? आणि संशोधनाने त्याचा फायदा कोणाला व कसा होऊ शकतो या संबंधी माहिती यात द्यायची असते.

3) **संशोधनाचा उद्देश :** कोणत्याही संशोधनाचा उद्देश ज्ञान मिळविणे व वाढविणे हा असतोच. नवे ज्ञान मिळवणे, प्रचलित सिद्धान्ताची परीक्षा करणे, असा असतो. आपल्याला या संशोधनातून काय फायदा मिळणार आहे, ते लिहावे. काही व्यावहारिक फायदा मिळणार असेल तर ते ही प्रामाणिकपणे लिहावे.

4) **संशोधनाचे क्षेत्र :** संशोधनाच्या क्षेत्राबाबतची माहिती अहवालात नोंदावी. हे क्षेत्र कधी भौगोलिक असू शकते, कधी एखादा समुदाय असू शकते किंवा एखादी जीवनशैली असू शकते. या क्षेत्राबाबतची स्पष्ट माहिती, त्या क्षेत्राची रचना अहवालात असावी.

5) **तथ्य संकलनाच्या पद्धती :** संशोधनातील तथ्ये कशा प्रकारे मिळवली आहेत, त्याचा उल्लेख असावा. प्रश्नावली, मुलाखत, या पद्धतीने प्राथमिक स्त्रोतातून तथ्ये मिळवली आहेत की द्वितीय स्त्रोताचा वापर केला आहे, ते सांगावे.

नमुना कसा निवडला आहे ते लिहावे.

6) **संशोधनाचे संघटन :** संशोधन कशा प्रकारे संघटित करण्यात आले आहे ते लिहावे. म्हणजे सुरूवात केल्यापासून ते अहवाललेखनापर्यंत करावे लागणारे संघटन, निरनिराळ्या घटकांशी साधावा लागणारा समन्वय व संशोधनाच्या कामाचे नियोजन लिहिणे अपेक्षित आहे.

7) **विश्लेषण व निष्कर्ष :** संशोधनात मिळालेली आकडेवारी कशा प्रकारे अभ्यासली आहे व त्यावरून कसे निष्कर्ष काढले आहेत. त्याचे सविस्तर विवेचन यात अपेक्षित आहे. प्रत्यक्ष तथ्ये आणि त्यांचे विश्लेषण, निरूपण आणि निष्कर्ष लिहावेत.

8) **सूचना व उपाययोजना :** संशोधन हे जसे ज्ञानाच्या अपेक्षेने केले जाते तसेच ते सामाजिक प्रश्नांचा उहापोह करण्यासाठीदेखील केले जाते. आपले संशोधन पूर्ण झाल्यानंतर आपले निष्कर्ष सांगितल्यानंतर त्यावर उपाययोजना काय करता येतील तसेच असल्यास काही सूचना कराव्यात. या सूचना संशोधकर्त्याच्या अनुभव, वय, काम व संशोधनाची खोली यावर अवलंबून असतात.

9) **परिशिष्टे व संलग्नपत्रे :** अहवालाच्या शेवटी संशोधनासंबंधीची परिशिष्टे जोडणे आवश्यक असते. आपल्या संशोधनाचा प्रामाणिकपणा सिद्ध करण्यासाठी अशी परिशिष्टे जोडायची असतात. सर्व महत्त्वाची कागदपत्रे, प्रश्नावली, नकाशे, आलेख इ. बाबी या परिशिष्टात समाविष्ट होतात.

10) **संदर्भग्रंथ सूची :** संशोधन कर्ता हा विद्यार्थीच असतो, तो ज्ञान साधना करत असतोच. संशोधनाच्या अनुषंगाने त्याला खूप वाचावे लागते. मूलभूत संकल्पना स्पष्ट करून घेण्यासाठी हे वाचन आवश्यक असते. संशोधन करताना काय काय वाचले याची यादी शेवटी द्यायची असते.

अहवाललेखन वरील चौकट पाळून लिहिताना त्याला प्रकरणामध्येदेखील विभागावे लागते. आता वरील 10 मुद्दे ढोबळमानाने प्रकरणबद्ध कसे करता येईल ते पाहू.

प्रकरण पहिले : यात प्रस्तावना, विषयाची ओळख, विषय निवडण्यामागची आपली उद्दिष्टे, समस्येबाबतची माहिती, त्याबद्दलचे केलेले विधान, त्याची गृहीते, आकडेवारी गोळा करण्याच्या पद्धती, संशोधन पद्धती,निष्कर्ष, सूचना व शिफारशी इत्यादी लिहून एकंदर प्रकरणाची रचना कशी राहणार आहे याचा आराखडा मांडावा.

प्रकरण दुसरे : समस्येबाबतचा पूर्ण इतिहास, आधी झालेला अभ्यास, त्याबाबतची तज्ञांची मते इत्यादी.

प्रकरण तिसरे : समस्येबेबतची सद्यस्थिती, सध्याची तज्ञांची मते, नवे मतप्रवाह इत्यादी सखोल वाचन व त्यासंबंधी आढावा आणि आपण कसा अभ्यास करत आहोत त्याबाबत पार्श्वभूमी.

प्रकरण चौथे : आपले संशोधन, त्याबाबत घेतलेल्या मुलाखती, प्रत्यक्ष आकडेवारी, तक्ते आणि तक्त्यांबाबचे आलेख व शेकडेवारी, सहसंबंध सहगुणक, विश्लेषण इ.

प्रकरण पाचवे : प्रत्यक्ष संशोधन पद्धतीचा वापर करून केलेले आपले विश्लेषण, आपेल निष्कर्ष, आपली उद्दिष्टे काय होती, आपले विधान काय होते ते यशस्वी झाले किंवा नाही, विधान स्वीकारावे किंवा नाही यांसंबंधी विवेचन, आपली गृहीते प्रत्यक्ष अभ्यासानंतर बदलली का, गृहीतांबाबतचे विवेचन, सुव्यवस्थित मांडावे.

प्रकरण सहावे : यामध्ये प्रमुख्याने संपूर्ण अहवालाचा गोषवारा, महत्त्वाच्या कागदपत्रांच्या संदर्भासाठी घेतलेल्या सत्यप्रती, प्रश्नावली, नकाशे, संदर्भग्रंथ सूची इत्यादींचा समावेश असावा.

ही विभागणी फार ढोबळमानाने दिलेली आहे. संशोधकाने आपल्या मार्गदर्शकांच्या साहाय्याने व त्यांच्या मार्गदर्शनाखाली आपले संशोधन किंवा प्रकल्प पूर्ण करावा.

अशा पद्धतीने सर्व नियमांच्या चौकटी पाळून लिहिलेला अहवाल आपले संशोधन पूर्ण करतो व सादरीकरणास तयार होतो. त्याची मौखिक मांडणी किंवा बहि:स्थ परीक्षकांना सामोरे जाताना अशा लेखी अहवालाचा भक्कम आधार मिळतो आणि मौखिक परीक्षा उत्तम प्रकारे पार पडते.

संदर्भसूची

1. Allen R. G. D., Mathematical Analysis for Economists, (1989), Mac Millan India Ltd., Madras, R. S. Agarwal, Quantitative Aptitude (2001) Sultan Chand and Sons, New Delhi.

2. David Bowers - Statistics for Economists (1982) Mac Millon Publishers, London.

3. John E. Freund - Modern Elementary Statistics, 5th Edition (1979), Prentice Hall International, (U.K.)

4. Mike Rosser - Basic Mathematics for Economists, II edition - 2003, Routledge, London.

5. Raymond A. Barnett, Michael R. Ziegler - College Mathematics, 7th Edition (1996), Prentice Hall, International, (U.K.)

6. S.C. Gupta - Fundamentals of Statistics, 7th Edition (1996), Himalaya Publishing House, Mumbai.

7. S.P. Gupta, - Statistical Methods, 35th Edition (2007) Sultan Chand and Sons, New Delhi.

8. Y. R. Mahajan, - Statistical Theory and Practice सांख्यिकी – (2008) पिंपळापुरे अँड कं. नागपूर.

9. प्रा. राम देशमुख, मूलभूत सांख्यिकी (२००५), विद्या प्रकाशन, नागपूर.